CUỘC CHIẾN ĐẠI DƯƠNG

CUỘC CHIẾN ĐẠI DƯƠNG

Tiểu thuyết - Quyển 1

Tác giả: Lê Na

Bìa: Uyên Nguyên Trần Triết
Trình bày: Nguyễn Thành
Nhân Ảnh xuất bản 2020
ISBN: 978.1989924907

Sách này hoàn toàn là một tiểu thuyết. Mọi tên tuổi, nơi chốn, sự kiện đều do tác giả tưởng tượng. Nếu có điều gì giống với thực tế thì đó chỉ là sự trùng hợp ngẫu nhiên.

LÊ NA

CUỘC CHIẾN ĐẠI DƯƠNG

Tiểu thuyết

Phần 1

TÌNH YÊU VÀ NGAI BÁU

NHÂN ẢNH
XUẤT BẢN
2020

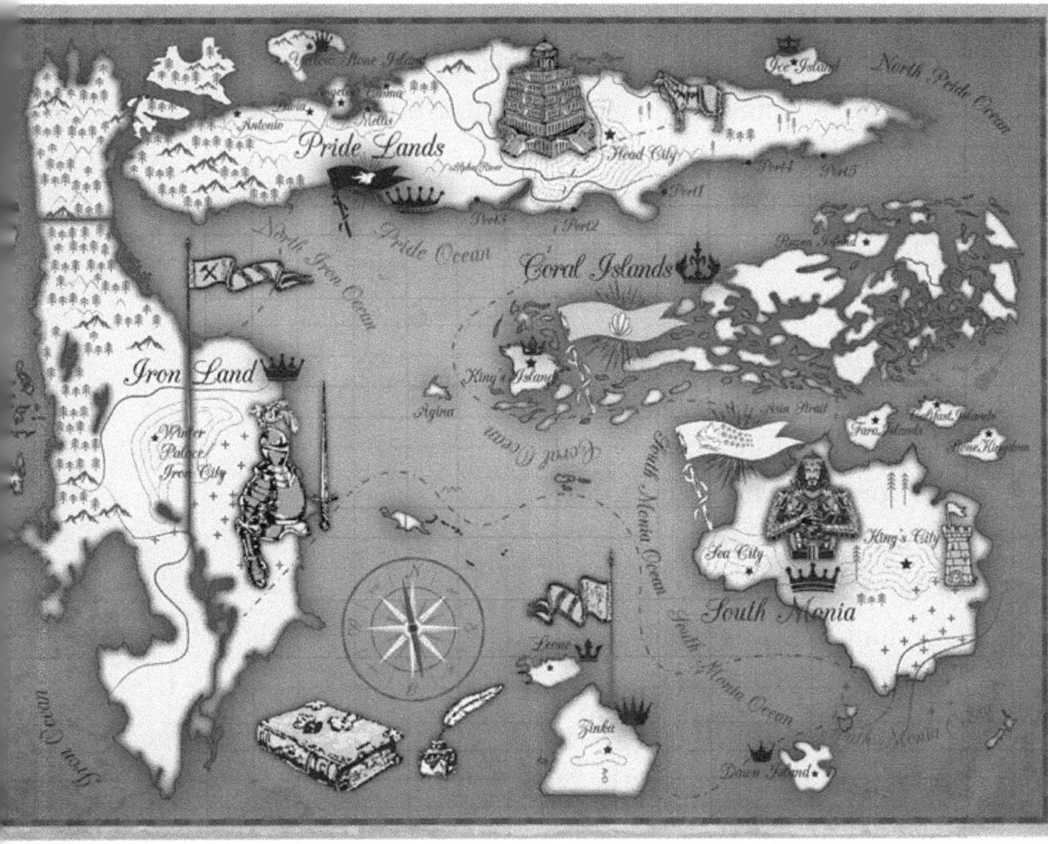

***** Xem chú thích tiếng Việt:**

South Monia: King’s City: Vương Thành, Sea City: Biển Thành.
Iron Land: Vùng Đất Sắt, Winter Palace: Cung điện Mùa Đông, Iron City: Kinh thành Sắt.
Pride Lands: Head City: Thủ Thành.
Coral Islands: Đảo San Hô, King’s Island: Kinh thành Đảo Vua, Raven Island: Đảo Quạ.
Asin Strait: Eo biển Asin.

Mục lục

"Tình yêu thương sẽ làm nên phép lạ."– Lê Na 10

Lời Mở Đầu 11

Chương 00: Lược khảo hai vương quốc hùng mạnh nhất Đại Dương tinh 13

Chương 01: Người Kế Vị 18

Chương 02: Vua Mới của South Monia 21

Chương 03: Đảo Trú Ẩn Agina 28

Chương 04: Cái Chết Của Đại Tư Tế 33

Chương 05: Người Đàn Ông Bí Ẩn 35

Chương 06: Hội Đồng Nghị Sự 39

Chương 07: Thủ Thành 44

Chương 08: Mùa Đông Xứ Lạ 51

Chương 09: Vùng Đất Sắt 54

Chương 10: Rồng đen Saphiro 59

Chương 11: Do Thám Đầu Tiên 62

Chương 12: Những Người Di Cư Mới 67

Chương 13: Thu Buồn Vương Đô 71

Chương 14: Trận Chiến Bất Ngờ 74

Chương 15: Nội Gián 81

Chương 16: Về Vương Thành 87

Chương 17: Công chúa Hồi Sinh 92

Chương 18: Sứ Giả Bất Ngờ 97

Chương 19: Jochi Aqua 103

Chương 20: Đảo San Hô 111

Chương 21: Cướp Ngục 119

Chương 22: Hoàng thân Akito 127

Chương 23: Khiêu Chiến Thủ Thành 138

Chương 24: Đảo Ngọc 145

Chương 25: Kẻ Giết Vua 150
Chương 26: Hoàng Tử Pride Lands 156
Chương 27: Phép Lạ Của Tình Yêu 165
Chương 28: Lá Thư Của Người Chết 171
Chương 29: Kèn Hoa Chưởng 175
Chương 30: Phản Thần 185
Chương 31: Máu Nhuộm Đảo Vua 1 192
Chương 32: Máu Nhuộm Đảo Vua 2 202
Chương 33: Những Người Còn Ở Lại 208
Chương 34: Liên Minh 1 217
Chương 35: Liên Minh 2 225
Chương 36: Vua Lùn 230
Chương 37: Đảo Quạ 1 234
Chương 38: Đảo Quạ 2 239
Chương 39: Eo biển Asin 245
Chương 40: Pride Lands 250
Chương 41: Tiếng Rồng 261
Chương 42: Thế tử Akio 267
Chương 43: Huyết chiến Agina 272
Chương 44: Quân đội của Akito 1 280
Chương 45: Quân đội của Akito 2 286
Chương 46: Hôn Lễ 291
Chương 47: Otilia 301
Chương 48: Tiếng Gầm 310
Chương 49: Huyết chiến South Monia: Sự trở lại của loài rồng 1 316
Chương 50: Huyết chiến South Monia: Sự trở lại của loài rồng 2 323

“Tình yêu thương sẽ làm nên phép lạ.”– Lê Na

LỜI MỞ ĐẦU

Thuở ban đầu, vũ trụ được tạo dựng bởi Chúa Tạo Hóa, là Vua trên muôn Vua, Chúa của các Chúa. Khi đó, thần, người và muôn thú đều sống trong yên bình, tốt đẹp.

Rồi một ngày, Superia, Vua rồng, một tạo vật của Chúa Tạo Hóa tạo phản, nghĩ rằng mình có thể làm Chúa tể vũ trụ. Hắn tập họp quân đội, tấn công cổng Thiên Đàng. Nhưng đã bị thần binh Chúa Tạo Hóa đánh cho tan tác.

Trong lúc trốn chạy, hắn tìm đến Đại Dương tinh, tranh chiếm và giết hại các vua của hành tinh này.

Nhưng thần binh Chúa Tạo Hóa đã đến kịp, giải cứu Đại Dương tinh. Còn Vua rồng đã bị Chúa Tạo Hóa giam giữ tại một hố sâu của vũ trụ.

Nhưng theo lời truyền khẩu của người xưa và các tiên tri, Vua rồng sẽ được thả ra trong ít lâu, rồi sẽ bị tiêu diệt hoàn toàn, một lần và mãi mãi. Loài người sẽ trải qua một cơn đau đớn vô cùng, đến nỗi từ buổi sáng thế, chưa từng có vậy. Nhưng ai giữ vững niềm tin, hy vọng và tình yêu sẽ được giải cứu.

Câu chuyện này bắt đầu vào khoảng 1000 năm sau cuộc Thánh Chiến[1], lúc Đại Dương tinh đã dần khôi phục và bước vào thời kỳ Thế Giới Mới.

Các vua mới nổi lên, nắm quyền cai trị các vùng đất và các đảo.

Tuy nhiên, lòng tham của con người là hố sâu không đáy.

---

1 Thánh Chiến: Cuộc chiến giữa Thần binh Chúa Tạo Hóa và Vua rồng.

Quyền lực là thứ ám ảnh đầy ma mị. Thù hận chỉ khiến tâm hồn hao sờn. Còn tình yêu thương sẽ làm nên phép lạ...

Cuộc chiến Đại Dương tinh: Tình yêu, ngai báu và tham vọng.

Chương 00:

LƯỢC KHẢO HAI VƯƠNG QUỐC HÙNG MẠNH NHẤT ĐẠI DƯƠNG TINH

"Nam thịnh vượng
Bắc tự hào
Hùng vương quốc
Trấn dương tinh"

001 South Monia (Eudaimonia in the south – Sự thịnh vượng ở phương Nam)

South Monia là vương quốc lớn nhất phía Đông Nam Đại Dương, trải dài từ dãy núi Sina phía bắc, đến bờ biển dài ấm áp phía tây nam.

Quốc vương đầu tiên của South Monia, Vua Kunj Ward I, xuất thân là một tộc trưởng của Đảo Leone, đã dẫn dắt bốn trăm thuyền nhân Leone, chạy trốn khỏi cuộc xâm lăng đẫm máu của man tộc Yalis, cập bến Biển Thành năm 705 sau Thánh Chiến.

Bốn trăm con người, dưới sự lãnh đạo tài tình, quyết đoán của tộc trưởng Kunj Ward, đã nhanh chóng ổn định cuộc sống, và xây dựng Biển Thành thành một thành phố trù phú.

Khi di dân đổ xô đến Biển Thành ngày một đông đúc, và những cuộc tranh giành đất đai ngày càng trở nên tàn khốc, là lúc tộc trưởng Kuji Ward và các chiến binh Đảo Leone trở thành những anh hùng huyền thoại của thành phố biển giàu có nhất phương Nam.

Năm 745 sau Thánh Chiến, cuối cùng tộc trưởng Leone Kunj

Ward đã thống nhất các bộ tộc, xưng vua và lập nên vương quốc South Monia, nghĩa là sự thịnh vượng ở phương Nam.

Sau khi Vua Kunj Ward I qua đời ở tuổi 137, ngôi báu của nhà Ward được truyền cho Thái tử Awan Kunj Ward, tước hiệu Kunj Ward II. Vua Kunj Ward II có công lớn trong việc mở mang bờ cõi South Monia về phía bắc, phát triển quân đội và xây dựng một South Monia rộng lớn, giàu có, với 60,000 thủy quân thiện chiến nhất Đại Dương.

Vua Kunj Ward II có ba người con trai, Hoàng tử Adonis Kunj Ward hy sinh trong chiến trận, hai người con còn lại là Hoàng tửcả Aetius Kunj Ward vàHoàng tử Út Abbas Kunj Ward. Hai Hoàng tử đều ngang sức, ngang tài, là những anh hùng trong thiên hạ. Aetius tính tình nóng nảy, hiếu chiến, trong khi Abbas lại ôn hòa, nhân đức. Vua Kunj Ward II đã truyền ngôi lại cho Hoàng tử Abbas, vì nói rằng "một đất nước hòa bình cần một vị vua yêu hòa bình". Điều này đã khiến Hoàng tử Aetius vô cùng tức giận.

Tuy nhiên, Abbas lại nhận được sự ủng hộ mạnh mẽ từ người em nuôi, Elishua, con trai của thúc phụ Elam Kunj Ward, em trai quá cố của vua cha Kunj Ward II, người từ nhỏ đã luôn thân thiết và sát cánh cùng Abbas.

Vua Abbas đăng ngôi năm 965 sau Thánh Chiến, tước hiệu Kunj Ward III. Vua nổi tiếng cả Đại Dương là người nhân đức và thân thiện.

Năm thứ hai đời Vua Kunj Ward III, các thành trú ẩn được xây dựng dọc theo đường bờ biển của South Monia. Đây là các thành nhỏ, được sự bảo hộ của nhà vua. Phàm ai bất kỳ, không kể người South Monia hay người ngoại quốc, nếu vô ý phạm tội và bị truy giết, chạy đến đây, có thể thoát khỏi bàn tay cừu địch.

Trong 90 ngày lưu trú tại khu vực tị nạn trong thành, họ phải chứng minh được mình không cố ý phạm tội. Sau đó, hội đồng xét xử của thành sẽ xem xét và đưa ra quyết định. Nếu hội đồng tuyên bố họ phạm tội, họ lập tức sẽ bị trục xuất khỏi thành. Ngược lại, họ có thể ra khỏi khu vực tị nạn và sống tại thành cho đến khi nào kẻ cừu thù tìm giết đã qua đời, hoặc bao lâu như họ mong muốn.

Tính đến ngày con gái đầu lòng của Vua Kunj Ward III,Công chúa Clementine ra đời, South Monia đã có 6 thành trú ẩn.

Triều đình South Monia dưới vua được chia làm 2 nhánh, trực thuộc một Hội đồng vương quốc: Gồm hội đồng hành chánhvà hội đồng quân chánh; và một Đô sát viện.

Hội đồng hành chánh gồm các quan: Đại tư tế (trông coi các công việc của đền thờ, tế lễ, dâng hương, hôn nhân, sinh đẻ), Đại học sĩ (quản lý các thư viện, trường học, văn thư cho nhà vua), Quan tài chính (quản lý thuế, dự trữ ngân sách và mọi tài sản phi quân sự), Quan luật bộ (giữ các sách luật và trông coi việc thi hành luật trong khắp vương quốc), Quan nông bộ (quản lý ruộng đất, nông nghệp), Quan ngư thương (quản lý ngư nghiệp, đánh bắt hải sản và giao thương).

Hội đồng quân chánh gồm các quan: Thống lĩnh bộ vệ binh, Thống lĩnh thủy binh, Quan binh bộ (quản lý xe ngựa, tàu chiến, vũ khí và hậu cần quân sự), Quan hình bộ (chuyên lo xét xử và kiện tụng).

Đô sát viện, đứng đầu là Đại thần ngự sử, và 60 quan giám sát ngự sử, trong đó bao gồm 20 vị công hầu, hậu duệ của hai mươi tộc trưởng đầu tiên gia nhập South Monia, có trách nhiệm giám sát công việc của Hội đồng vương quốc và báo cáo nhà vua, nếu phát hiện sai phạm hoặc điều bất thường.

Hơn hai trăm năm trị vì của nhà Ward, South Monia từ bốn trăm thuyền nhân vượt biển, đã trở thành một cường quốc hùng mạnh với hơn bốn mươi triệu dân, sở hữu đội thủy quân hùng mạnh, tuyến đường biển dài hai ngàn dặm, những cánh đồng trù phú và những ngọn đồi đầy gia súc. Lá cờ hình chữ nhật nền trắng in hình con tàu giăng buồm, bên dưới những ngôi sao năm cánh, là niềm tự hào của người dân South Monia, một trong hai vương quốc hùng mạnh nhất Đại Dương tinh thời kỳ Thế Giới Mới.

002: Pride Lands (Vùng đất tự hào)

Đã có mặt tại vùng đất phía Tây Bắc Đại Dương từ trước cuộc Thánh Chiến, đại gia tộc Foreman nổi tiếng giàu có với nhiều mỏ vàng và những con chiến mã. Tổ tiên nhà Foreman là những chiến tướng bất bại của Long Hoàng Alfred Wellington, vị Hoàng đế nổi tiếng của Đại Dương thời kỳ trước Thánh Chiến, người đã thống nhất 16 vương quốc khu vực Tây Đại Dương, thống trị một vùng đất rộng đến 6 triệu dặm vuông, trước khi bị Vua rồng Superbia giết hại.

Nhà Foreman xưa nay vẫn cai trị vùng đồng bằng màu mỡ Riverland và vùng rừng núi phía tây bắc.

Đến năm 305 sau Thánh Chiến, Vua Erick Foreman đã mua các vùng biển dọc biên giới đông nam, thành lập nên vương quốc Pride Lands, với 5 cảng biển lớn, mở ra con đường giao thông hàng hải sầm uất với Đông Nam Đại Dương.

Từ những năm 700 sau Thánh Chiến, nhà Foreman nổi tiếng với nghề đóng tàu, và trở thành nơi cung cấp tàu thuyền cho nhiều vương quốc của Đại Dương.

Một số công hầu của triều đình United Empire dưới thời Vua Alfred, sau khi Hoàng gia Alfred bị giết hại và cung điện chìm trong biển lửa, đã quay về lãnh địa của mình, tuyên bố thành lập các tiểu vương quốc độc lập trên phần đất còn sót lại của United Empire. Họ đã cùng với Vua Erick ký một liên minh kinh tế và quân sự, tạo ra một sức mạnh vĩ đại, giữ gìn sự hòa bình và phát triển ổn định toàn vùng Tây Đại Dương suốt hàng trăm năm.

Pride Lands vẫn giữ gia huy của nhà Foreman làm hình ảnh cho quốc kỳ - là một chim đại bàng tung cánh.

Triều đình Pride Lands phân bổ quyền lực theo các vùng đất. Quyền lực cao nhất thuộc về nhà vua - "Đại bàng của Nhà Foreman", Chủ nhân Thủ Thành và các vùng lãnh thổ. Các vùng đất bên ngoài Thủ Thành, gọi là các Kora, được cai quản bởi các Archon, là các tộc trưởng của 15 chi tộc Hoàng gia.

Có 15 Archon cai quản tại 15 Kora trong cả nước. Các Archon được quyền tự chọn các quan phụ tá hành chính. Các quan phụ tá có trách nhiệm hỗ trợ và trả lời chất vấn trước Hội đồng Nội các.

Hội đồng Nội các, đứng đầu là Thừa tướng. Các thành viên còn lại bao gồm: Quan tổng quản nội vụ (trông coi các tài sản, vật dụng của gia đình Hoàng gia), Quan tư tế (trông coi đền thờ và dâng lễ), Quan ngân khố (quản lý thuế và theo dõi ngân sách), Quan tư pháp (giữ sách luật và giám sát việc thực thi luật trong cả nước), Quan binh bộ (giám sát việc chế tạo, buôn bán, cung cấp vũ khí và các vấn đề hậu cần cho quân đội), Quan khai mỏ (giám sát việc khai thác, vận chuyển và cung cấp các mỏ vàng), Quan hàng hải (quản lý các hải cảng và giao thương).

Quân đội được chia thành: Kỵ binh, Bộ binh và Vệ binh (Thủy binh được thành lập trong đời Vua Henry Foreman, vị vua thứ 15 của Pride Lands).

Thống lĩnh quân đội và Hội đồng Nội các sống tại Thủ Thành cùng nhà vua, trong khi các Archon ở tại các Kora và mỗi năm về diện kiến nhà vua một lần vào tuần lễ dâng hương cuối mùa thu.

Vua Henry Foreman lên ngôi Pride Land năm 960 sau Thánh Chiến, đồng thời với Vua Abbas Kunj Ward của South Monia. Cả hai vương quốc dưới thời Henry và Kunj Ward III có mối quan hệ hữu hảo cả về ngoại giao, quân sự lẫn giao thương. Pride Land là nơi cung cấp tàu thuyền cho South Monia, trong khi South Monia là nhà xuất cảng chính cho Pride Land muối, tơ lụa, và các sản phẩm lông chiên.

Chương 01:
NGƯỜI KẾ VỊ

Một mùa xuân tuyệt đẹp lại về trên khắp Vương Thành South Monia. Những đồi chè xanh mướt dưới ánh nắng vàng rực rỡ, điểm tô những sắc trắng tinh khôi của hoa mận đang mùa đua nở. Bên dưới chân đồi, cánh đồng lúa nước vàng ươm, dập dờn theo điệu múa, yểu điệu khoe mình trước chàng gió lãng du. Xa xa, từng đàn chiên thong thả gặm cỏ non bên những hồ nước trong vắt, chốc chốc lại ngẩng đầu kêu "moo" "moo", thật an nhiên, tự tại.

Cung điện Vua Kunj Ward nguy nga, lộng lẫy giữa lưng chừng đồi. Cung điện được thiết kế thành năm tầng, với các mái hiên rộng bao quanh, và các dãy hành lang dài nối các tòa nhà từ Chính Điện ra Hậu Điện. Những bức tường đá cẩm thạch màu vàng chanh, nổi bật bên những trụ cao đá hoa cương màu trắng đục. Các dãy hành lang được nối bằng các trụ cao có tháp nhọn, dùng làm tháp canh cho binh lính. Từ tháp canh, có thể dễ dàng quan sát toàn bộ Vương Thành, các quảng trường Hoàng gia, quảng trường công cộng và những khu vườn xinh đẹp phía tây cung điện.

Quảng trường công cộng hôm nay chật kín người. Những gương mặt hớn hở của người dân Vương Thành chờ đợi tuyên bố về người kế vị của nhà vua.

Nắng chiều dịu dần trên mái hiên cung điện. Rồng đen Saphiro, hộ vệ của nhà vua, và Kim phụng ngũ sắc của Công chúa Clementine, cất cánh bay cao, vờn đuổi nhau giữa bầu trời đầy mây trắng. Bên dưới khán đài nhìn ra Quảng trường công cộng, Vua

Kuji Ward III, cùng Công chúa Clementine và Hội đồng vương quốc xuất hiện giữa tiếng reo hò của người dân bên dưới quảng trường.

Công chúa duyên dáng trong chiếc đầm màu xanh lam, đầu đội chiếc vương miện bằng vàng được đính một viên ngọc màu xanh ngay chính giữa, hai bím tóc nâu vàng hạt dẻ được buộc lại cẩn thận bằng những sợi chỉ vàng. Nét ngây thơ, trong sáng của nàng thiếu nữ vừa tuổi trăng tròn ẩn hiện trên gương mặt kiều diễm, rạng ngời, chiếc mũi thanh cao và cặp mắt nâu đen to tròn lấp lánh. Công chúa nhướng thẳng người, nhìn khắp đoàn dân bên dưới. Từ ngày mẫu hậu qua đời, hiếm khi Công chúa được nhìn thấy nhiều dân thường đến vậy. Công chúa vẫn được dạy rằng, dân như một bầy chiên. Và những câu chuyện về "bầy chiên" bên kia bức tường lúc nào cũng khiến Công chúa vô cùng thích thú.

Không gian bắt đầu yên tĩnh khi một tên lính thổi kèn ra hiệu cho đoàn dân yên lặng. Đại học sĩ Plotemy chậm rãi mở cuộn chiếu chỉ trong tay. Hội đồng vương quốc căng thẳng nhìn đại học sĩ. Vua Kunj Ward III yên lặng nhìn về phía đoàn dân. Vẻ điềm tĩnh lạ lùng trên gương mặt nhà vua tựa như mặt hồ sâu phẳng lặng. Tiếng đại học sĩ nghe ồm ồm giữa tiếng gió nhẹ mùa xuân.

"Hỡi quốc dân South Moniavĩ đại! Hỡi các cư dân từ núi Sina đến Biển Thành!

Ta, Vua Kunj Ward III, người cai trị South Monia và Chủ nhân của "Cây gậy của người chăn bầy", người đã dẫn dắt South Monia suốt hai mươi lăm năm qua, không ngừng nghỉ lo toan vì dân, trị quốc. Nay ta muốn dành phần đời còn lại theo đại tư tế đến đền thờ, mỗi ngày cầu cho quốc thái dân an, bốn bề thịnh vượng.

Nhân danh Tạo Hóa và các Thần bảo hộ của South Monia, nhân danh tổ tiên và Tiên hoàng Kunj Ward I vĩ đại, nay ta tuyên bố truyền ngôi cho người kế vị, Công chúa Clementine Ward. Lễ truyền ngôi sẽ được cử hành vào ngày mồng 7 tháng 7 năm sau. Kể từ ngày mai, Công chúa chính thức tham gia vào Hội đồng vương quốc.

Hỡi quốc dân South Monia, hãy chào đón Nữ hoàng tương lai, Chủ nhân tương lai của "Cây gậy của người chăn bầy - Clementine Ward!"

Tiếng đại học sĩ vừa dứt, cả đoàn dân và binh lính cùng hô vang "Nữ hoàng Clementine! Nữ hoàng Clementine! Nữ hoàng Clementine!".

Clementine bối rối nhìn vua cha. Đôi mắt nâu đen bắt gặp bao ánh nhìn nghi ngại của các thành viên Hội đồng vương quốc. Người phương Nam chưa từng có tiền lệ truyền ngôi cho trưởng nữ. Huống hồ, trong mắt họ, Công chúa vẫn chỉ là một cô bé "trẻ người non dạ".

Bên dưới quảng trường, tiếng reo hò xen lẫn những câu hỏi đầy ngờ vực vẫn xôn xao. Một vài ánh mắt trong Hội đồng vương quốc kín đáo nhìn nhau, rồi cúi đầu hành lễ trước nhà vua và Công chúa. Đâu ai hay một bàn tay đang siết chặt đầy giận dữ.

Trên bầu trời, Rồng Đen và Kim phụng tung bay giữa bầu trời lộng gió...

South Monia sẽ có Nữ hoàng đầu tiên???

Chương 02:
VUA MỚI CỦA SOUTH MONIA

Biển Thành nằm cách cung điện một ngày đi ngựa về phía tây nam, là thành phố quan trọng thứ hai của South Monia. Nơi đây tiết trời quanh năm ấm áp. Những hàng dừa cao vút, vươn mình kiêu hãnh trên những bãi cát trắng mịn màng. Bên ngoài tường thành, những tàu cá vừa cập bến hoàng hôn. Tướng quân Elishua dạo bước trên bờ biển. Từng cơn gió thổi qua mái tóc đen dài xoăn rối, nhễ nhại mồ hôi. Tuy tuổi đời tướng quân chừng ngoài bốn mươi, nhưng vết sẹo trên gò má và bộ râu quai nón đen sì trên gương mặt khắc khổ, chai sạm vì nắng gió chiến trường, làm tướng quân trông già đi cả chục tuổi. Vị hoàng thân này đã trấn giữ Biển Thành hơn hai mươi năm, yêu Biển Thành đến từng hơi thở, đã quyết sống chết trên mảnh đất đầy nắng, gió và cát trắng này. Vương Thành giờ đây chỉ còn là ký ức của tuổi thơ và thuở thiếu thời; duy nhất một nỗi lo canh cánh trong lòng vị tướng giàu trận mạc, đó là nhà vua và Công chúa. Kể từ khi vua Abbas đăng ngôi, South Monia bốn bề thịnh vượng. Nhưng linh tính kỳ lạ của "bậc thầy thủy chiến" mách bảo với Elishua rằng, vương đô chẳng bình an, những con sóng ngầm dưới lòng đại dương, chỉ chờ trào lên khi gió đến.

Tướng quân Elishua đưa cặp mắt sáng quắc nhìn ra biển lớn, rồi trông vào bờ cảng, vẫy tay chào mấy ngư dân đang chuyển cá vào thành. Một tên lính hấp tấp chạy đến, thở hổn hển.

"Thưa Tướng quân! Ngài có thư từ Vương Thành; Là Kim phụng mang đến!" Tên lính nói, rồi trao cho tướng quân một phong thư.

"Kim phụng?" Elishua nhíu mày lẩm bẩm, rồi mở vội phong thư.

"Thúc phụ, xin về Vương Thành ngay..." Nét chữ viết vội của Công chúa còn tươi nguyên, thậm chí chưa kịp ký tên.

"Có chuyện rồi!" Elishua nghĩ thầm, rồi ra lệnh cho tên lính "Chuẩn bị 100 lính, ta cần về Vương Thành ngay."

Tiếng vó ngựa lồng trong tiếng gió, xé tan màn đêm tĩnh mịch của những ngày đầu thu. Tướng quân Elishua thúc chân vào thân ngựa. "Nhanh hơn nữa! Bệ hạ và Công chúa đang chờ!"

Trời tờ mờ sáng. Vương Thành dần hiện ra giữa lớp sương mờ. Tướng quân cùng đoàn kỵ binh băng qua những con đường đất ngoằn ngoèo, tiến về phía lưng đồi. Mặc cho mùi hương trà thơm lừng xông vào mũi mỗi khi cơn gió nhẹ thổi qua, tướng quân giật cương cho ngựa phi nước đại. "Đêm nay sao thật dài? Giá như con Phong Mã có thể chạy nhanh như gió." Nhưng rồi, chiếc cổng sắt cao lớn, nặng nề cũng ở ngay trước mặt. Tên lính dẫn đường phất cờ báo hiệu cho lính gác, rồi cả đoàn cùng tiến vào bên trong.

Sự ồn ào bất thường bên trong cung điện khiến tướng quân vô cùng lo lắng. Hàng trăm lính gác được điều động khắp nơi. Kẻ ra người vào. Mấy tên kỵ mã hớt hải phi như tên bắn; thoắt cái, đã biến mất dưới chân đồi. "Chắc chúng cần báo tin khẩn cấp" Tướng quân nghĩ thầm, rồi nhanh chóng tiến về Chính Điện.

Chính Điện vắng tanh, không một bóng người.

"Tình hình có vẻ khẩn cấp, sao không thấy Bệ hạ và Hội đồng vương quốc ở đây? Lạ thật!" Tướng quân bồn chồn tự hỏi, rồi tiến nhanh về phía Hậu cung. Vài tên lính thân cận vội bước theo sau.

Hậu cung, đèn vẫn sáng trưng. Từng tốp quan tụ họp xầm xì ngoài Cửa Lớn. Ai nấy lộ vẻ lo âu.

Tướng quân sốt ruột tiến về phòng nhà vua; vừa tiến lại gần cửa, thì quan nội cung đã vội chạy đến chặn ngang:

"Thưa Tướng quân, Ngài không vào được."

Tướng quân Elishua trừng mắt, tên nội quan hoảng hốt, quỳ mọp xuống, giọng lắp bắp:

"Thưa Tướng quân, Bệ... hạ... đã... đã... qua đời..." Hắn khóc, đưa tay lau vội dòng nước mắt, "Đại tướng quân Aetius đã ra lệnh không ai được phép vào thăm Bệ hạ, cho đến khi có lệnh mới của Đại tướng quân."

Elishua biến sắc mặt.

"Ngươi... vừa nói... gì? Bệ... hạ... đã... qua đời...?"

"Vâng... thưa... Tướng... quân," tên nội quan run rẩy trả lời.

Elishua choáng váng, sắc mặt chuyển từ tái xanh sang đỏ bừng, đưa tay đẩy mạnh cánh cửa phòng nhà vua. Ngay lập tức, vài tên lính thị vệ xuất hiện ngay cửa.

"Xin lỗi Tướng quân! Ngài không vào được."

Tên nội quan lại gần Elishua, giọng vẫn chưa hết run rẩy:

"Thưa Tướng quân... Tướng quân đã đi đường cả đêm... Xin Ngài hãy lui về nghỉ ngơi. Đại tướng quân và đại tư tế đang... chăm sóc cho Bệ hạ. Thần sẽ cho người báo tin ngay khi Tướng quân được đến thăm."

Elishua tức giận, đập mạnh tay vào cây trụ lớn làm rung cả mái hiên hành lang dẫn vào Cửa Lớn.

"Nghỉ ngơi? Sao ta có thể nghỉ ngơi được? Bệ hạ của ta! Mặt trời của ta! Người anh em của ta!" Elishua đau đớn kêu thầm, cố nuốt dòng nước mắt uất nghẹn. Ông nhanh chóng lấy lại bình tĩnh, quay trở ra, ngồi xuống bậc thềm trước hành lang, hít một hơi dài và sâu. "Hơn lúc nào hết phải giữ cho cái đầu tỉnh táo," ông thầm bảo mình.

Mấy miếng sắt trên bộ giáp đụng nhau kêu lẻng kẻng, càng khiến tướng quân nhớ lại những ngày tháng bên nhà vua, cùng nhau xông pha trận mạc, hay những lần tập kiếm bắn cung trong khu vườn phía tây cung điện, những chiều lang thang trên mấy ngọn đồi King's Hills, kể cho nhau nghe chuyện tình yêu trai trẻ...

Ôi, tất cả, giờ chỉ còn là kỷ niệm!... Kể từ ngày vương hậu qua đời, sức khỏe của nhà vua có phần sa sút. Mấy năm gần đây, bệnh tình của nhà vua dần trở nặng, nhưng không có lý do nào, nhà vua phải ra đi đột ngột thế này. "Ôi, Bệ hạ! Chuyện gì đã xảy đến với người?!!!"

"Sột!" Một cung nữ đi ngang qua, đụng phải chiếc mũ sắt của Elishua.

"Xin tướng quân thứ lỗi! Nô tì vội đi, không để ý tướng quân ngồi đây." Cô cung nữ vừa nói, vừa cầm lấy chiếc mũ sắt lên, cẩn thận chỉnh sửa, rồi trả lại cho tướng quân.

Đưa tay nhận chiếc mũ từ cô cung nữ, Elishua nhanh chóng phát hiện một mảnh giấy rất nhỏ, được giấu khéo léo bên trong. Elishua cẩn thận mở tờ giấy, liếc đọc "Có phản! Chạy!"

Lánh mình qua mấy cây cột của hành lang, thoắt một cái, tướng quân đã đến trước cửa phòng Công chúa.

Cửa phòng Công chúa đóng chặt. Một đám vệ binh đang đứng canh bên ngoài. Linh tính chẳng lành, ông nhẹ nhàng lẻn mình ra cửa sau, rồi chui vào phòng Công chúa từ cửa sổ. Cô hầu nữ vẫn còn say giấc bên kia tấm màn. Công chúa quỳ gối dưới chân giường, đang cầu nguyện.

Tướng quân rón rén lại gần bên Công chúa, khẽ gọi "Công chúa, thần là Elishua." Clementine bèn mở mắt, ôm chầm lấy tướng quân, giọng hốt hoảng "Thúc phụ, người đã về. Chiều qua, con nghe tiếng Rồng đen kêu rên thảm thiết. Đến tối, cũng không thấy Phụ hoàng ghé thăm. Chỉ thấy đám vệ binh ập đến đây từ chiều qua, chúng canh phòng nghiêm ngặt, không cho ai ra vào. Không biết Phụ hoàng thế nào. Vương Thành vẫn ổn chứ, thúc phụ?" Công chúa nhìn tướng quân, hỏi tới tấp.

Tướng quân ra hiệu cho Công chúa im lặng, rồi đến bên cửa trước, cài chặt then. Tướng quân lại gần, giữ chặt đôi cánh tay Clementine, nhìn sâu vào đôi mắt nâu đen đang căng tròn lo lắng, rồi chậm rãi lên tiếng "Công chúa, hãy bình tĩnh nghe lời thần nói... Bệ hạ đã bị sát hại. Công chúa phải đi ngay. Hãy về Biển Thành ngay."

Công chúa sửng sốt nhìn tướng quân, môi mím chặt, cố giữ cho dòng lệ không bật ra thành tiếng. Tướng quân ôm lấy vai người cháu gái bé bỏng an ủi rồi giục: "Thời gian không còn nữa. Nhanh lên, Công chúa!"

Clementine lau vội dòng nước mắt, cải trang thành cung nữ, gói chút hành lý, theo tướng quân trèo qua cửa sổ, tiến về phía vườn hoa. Kim phụng đã đợi Công chúa phía vườn hướng dương. Clementine ôm chặt Elishua thêm lần nữa, rồi nhảy lên mình Kim phụng. Thoáng một cái, phượng hoàng ngũ sắc và Công chúa đã biến mất giữa màn sương.

Elishua quay mình bước đi, "Phải đi tìm Rồng đen Saphiro. Chỉ có Saphiro mới biết điều gì đã xảy ra cho Bệ hạ. Chỉ sợ chuyến này Rồng đen cũng lành ít dữ nhiều."

Elishua di chuyển lẹ làng qua những tán dừa và mái ngói Hoàng cung, hết ngục giam, rồi đến khu biệt ngục. Cuối cùng cũng tìm thấy Rồng đen Saphiro đang bị giam giữ trong khu biệt ngục. Hai cánh và cổ bị xích lại, máu chảy lai láng bên cánh phải. Hình như nó đang ngủ, có vẻ lừ đừ, lim dim. Mấy tên vệ binh đứng gác bên ngoài, chút chút lại theo dõi, quan sát kỹ Rồng đen.

"Nhà vua đột ngột qua đời, đến Công chúa cũng không được báo tin. Rồng đen Saphiro hằng ở bên bảo vệ nhà vua, giờ lại bị giam ở khu biệt ngục. Đại tướng quân không cho ai gặp nhà vua, ngoài quan tư tế. Vệ binh xuất hiện khắp nơi. Mảnh giấy mật báo của nàng cung nữ "Có phản. Chạy!" "Có phản. Chạy!" Nghĩ đến đây, vị tướng giàu kinh nghiệm như đã nhận ra bức tranh toàn cảnh của tình hình hiện tại,vội quay về Cửa Lớn, bí mật ra hiệu cho kỵ binh rời khỏi Hoàng cung. Đoàn quân nhanh chóng biến mất khỏi cung điện trước khi bình minh le lói phía ngang đồi. Tên lính dẫn đường thúc ngựa như bay, giục đoàn quân mau trở về Biển Thành.

Biển Thành chiều nay trời u ám. Mặt biển buồn, ôm ấp những con tàu đang căng buồm chờ ra khơi. Phủ tướng quân chậtních người phía trước. Quân Biển Thành xếp thành từng tốp đang đợi lệnh Tướng quân. Tướng quân Elishua cùng Công chúa xuất hiện trong bộ chiến bào dưới mái hiên. Tướng quân quan sát đoàn quân trước mặt một lúc, rồi cất tiếng:

"Hỡi các chiến binh của Biển Thành và South Monia vĩ đại! Đức vua yêu quý của chúng ta, Kunj Ward III đã bị giết hại chiều qua tại Vương Thành. Công chúa Clementine Ward, người thừa kế ngai vàng, có thể phải nguy hiểm tính mạng nếu còn ở lại South Monia. Nay, Tướng quân ta, Elishua Ward, vì lòng trung thành với Bệ hạ và vương quốc, thống lĩnh thủy quân vượt biển. Các ngươi ai muốn theo ta, bảo vệ Công chúa, thề trung thành với Nữ hoàng của South Monia, hãy chuẩn bị lên đường. Những người ở lại, hãy can đảm, trung kiên bảo vệ Biển Thành, đợi ngày chúng ta trở lại. Công chúa của các ngươi, Nữ hoàng của các ngươi chắc chắn sẽ quay về! Nữ hoàng Clementine Ward, người thừa kế của nhà Kunj Ward!"

Hết thảy đoàn quân cùng hô lớn "Nữ hoàng Clementine vạn tuế! Nữ hoàng Clementine vạn tuế! Nữ hoàng Clementine vạn tuế!"

Clementine xúc động nhìn đoàn quân. Nhưng lòng dạ vẫn rối bời, giơ tay vẫy chào hết thảy.

Tướng quân Elishua lại cất tiếng lớn: "Thời gian không chờ đợi, Hãy mau lên đường!"

Từng tốp lính nhanh chóng di chuyển về phía bến tàu. Một số khác giúp đỡ gia đình binh sĩ lên những con tàu ra khơi trước tiên.

Những giọt nước mắt lăn dài trên khoé mắt. Trẻ con ngơ ngác vẫy tay chào. Có bao giờ buồn như hôm nay? Chia tay... Đến bao giờ trở lại?

Tướng quân Elishua ngoái mặt nhìn những người dân thân yêu lần cuối. Đôi mắt nâu đen chất chứa một nỗi niềm vô tận.

Tàu chuẩn bị nhổ neo, thì một tên lính từ trong thành chạy đến, mình bê bết máu. Tướng quân nhanh chóng chạy đến bên tên lính. Tên lính yếu ớt ngã vào lòng tướng quân, giọng thều thào:

"Tướng quân!... Phải nhanh lên! Quân... triều đình đến! Là... vua mới của South Monia ra lịnh... giết tướng quân! Hãy mau đi!..."

"Là vua mới? Vua nào?"

“Vua...”

Tên lính chưa kịp trả lời, đã trút hơi thở cuối cùng trong vòng tay tướng quân. Tướng quân quay mình về phía đoàn tàu, hét lớn:

“Thủy quân, Thoi trận! Sẵn sàng chiến đấu!“

Tướng quân phóng mình xuống tàu, hướng về phía Kim phụng, lớn tiếng kêu.

“Công chúa, Hãy bay ngay về trước mũi tàu! Hãy theo đoàn dân đi trước. Thần sẽ theo ngay sau.”

Clementine nghe xong, liền vút đầu Kim phụng. Kim phụng chao mình, vụt bay về phía trước. Bên dưới, các con tàu đã được bày trận hình thoi, các thường dân đi trước cùng Công chúa, hai gọng kìm phía sau đã sẵn sàng nghinh chiến. Tàu vừa rời bến, quân triều đình ập đến khắp bến tàu. Trên tường thành, các binh sĩ Biển Thành ra sức chống chọi quân triều đình đang xông lên. Mưa tên bay xối xả về phía những con tàu.

Clementine ngoảnh mặt nhìn quê hương lần cuối, nước mắt nhạt nhòa giữa những làn tên, khói đỏ ngập cả một vùng, nhiều lính Biển Thành đã anh dũng hy sinh, ngã xuống từ tường thành để bảo vệ Công chúa, tướng quân và những người vượt biển.

Ôi, Biển Thành! Ôi, South Monia! Công chúa bật khóc nức nở. Tiếng khóc vang vào trong gió, hóa thành lời cam kết kiên định của người kế vị South Monia.

“Tạm biệt Biển Thành! Tạm biệt South Monia! Tạm biệt Phụ hoàng và Mẫu hậu! Hãy đợi con! Con chắc chắn sẽ quay về!”

Chương 03:
ĐẢO TRÚ ẨN AGINA

Agina là một đảo nhỏ, cách Biển Thành 500 hải lý về phía Tây Bắc. Từ lâu, Agina được mệnh danh là "thiếu phụ xinh đẹp", bởi sự hoang sơ nhưng phong cảnh hữu tình mà hầu như không có người sinh sống. Hơn 3/4 diện tích của đảo là núi đồi chập chùng. Những bãi đá nhấp nhô bên bờ biển hẹp, càng làm cho Agina thêm phần cô đơn, vắng vẻ.

...

Một buổi sáng trên Đảo Agina. Những tia nắng tung tăng nhảy múa cùng sóng biển. Tiếng chim non rúc rích trong mấy bụi cây phía chân đồi. Một chàng trai vắt mình trên chiếc dây đu bằng rễ cây, say sưa thổi khúc nhạc bằng cây sáo trúc.

Núi rừng bừng tỉnh khi tiếng sáo du dương cất lên rồi vang vọng khắp nơi.

Bên dưới, một chú khỉ con loay hoay chạy nhảy, thỉnh thoảng gãi đầu, cố làm bộ lắng nghe.

Bỗng, có tiếng chim quang quác ngoài bờ biển.

"Quoát! Quoát! Quoát!"

"Lạ thật! Mười mấy năm rồi! Ta chưa từng nghe tiếng chim như thế trên đảo!" Chàng trai thầm nhủ, rồi phóng mình xuống đất, chạy về hướng biển.

Kìa, một con chim đại bàng màu trắng rất lớn, chắc phải dài hơn hai thước, đang sải cánh bay lượn trên bầu trời. Vừa khi chàng trai chạy đến, chim liền đáp xuống trên bờ biển, miệng nhả ra một viên ngọc xanh biếc, rồi lại cất cánh tung bay về phía chân trời.

Chàng trai sững sờ, ngó theo cánh chim bay.

Thình lình, có tiếng gió mạnh thổi trên mặt biển. Chàng trai thấy từ dưới biển, nhô lên ba con thú lớn, hình thù kỳ lạ. Con thứ nhất, giống như sư tử, nhưng hình dung hiền lành, lại có đôi cánh phượng hoàng ngũ sắc. Con thứ hai, nhìn như một con gấu hung dữ, hay cấu xé. Trên lưng nó cõng một con rồng gãy cánh, mắt đỏ rực. Con gấu bắt đầu rượt đuổi theo sư tử. Nhưng sư tử đã dùng cánh bay lên. Lại từ dưới biển, ngoi lên một con chó sói lông xù và dày. Chó sói hùa với gấu lớn và rồng rượt theo sư tử cái. Nhưng từ biển, một con hổ lớn, có đôi cánh đại bàng, bỗng xuất hiện, ngăn cản chó sói, rồng và gấu làm hại sư tử. Những con thú có hình thù kỳ lạ kia tranh chiến dữ dội. Mặt trời bỗng tối sầm, rồi lại sáng bừng.

Đột nhiên một vầng hào quang chói sáng ngay trên mặt nước nơi mấy con thú kỳ lạ giao chiến. Thì ra viên ngọc xanh rơi xuống. Mọi thứ bỗng biến mất. Chỉ còn lại một vùng biển yên ắng đến kỳ lạ, như chưa từng có trận giao tranh ác liệt mới đó chỉ vài phút. Chú khỉ con rút mình sau chân chàng trai, ra bộ biết lỗi, vì lỡ nhanh nhẩu tung viên ngọc xuống lòng đại dương. Chàng trai ôm lấy khỉ con. "Không sao, khỉ con, dù gì viên ngọc đó cũng đâu phải của ta." Lời chưa dứt, từ dưới biển lại vang lên tiếng gió, sóng biển dâng cao như một cây trụ lớn, rồi bất ngờ chia đôi, để lộ một con đường đầy cát trắng mà con người có thể bước vào. Khỉ con nhanh nhẩu chạy xuống con đường cát. Chàng trai cũng chạy theo sau. Chạy được một quãng xa, viên ngọc đã nằm ngay trước mặt. Chàng trai nhặt lấy viên ngọc, nhét vào thắt lưng, rồi quay bước vào bờ. Sau lưng, từng con sóng khép lại. Mặt biển lại nối liền, trải dài tít tắp.

Có tiếng kêu vọng từ phía núi: "Janus, hãy lên đây!"

"Con đến đây, thưa Sư phụ!" Janus đáp lời, rồi chạy về hướng núi.

Bóng chàng trai trẻ cao to, trong bộ áo da hổ và bộ cung bằng đá, đổ dài dưới bóng nắng xế trưa. Bờ biển lại yên tĩnh, không một bóng người.

...

Chừng hai giờ, lại có tiếng chim vang lộng trên bầu trời. Kìa, Kim phụng! Kim phụng đã mang Clementine và thuyền nhân Biển Thành đến đây. Kim phụng bay lượn một vòng quanh đảo, rồi nhẹ nhàng đáp xuống bờ biển Agina. Clementine trông mỏi mệt sau một chuyến bay dài. Công chúa mở lấy gói hành lý, lấy ra mớ hạt ngô, đặt dưới miệng Kim phụng. Hai tay vuốt ve bộ cánh xinh đẹp, mềm mại của Kim phụng, trong lúc mắt vẫn dõi theo đoàn thuyền nhân vừa cập bến.

Tướng quân Elishua nhanh chóng cho mọi người tập trung về khoảng đất rộng, bằng phẳng ngay dưới chân đồi. Những binh lính bị thương được đưa vào, nằm dưới những tán dừa. Những người đàn ông nhanh chóng chặt dừa và cây rừng dựng trại.

Clementine muốn tìm chút yên tĩnh, nên một mình dạo bước ra bãi đá. Từ lúc đáp xuống Agina đến giờ, suốt mấy canh giờ, Công chúa không hề lên tiếng. Đôi mắt to tròn ẩn chứa bao niềm riêng.

Mặt trời đã khuất dần sau núi. Khi màn đêm buông xuống, nỗi đau mất nước, nỗi buồn tha hương càng gặm nhấm tâm can. "Ôi South Monia, Ôi Vương Thành, Ôi Phụ hoàng và Mẫu hậu! Con sẽ trở về đòi lại những gì đã bị cướp mất. Hẹn ngày khải hoàn!" Công chúa đưa tay lau những dòng nước mắt lăn dài trên gò má. Mái tóc nâu vàng lất phất bay nhẹ giữa chiều muộn Agina.

Nếu đời là đại dương bao la, không biết khi nào cơn bão đến, thì ít ra, tại đây, ở Agina này, Công chúa có cảm giác như đã tìm được một nơi an toàn cho mình và những người con yêu thương của South Monia.

Có tiếng bước chân tiến lại gần. Công chúa xoay đầu ngước nhìn. Tướng quân Elishua đã đến kế bên.

"Công chúa, mọi người đang đợi Công chúa."

Clementine gật đầu, theo bước tướng quân. Mới đó mà mọi người đã dựng được một lán trại rộng lớn ngay dưới chân đồi. Chính giữa là Trại chỉ huy. Bên phải là lều tướng quân. Ngay bên cạnh là lều Công chúa, va các lều cho binh lính bị thương nằm bên trái. Ngay khi tướng quân và Công chúa bước đến, ai nấy đều yên lặng, cúi đầu chào. Tướng quân Elishua chắc đã chuẩn bị từ trước, liền bước ngay đến chỗ một cô gái đang cầm chiếc vương miện kết bằng vỏ sò và cành hoa, rồi tiến về giữa đám đông.

"Hỡi quân dân Biển Thành và South Monia yêu quý! Chúng ta có mặt hôm nay, tại Trại chỉ huy của South Monia trên Đảo Agina, để bày tỏ lòng tri ân của chúng ta đến Chúa Tạo Hóa, các Thần bảo hộ của South Monia và tổ tiên nhà Kunj Ward, cũng như các huynh đệ đã anh dũng ngã xuống tại Biển Thành, những người đã hy sinh trên biển, để giúp chúng ta thoát khỏi đám quân phản nghịch của triều đình, cập bến an toàn trên hòn đảo xinh đẹp và hiền hòa này. Đồng thời, để chứng kiến giây phút lịch sử của South Monia, khi người kế vị của nhà Ward tiếp nhận ngai báu đã được đích thân Bệ hạ ban truyền, Nữ hoàng Clementine Ward của South Monia!"

Cả đám đông cùng hô vang "Nữ hoàng Clementine Ward! Nữ hoàng Clementine Ward!"

Clementine còn đang bối rối vì nghi lễ sắc phong bất ngờ này, thì Tướng quân Elishua đã đến bên, quỳ gối dâng chiếc vương miện lên. Công chúa cúi đầu đón nhận, rồi dõng dạc tuyên bố cùng đoàn dân:

"Nhân danh Chúa Tạo Hóa và các Thần bảo hộ của South Monia, nhân danh tổ tiên của nhà Ward và Tiên hoàng Kunj Ward I vĩ đại, ta khiêm cung và long trọng đón nhận sắc phong này. Trước sự chứng kiến của Chúa Tạo Hóa và các Thánh thần cùng tổ tiên của nhà Ward, ta hứa sẽ đem năng lực và tài đức, để bảo vệ lãnh thổ của South Monia, tiêu diệt phản thần, chăm lo toàn dân no ấm, xứng đáng là chủ nhân của "Cây gậy của người chăn bầy".

Nhưng hiện nay, sơn hà nguy biến, gian thần cướp ngôi. Ta đành chấp nhận làm một Nữ hoàng lưu vong. Vậy nên, để nhắc nhở chính ta và hết thảy các ngươi, những người dân lưu vong của South Monia sứ mệnh "Hồi hương, Phục quốc". Hãy cứ gọi ta là Công chúa, cho đến ngày chúng ta về lại Vương Thành, tiêu diệt kẻ cướp ngôi vua. Đến ngày đó, ta tin là tổ tiên của nhà Ward và Phụ hoàng ta, Đức vua Kunj Ward III quá cố sẽ vui mừng, hãnh diện khi Nữ hoàng của South Monia được chào đón trên Chính Điện và thật sự sở hữu cây gậy chăn bầy của nhà Ward."

Clementine vừa dứt lời, cả đoàn dân, ai nấy đều vỗ tay lớn tiếng.

Họ lại hô vang "Công chúa Clementine vạn tuế! Nữ hoàng Clementine vạn tuế! Công chúa Clementine vạn tuế! Nữ hoàng Clementine vạn tuế!"

Còn Tướng quân Elishua, ông đã xúc động mạnh khi nhìn Công chúa nói. Dường như Tướng quân đã nhìn thấy hy vọng khôi phục nhà Ward trong nàng Công chúa trẻ. "Công chúa yêu quý của ta đã không còn là cô bé bé bỏng ngày nào, vẫn thường theo nũng nịu, đòi thúc phụ dạy cưỡi ngựa, bắn tên. Công chúa đã trưởng thành thật rồi!"

Bất chợt, trong giây phút nhìn vào gương mặt của nàng Công chúa trẻ, Elishua thấy trong đôi mắt Công chúa sự hiền từ, nhân hậu của Vua Kunj Ward III và sự mạnh mẽ, kiên cường của Vua Kunj Ward II. Công chúa là sự kết hợp tuyệt vời những ưu điểm của ông nội và vua cha. Rõ rồi, Đức vua Kunj Ward III đã không lầm khi quyết định chọn Công chúa làm "người chăn bầy" thứ 4 cho South Monia, cho dù Công chúa chỉ mới mười lăm tuổi.

Những ánh lửa bập bùng, thắp sáng bao niềm hy vọng. Khắp lán trại, tràn đầy những tiếng ca.

Đêm đầu tiên trên Đảo Agina là một đêm vui. Và đêm vui ấy, không ai để ý một bóng người, một bóng người từ trên đỉnh núi vẫn âm thầm theo dõi xa xa...

Chương 04:
CÁI CHẾT CỦA ĐẠI TƯ TẾ

Chiều buồn trên Vương Thành South Monia.

Những đàn quạ bay lượn trên nóc Đền thờ Tạo Hóa. Bên dưới Quảng trường công cộng, Đại học sĩ Plotemy khệ nệ cái bụng tròn, bước lên khán đài, trước bao nhiêu ánh nhìn lo lắng của đoàn dân. Ở giữa khoảng sân rộng bên dưới khán đài, Đại tư tế Philitas, hai tay bị cùm, quỳ gối bên hai tên lính. Plotemy nhìn Philitas, ngần ngại một lúc, rồi mở cuộn chiếu chỉ trong tay.

"Hỡi quốc dân South Monia từ Sina đến Biển Thành! Gửi cho những kẻ bất trung và mưu phản. Philitas Archer có âm mưu chống lại Nhà Vua và Vương hậu. Mạo phạm Vương hậu, xúc phạm Thủy thần. Tội ác rành rành. Không thể dung tha.

Nay ta, Vua Aetius Kunj Ward của South Monia tuyên tội tử hình cho nghịch thần Philitas. Lời tuyên án này là cuối cùng, không thể bãi bỏ. Phàm những ai có lòng bất trung, hãy lấy đó làm gương. Ta là Mặt trời và Sao mai của South Monia, là Kẻ chăn bầy và Người bảo vệ. Ta, Vua Aetius Kunj Ward của South Monia!"

Đại học sĩ đọc xong chiếu chỉ, bèn giơ cao "Cây gậy của người chăn bầy". Thấy gậy như thấy vua. Hai tên lính bèn quỳ xuống, hô lớn:

"Nhà vua vạn tuế, vạn tuế, vạn vạn tuế!"

Philitas nhìn Plotemy đầy tuyệt vọng, miệng ú ớ như muốn nói điều gì, nhưng chiếc khăn trong miệng ngăn không cho Philitas bật ra thành tiếng. Trong phút chốc, ngọn đao hãi hùng giơ cao rồi kết liễu cuộc đời đại tư tế. Đám quạ dáo dác bay trên đỉnh khán đài.

Những dòng lệ rơi dài trên những khuôn mặt sợ hãi của đoàn dân.

Phía Hậu cung, Vua Aetius và Vương hậu Otilia đang vui vẻ uống trà dưới Mái Hiên Mùa Hè, thuộc quảng trường Hoàng gia. Đây là một trong những mái hiên cao nhất của cung điện, thường được các vua nhà Ward dùng làm nơi dạo mát, đàm trà.

"Chúc mừng Bệ hạ! Cuối cùng bệ hạ đã tiêu diệt được nỗi lo mang tên Philitas," Vương hậu nũng nịu cười, ôm hôn tay Aetius.

Aetius ngã người trên chiếc ghế lót lông chiên, cười sảng khoái.

"Ha ha! Cuối cùng ta đã có thể ngủ ngon rồi. Một tên đại tư tế, lại dám đi điều tra cái chết của Tiên hoàng. Ai cho phép hắn? Hắn nghĩ rằng có thể qua mắt ta, Mặt trời của South Monia? Không, không, không một ai của South Monia có thể làm điều đó.

Nhưng phải cảm ơn nàng đấy nhé, Otilia! Kế hoạch của nàng thật tuyệt vời."

Aetius vừa nói, vừa ôm hôn Otilia.

"Nhưng Elishua và Clementine vẫn còn sống. Ta chưa thể nào yên tâm được. Ngày nào cô Công chúa "tội nghiệp" vẫn còn, ngày đó ngai vàng của ta vẫn còn bị uy hiếp." Aetius tiếp lời.

"Một ông già và một con bé, với một ít lính quèn, thì làm gì được chứ? Không chừng chúng đã bị bọn cướp biển giết chết trước khi tìm được nơi trú ẩn... Mà bệ hạ đã gửi thư thông báo cho các vương quốc hết rồi. Ai cũng biết Elishua bây giờ là tội phạm giết vua của South Monia, đang bị truy nã, và bệ hạ là vua mới của chúng ta. Còn gì lo lắng chứ? Bọn chúng sẽ chỉ trốn chạy cho đến ngày chết mà thôi." Vương hậu nhếch miệng.

"Chớ vội chủ quan. Hãy tiếp tục điều quân Thủy thần săn lùng chúng." Nhà vua ra lệnh.

"Tuân lệnh, Bệ hạ."Vương hậu cúi đầu, liếc mắt nhìn nhà vua.

Ánh mắt của kẻ gian tà như thuốc độc nằm trong ly rượu trắng.

Ôi South Monia! Những ngày tháng tươi đẹp nay còn đâu?

Chương 05:
NGƯỜI ĐÀN ÔNG BÍ ẨN

Ngày thứ năm trên Đảo Agina. Clementine lại đi lên ngọn đồi phía sau Trại chỉ huy. Công chúa muốn thăm xem các gia đình đóng trại đến đâu. Tướng quân Elishua đã hạ lệnh cho đoàn dân dựng lều và đóng trại dọc theo sườn đồi, để đảm bảo an toàn và dễ dàng lẫn trốn vào sau núi, trong trường hợp Agina bị tấn công. Những người đàn ông và binh lính đã ra sức phát hoang, mở một con đường mòn từ dưới Trại chỉ huy, chạy qua sườn đồi, dẫn đến một con suối phía trong núi.

Clementine dạo bước qua những căn nhà gỗ dọc ven đồi, đáp chào mấy người quân dân đang bận bịu xây cất, xoa đầu vài đứa trẻ con... Tự nhiên, Công chúa thấy lòng mình ấm áp lạ. Công chúa đã không còn mẹ khi mới lên mười. Phụ hoàng cũng ra đi không lời từ biệt. Thế giới này tưởng chừng như chỉ còn mình Công chúa và thúc phụ Elishua. Nhưng từ ngày rời khỏi căn phòng bé nhỏ của hậu cung, ở bên những con người yêu dấu, trung thành của South Monia, Công chúa có cảm giác như đã tìm thấy một gia đình lớn hơn. Số phận đã chọn Công chúa là người thừa kế của nhà Ward, là chủ nhân của "Cây gậy của người chăn bầy", cũng có nghĩa là sứ mệnh tận hiến cuộc đời vì bầy chiên thơ dại. Phụ hoàng thường nói "Dân như một bầy chiên, cần được yêu thương, che chở và dắt đến bến nước bình an. Người chăn bầy không chỉ là người cầm quyền và ra lệnh, nhưng còn là người bảo vệ và canh giữ." Chân lý đó đã được khắc lên cây gậy vàng, "Lãnh đạo bằng tình yêu".

Clementine nhìn tấm bản đồ trong tay, quyết định đi đến con suối cấp nước phía sau đồi. Theo dấu đường mòn, Công chúa bước đi về phía rừng già.

Bỗng trong không gian vang lên tiếng sáo du dương, trầm bổng thật tuyệt vời. Công chúa nghe lòng xao động, bèn rảo bước chạy theo tiếng sáo.

"Nó ở rất gần." Công chúa nghĩ và cứ chạy đuổi theo. Bỗng, "Áaaa!" Công chúa hét lên, người ngã nhào xuống một cái hố đầy chông tre. Một bàn chân Công chúa đã đâm phải đầu chông nhọn hoắt. Máu bắt đầu chảy ra trong chiếc giày da dê. Công chúa bất lực nhìn quanh tìm kiếm cách thoát thân. Cả núi rừng im lặng, tiếng sáo cũng đã tắt từ khi nào, không một bóng người. Công chúa đang hoang mang, không biết làm sao thoát ra hố chông, thì một giọng nói vang lên từ một lùm cây.

"Ngồi yên, không được cử động!"

Clementine còn chưa nhìn được gương mặt của người phát ra giọng nói kia, thì "vụt" một mũi tên bay qua đầu Công chúa, cắm phập xuống ngay bên cạnh khủy tay Công chúa. Công chúa đưa tay ôm lấy ngực, hốt hoảng nhìn xuống, mũi tên cắm chính xác ngay đầu một con rắn. "Chúa Tạo Hóa ơi, là rắn lục!"

Người đàn ông nhảy xuống mặt đất, nhẹ nhàng như chim ưng. Vóc người cao to, gương mặt giấu sau chiếc mặt nạ bằng da thú. Đôi mắt màu xanh lá như biết nói.

"Này, cô gái, cô không sao đấy chứ? Để ta xem nào!"

Người đàn ông vừa nói, vừa chạy đến bên Công chúa.

"May quá, chỉ là một vết đâm cạn! Giày tốt đấy! Nào, hãy lấy hộ ta mũi tên sau lưng."

Clementine rướn người lên, vừa đưa tay chạm vào mũi tên trong ống đeo, thì "Á!" Công chúa vừa kêu lên, mũi chông tre cùng chiếc giày đã được kéo ra khỏi chân lúc nào không hay.

"Đùa thôi, ta cần lấy mũi tên làm gì chứ? Chẳng lẽ để bắn tiểu thư xinh đẹp đây? Ta chỉ muốn cô tập trung làm việc khác, sẽ không thấy đau khi ta kéo cái chông tre này ra khỏi bàn chân thôi. Xong rồi!"

Người đàn ông vừa nói, vừa xé toạc một miếng vải trên áo, băng bó vết thương cho Công chúa.

"Chung quanh đây có nhiều bẫy thú lắm. Những người mới đến đảo chắc cần thêm đồ ăn dự trữ cho mùa đông. Mùa đông ở đây rất lạnh. Mà này, sao cô lại vào đây có một mình thế? Nguy hiểm lắm! Cô đến từ đâu? Để ta đưa về."

Công chúa chẳng nói một lời, chỉ tay về hướng lán trại.

Nháy mắt, người đàn ông bế Công chúa lên tay, chạy như bay về phía chân đồi. Tiếng lá cây xào xạc dưới chân. Tiếng gió thổi vi vu cuốn theo hương thơm của núi rừng và vị mặn của biển. Clementine có cảm giác như mình đang bay. Vết thương ở chân dường như biến mất. Lần đầu tiên trong đời, cô gái trẻ áp mình vào ngực một người đàn ông không phải là cha mình. Cảm giác như có luồng điện chạy qua trái tim, rồi truyền lên mặt, khiến đôi má Công chúa ửng hồng. Công chúa nhắm mắt lại, áp mặt sát vào người đàn ông thêm chút nữa. Ôi, cảm giác an toàn, bình an đến lạ lùng! Công chúa mỉm cười, rồi thiếp đi giữa vòng tay xa lạ mà thân thương.

"Ngủ đi, Clementine! Đã bao hôm rồi, nàng chưa tròn giấc!"

Clementine thức dậy trong căn lều gỗ đơn sơ. Từng tia nắng ban mai nghịch ngợm trèo qua khung cửa sổ. Nàng với tay lấy chiếc áo choàng, vừa tính ngồi dậy, thì vết đau ở chân làm Công chúa sực nhớ mình đang bị thương. Có tiếng bước chân chạy đến từ đằng sau tấm sáo.

"Thưa Công chúa, Người đã dậy! Chân Công chúa vẫn còn đau. Tối qua mẹ thần đã đắp thuốc cho vết thương, nhưng Công chúa không thể tự đi lại được ít nhất vài ngày nữa. Hãy ở đây, đợi thần một lát. Thần sẽ quay lại ngay."

Cô gái trẻ nói xong, rồi quay bước đi. Một lát sau, quay vào với chiếc xe đẩy.

"Để thần giúp Công chúa ngồi lên xe. Tối qua, tướng quân đã mang đến cho người. Nếu cần gì, xin Công chúa cứ ra lệnh."

Công chúa nhướn người lên khỏi gối, cố vịn chiếc giường và

cô gái, ngồi qua xe đẩy.

"Ngươi là ai? Sao lại ở đây?" Công chúa nhìn cô gái, hỏi.

"Thưa Công chúa, thần là Madena Lennings, con gái của nữ thầy thuốc Alexa Lennings. Rất vinh hạnh được hầu hạ Công chúa."

"Madena, cảm ơn ngươi. Nào, hãy đưa ta ra biển."

"Vâng, thưa Công chúa." Madena nhún người vâng lệnh.

Từng cơn gió mát lạnh thổi qua gương mặt xinh đẹp của nàng Công chúa.

Clementine lặng yên, nhìn về hướng biển, chốc chốc lại quay đầu về phía mấy ngọn đồi sau núi. Tiếng sáo ai như còn vang vọng núi rừng. Lần đầu tiên trong đời nàng có thứ gì đó cứ vương vấn, vấn vương thật khó tả...

Chương 06:
HỘI ĐỒNG NGHỊ SỰ

Trại chỉ huy của thuyền nhân Agina nằm ngay dưới chân đồi, là một lán trại rộng chừng ba mươi thước vuông, được bố trí giữa trại Công chúa và trại lính, là nơi làm việc của Công chúa và Hội đồng nghị sự. Hội đồng nghị sự, có chức năng giống như Hội đồng vương quốc của South Monia, đứng đầu là Tướng quân Elishua. Phía trước Trại chỉ huy có một khoảng sân rộng, là nơi tập hợp binh lính khi cần và nơi tổ chức các sự kiện cho toàn dân trên đảo. Trại chỉ huy có một mái hiên rộng. Dưới mái hiên có một cái ghế để Công chúa ngồi xử án và một cái kẻng để kêu oan hoặc cấp báo. Một tiếng kẻng là kêu oan, ba tiếng kẻng liên tục là cấp báo. Đó là dấu hiệu sử dụng cho tất cả mọi người dân trên đảo.

Công chúa Clementine đã có mặt từ sớm trong Trại chỉ huy. Tướng quân Elishua, sau khi điểm quân buổi sáng tại trại lính xong, cũng vội vã bước về Trại.

Quan thủ kho Aquila và Quan tài chính Asher cũng vừa đến. Họ cùng bước vào, cúi chào Công chúa và bắt đầu cuộc họp.

"Thưa Công chúa, tiết trời đang lạnh dần. Trên núi, cây đã bắt đầu rụng lá. Không biết Công chúa và Tướng quân tính thế nào khi mùa đông sắp đến." Quan Aquila cất tiếng, sau khi đặt chén trà ấm xuống bàn.

"Mùa đông ở đây rất lạnh, không giống như Biển Thành. Rất có thể sẽ có tuyết. Phải đảm bảo người dân có đủ thức ăn, áo ấm và nước sạch." Công chúa nhìn hội đồng, nói.

"Thưa Công chúa, chúng ta hiện có 2000 lính và 500 thường

dân, hầu hết là gia đình binh lính. Lương thực dự trữ chỉ đủ dùng cho một tháng. Chúng ta không có đủ quần áo ấm cho người dân và suối nước nằm xa phía trong núi, nếu trời có tuyết, người dân sẽ không thể đi đến đó được." Quan Aquila tiếp lời.

Công chúa trầm ngâm một lát, rồi quay sang hỏi tướng quân Elishua.

"Tướng quân, người có ý gì không?"

Tướng quân nãy giờ chăm chú lắng nghe, giờ mới lên tiếng nói.

"Thưa Công chúa, ta có dành dụm được một số tiền. Có thể cho người sang Đảo San Hô mua áo quần và lương thực."

Công chúa và mọi người kinh ngạc nhìn vị tướng dày trận mạc và cũng đầy tình yêu thương. Lúc này, quan Asher chậm rãi lên tiếng.

"Thưa Công chúa, trước lúc chúng ta rời Biển Thành, tướng quân có đưa cho thần 600 lạng vàng và 800 miếng bạc, dặn phải cất giữ cẩn thận, vì có lúc Công chúa sẽ cần đến. Thần vẫn cất giữ, như lời tướng quân dặn bảo."

Công chúa nhìn tướng quân, xúc động nói:

"Tướng quân, đó là tất cả số tiền dành dụm của người. Ta không thể dùng nó được."

Tướng quân Elishua trìu mến nhìn Công chúa.

"Thưa Công chúa, không có cuộc xây dựng nào lại không cần tiền. Chúng ta đang xây dựng tương lai của nhà Ward. Chúng ta cần tiền để nuôi quân đội và những người dân trung thành của South Monia. Chúng ta không thể đưa họ cùng chúng ta đến đây rồi chịu chết vì đói, vì rét khi mùa đông đến. Ta cũng là hậu duệ của nhà Ward, giúp đỡ Công chúa khôi phục giang sơn là trách nhiệm của ta. Nếu Công chúa e ngại, hãy xem như số tiền này ta cho Công chúa mượn. Khi nào về lại Vương Thành, hãy trả lại cho ta. Nhưng không được để ta chờ lâu đấy nhé." Tướng quân Elishua vừa nói, vừa nở nụ cười hiền hậu.

Công chúa vẫn chưa hết xúc động, đưa tay ôm lấy hai vai thúc phụ mà giờ đây như người cha yêu quý của mình, rồi nói:

"Cảm ơn Tướng quân. Cầu mong Tạo Hóa ban ơn lành. Ta sẽ đưa hết thảy mọi người sớm ngày về lại quê hương. Đây, ta cũng có một ít góp vào xây dựng tương lai của nhà Ward."

Công chúa nói, rồi cởi bỏ sợi dây chuyền trên cổ, đôi bông tai và mấy chiếc vòng tay bằng vàng, bỏ vào cái đĩa trà, đưa cho quan Asher.

Tướng quân Elishua bèn chặn tay Công chúa.

"Công chúa, sợi dây chuyền này là Vương hậu tặng cho người. Còn mấy chiếc vòng tay này, người luôn thích chúng. Hãy giữ lấy. Tạm thời, số tiền của ta có thể lo được cho mùa đông này."

Công chúa mân mê sợi dây chuyền đầy kỷ niệm của tình mẫu tử, đưa lên áp vào ngực mà lòng thổn thức.

"Vâng, ta sẽ cất giữ dây chuyền của Mẫu hậu. Còn những thứ này, ta không cần giữ cho riêng ta."

Công chúa nói, rồi đẩy chiếc đĩa về phía quan Asher.

"Quan Asher, hãy giữ lấy!"

Quan Asher nhìn Công chúa, nhìn tướng quân, ngần ngại cầm lấy mấy chiếc vòng vàng và đôi bông tai bằng ngọc tinh xảo, rồi lên tiếng.

"Thưa Công chúa va`Tướng quân, trước khi lên đường, thần cũng có mang theo chút bạc. Xin Công chúa cho phép thần được dâng lên Công chúa."

Quan thủ kho Aquila cũng lên tiếng.

"Thần cũng vậy, thưa Công chúa."

Công chúa mỉm cười nhìn quan tài chính và quan thủ kho.

"Cảm ơn hai ngươi! Hãy để nhà Ward chăm sóc South Monia. South Monia cần sự trung thành và lòng tận tụy của hai người. Hãy để dành số bạc đó, chăm sóc gia đình các ngươi.

Bây giờ, ta ra lệnh cho Quan Aquila, hãy chuẩn bị lên đường đi Đảo San Hô, mua đồ ấm và lương thực cho những tháng mùa đông. Còn Quan Asher, hãy chuẩn bị đi Thủ Thành với ta. Tướng quân, xin giúp ta coi sóc Agina và cho ta biết chúng ta cần thêm bao nhiêu tàu chiến và binh khí. Ta sẽ đến gặp Vua Henry. Hy vọng, vua sẽ nể mối giao tình với Phụ hoàng và giúp chúng ta lần này. Dù gì đi nữa, ta phải đi một chuyến. Còn vấn đề về nước sạch, tướng quân hãy nghĩ cách giúp ta. Hy vọng chúng ta sẽ tìm ra cách trước khi mùa đông đến. Hai hôm nữa, ta sẽ lên đường."

Hoàng hôn ngả vàng trên Đảo Agina. Từng tia nắng yếu ớt chiếu qua những tàu lá. Tướng quân Elishua tìm thấy Công chúa đang ngồi trên bãi đá. Dáng người mảnh mai đổ bóng trên dòng nước.

Hơn ai hết, tướng quân là người đã nhìn thấy Công chúa lớn lên từ tấm bé. Cho đến lúc dọn về Biển Thành, năm nào về Vương Thành, tướng quân cũng đến thăm Công chúa và dạy Công chúa bắn tên, tập kiếm. Công chúa là người ít nói, giống Phụ hoàng, thường rất hay cười, như Vương hậu, ưa bắn cung, tập kiếm, giống tướng quân, và thường ít khi bộc lộ cảm xúc. Công chúa vẫn vậy, từ ngày rời khỏi Vương Thành, lúc nào cũng tỏ ra mình cứng cỏi. Nhưng hơn ai hết, tướng quân biết rõ, Công chúa đang rất đau buồn, đau đến cùng cực.

Cảm xúc là biểu hiện của con tim. Hành động là sự trả lời của lý trí. Khi lý trí điều khiển con tim, bắt mọi hành động phải vâng theo điều lý trí cho là tốt nhất, cũng chính là lúc trái tim càng thêm tổn thương và đau đớn. Chỉ là sự tổn thương, đau đớn ấy chỉ dành riêng cho một người. Khi Công chúa càng tỏ ra mạnh mẽ bên ngoài, là lúc sự yếu đuối càng ăn sâu, và nỗi đau càng thêm tê tái.

Tướng quân lại gần bên Công chúa, ngồi xuống tảng đá kế bên, nhẹ nhàng hỏi.

"Công chúa vẫn khỏe đấy chứ? Mùa đông sắp đến. Hãy bảo trọng!"

"Ta vẫn ổn. Cảm ơn thúc phụ! Sao người biết ta ở đây?"

"Sao ta biết được? Chỉ là ta muốn đi dạo một lát, vô tình

thấy Công chúa đang ngồi đây." Tướng quân nhìn Công chúa, khẽ cười, rồi nói tiếp, "Vua Henry là một vị vua tốt. Ta tin Ngài ấy sẽ giúp chúng ta. Đừng lo lắng. Có một câu nói thế này, "Vì Chúa biết đường người công bình. Nhưng đường kẻ ác rồi bị diệt vong"[2]. Hãy vững lòng! Rồi chúng ta sẽ sớm về lại Vương Thành và tìm ra kẻ đã sát hại Tiên hoàng."

Clementine yên lặng, nhìn ra biển vắng. Từng cơn sóng vỗ xào xạc bên bờ đá.

Tướng quân nhặt lấy mấy viên đá cuội, đưa cho Công chúa.

"Người ta thường nói "nước chảy đá mòn", nhưng nếu những viên đá này không bị dòng nước xô đẩy thì làm sao trở nên sáng bóng thế này? Đời sống con người giống như viên đá này. Bị nước cuốn đi hay trở nên sáng bóng, là do có trụ nổi khi những con sóng tràn đến hay không. Thần tin, Tiên hoàng có đủ lý do để chọn Công chúa làm người kế vị của nhà Ward. Tất cả chúng ta đều tin vào Công chúa. Công chúa là hy vọng duy nhất của South Monia."

Công chúa cầm lấy viên đá sỏi, cho vào túi áo.

"Cảm ơn thúc phụ. Ta sẽ không quên lời nhắc nhở của người."

Tướng quân nhìn Công chúa, gật đầu, rồi hỏi.

"Sao mấy hôm rồi, ta không thấy Kim phụng? Hay Công chúa gọi Kim phụng đến đây. Ta cũng nhớ nó."

Công chúa đưa tay lên miệng huýt sáo. Thoáng chốc, Kim phụng đã xuất hiện phía đỉnh đồi. Công chúa đứng dậy, mặt cười tươi.

"Kim phụng! Ta ở đây! Ta ở đây!"

Tướng quân nhìn Công chúa, khẽ cười "Công chúa vẫn vậy. Mỗi lần gặp Kim phụng là quên hết mọi âu lo."

Kim phụng đậu xuống trên mỏm đá kế bên Công chúa. Công chúa ôm lấy đầu Kim phụng, hôn lên cái cổ dài mịn mướt...

Mặt trời lặn dần sau đỉnh núi. Từng đàn chim biển bay về phía chân trời. Một ngày khép lại trên Đảo Agina.

---

2 Thi Thiên 1:6

Chương 07:
THỦ THÀNH

Thủ Thành, kinh thành lớn nhất Đại Dương tinh, kinh đô của Pride Lands, từ lâu nổi tiếng với những đồng cỏ bao la và những dòng sông uốn lượn. Nó cũng được mệnh danh là một thành bất khả xâm phạm, nhờ hệ thống tường thành kiên cố và dày đặc tháp canh. Có 250 tháp canh và những phòng cho lính gác bên trên vách thành. Cũng có 100 cổng thành bằng đồng, cao 20 thước. Vách thành cao đến 200 thước, dày 30 thước, sâu xuống đất 10 thước, hầu cho quân thù không thể đào hầm xông vào được.

Thủ Thành nằm bên dòng sông Alpha, chạy song song với biển. Có các cầu treo bằng đồng bắc qua sông, là lối đi duy nhất vào thành. Ban đêm các cầu sẽ được cất đi, và kinh thành hoàn toàn trở lên biệt lập.

Cung điện Bốn Mùa của nhà Foreman toạ lạc trên vùng đồng bằng rộng lớn, trên con đường dẫn từ cổng thành phía đông đến dãy rừng già. Cũng có một dòng sông khác, dòng sông Omega chảy ngang qua cung điện và một mê cung tùng bách rộng đến 8 mẫu bao bọc tứ phía.

Cung điện do Vua Erick xây năm 510 sau Thánh Chiến, với ý tưởng về một ngọn đồi bốn mùa hoa nở.

Cung điện năm tầng bằng gạch trắng, được chia thành Hữu Cung và Tả Cung bởi dãy cầu thang nối các tầng lầu từ dưới đất lên sân thượng. Có 1500 cửa sổ đầy hoa và dây leo. Phía trước các cửa sổ là những hành lang có mái vòm. Các mái vòm được đỡ bằng các trụ vuông bọc vàng sáng bóng. Nối các trụ là những lan can bằng gạch trắng. Dọc theo các lan can là những dây hoa đầy sắc màu và các cây tùng bách. Có khoảng 20 suối nước nhân tạo nằm xen kẽ các dãy cầu thang mặt trước cung điện. Bên dưới mỗi suối nước là một hồ cá tuyệt đẹp. Có một hồ nước rộng nằm phía sau vườn thượng uyển, với vô số hoa thơm trái ngọt, các vườn hồng nhiều màu và các trụ phun nước cao. Cũng có nhiều ghế đá và các bức điêu khắc bằng đá, ghi lại các chiến tích hào hùng của nhà Foreman.

...

Clementine ngồi trên thuyền, say sưa ngắm nhìn vẻ đẹp tuyệt vời của Thủ Thành. Chiếc thuyền trôi nhẹ trên dòng sông giữa hai bờ cây lá đỏ. Thuyền cập bến bên ngoài cung điện. Quan Asher trả tiền cho người lái thuyền, rồi mau chóng theo chân Công chúa và Madena tiến về cổng gác phía đông. Sau khi trình giấy thông hành, Công chúa cùng tùy tùng được mời lên xe ngựa, và từ đây, người đánh xe ngựa đưa Công chúa cùng quan Asher và Madena băng qua mê cung, tiến về cổng chính. Tiếp Công chúa tại một căn phòng rộng lớn, thuộc khu tiền sảnh tầng ba của Hữu Cung, gọi là Điện Mặt Trời[3], là cô cung nữ trẻ, trạc tuổi Công chúa, giọng nhỏ nhẹ.

"Xin mời Công chúa thưởng thức trà. Đức vua đã được thông báo về sự viếng thăm của Công chúa."

Chưa uống hết tách trà, Vua Henry đã đến. Vua nhìn cao lớn trong bộ áo bào màu đỏ tía, với những hoa văn được thêu chỉ vàng. Mái tóc vàng được chải gọn gàng bên dưới chiếc vương miện bằng vàng ròng, có hình chim đại bàng ngay chính giữa. Khi vua vừa đến cửa, hai người hầu đứng chầu hai bên tấm màn nhung phân cách căn phòng, liền nhẹ nhàng kéo bức màn qua hai bên, để lộ một chiếc ngaivàng sáng chói, được đặt bên trên một bệ cao dát vàng. Phía sau ngai là bức tường vàng cao đến năm thước, phản chiếu những tia sáng lấp lánh khắp căn phòng. Chính giữa bức tường có một điêu khắc bằng vàng hình chim đại bàng đang tung cánh trên hai lưỡi kiếm vàng đặt chéo nhau. Vua Henry ngồi xuống trên chiếc ngai. Gương mặt vua ngập tràn ánh hào quang. Tự nhiên, Công chúa nhớ đến những câu chuyện thời bé của nhũ mẫu về xứ

3 Nơi làm việc của nhà vua.

sở thần tiên phương Bắc, nơi có cung điện bằng vàng và mọi vật dụng trong đó cũng bằng vàng, đến những con ngựa phi trên đồng cỏ cũng có những bộ móng vàng.

Vua Henry nở nụ cười ấm áp cùng Công chúa và tùy tùng đang đứng dưới ngai.

"Chào mừng đến với the Pride Lands, Công chúa Clementine!"

Clementine cùng quan Asher và Madena cúi đầu diện kiến.

"Công chúa Clementine của South Monia xin bái kiến Đức vua đáng kính của Pride Lands xinh đẹp! Vạn tuế, vạn tuế, vạn vạn tuế!"

Nhà vua đưa tay ra hiệu cho tất cả cùng ngồi, rồi hỏi.

"Clementine, ngọn gió nào đã mang Công chúa đến đây? Ta được biết Công chúa đã mất tích từ lúc vua cha qua đời và thống lĩnh bộ binh, Thân hoàng Aetius đã lên ngôi."

Clementine đưa tay vén vạt áo, nhẹ nhàng ngồi xuống, rồi thưa cùng nhà vua.

"Thưa Đức vua, ta không hề bị mất tích. Thúc phụ Elishua đã kịp cứu ta thoát khỏi bàn tay cừu thù tại South Monia. Vua cha Kujj Ward III đã bị người ta ám hại. Ta vẫn đang điều tra về cái chết bí ẩn của Phụ hoàng..."

Công chúa ngừng một lát, rồi ngước nhìn nhà vua.

"Hôm nay ta đến đây, để nhờ Đức vua giúp đỡ."

Vua đưa ánh mắt trìu mến nhìn Công chúa, "Ta có thể làm gì cho Công chúa?"

"Thưa Đức vua, ta cần 15 chiến thuyền và 2000 bộ giáp cùng cung tên." Công chúa trả lời.

"15 chiến thuyền, 2000 bộ giáp. Có vẻ như Công chúa đang có một đội quân ở cùng?"

"Vâng, thưa Đức vua. Là thủy quân của South Monia. Phần lớn bọn họ đã trung thành vượt biển cùng ta. Chúng ta đã từ Biển Thành đi đến một đảo hoang gần phía Tây Bắc Đại Dương. Chúng ta cần vũ khí tự vệ và quân đội để quay về Vương Thành. Từ nhỏ, ta đã nghe Phụ hoàng kể về lòng nhân ái của Đức vua. Ta cũng biết

Đức vua và Phụ hoàng, xem nhau như bằng hữu chi giao. Hy vọng Đức vua nghĩ đến ân tình của Phụ hoàng mà giúp đỡ ta. Phụ hoàng ta trên cao, sẽ rất cảm ơn Ngài. Khi nào về lại Vương Thành, giành lại ngôi báu, ta xin hoàn trả chi phí và đa tạ đến Đức vua."

Vua Foreman trầm ngâm một lúc, rồi nói cùng Công chúa.

"Công chúa cũng vừa mới đến đây. Hãy ở lại thêm một hai hôm nữa. Ta sẽ cân nhắc lời thỉnh cầu của Công chúa."

Công chúa cảm tạ nhà vua, rồi cùng tùy tùng theo chân lính gác, khuất dần sau mấy dãy hành lang. Vua Foreman cho mời Thừa tướng William Foreman và Quan ngân khố Rich Wilhelm. Nhưng hai người tìm cách can ngăn ý định giúp đỡ của nhà vua.

"15 chiến thuyền và 2000 bộ giáp cùng cung tên? Một con số không hề nhỏ, thưa Bệ hạ," quan Wilhelm vừa nói, vừa loay hoay ngòi bút trên bảng giấy.

"Bệ hạ có nghĩ đến mối quan hệ ngoại giao với vua mới của South Monia có thể bị ảnh hưởng nghiêm trọng, nếu ta quyết định chi viện cho nàng Công chúa lưu vong?" Thừa tướng William lên tiếng.

Quan ngân khố kéo cặp kính ra khỏi mắt, ngước đầu nhìn nhà vua.

"Thưa Bệ hạ, con số ước tính là 2698 bảng vàng, tương đương với tiền công một năm của 5000 thợ mỏ. Xin Bệ hạ hãy suy xét kỹ càng!"

Vua Foreman nhìn quan ngân khố, rồi nhìn Thừa tướng... Ắt hẳn nhà vua đã có quyết định trong lòng.

...

"Đã 2 ngày rồi, không nghe tin tức gì từ Vua Foreman. Thần e là nhà vua có thể từ chối giúp đỡ", quan Asher lên tiếng, khi rảo bước cùng Công chúa và Madena dọc theo vườn thượng uyển.

Clementine yên lặng, bước lên từng bậc thang của tầng thượng cung điện. Chút se lạnh của trời thu càng làm không gian thêm tĩnh lặng. Xa xa, mấy con chim tung cánh, bay cao về phía chân trời.

Từ ban công, Công chúa điềm tĩnh quan sát khắp kinh thành. Bên dưới, Thủ Thành hiện ra như một tấm màn nhung xanh khổng lồ, được tô điểm bằng những sợi kim tuyến lấp lánh là những dòng sông. Từ đây, Công chúa có thể nhìn thấy những chiếc cổng bằng đồng và những bức tường kiên cố bên kia dòng sông Alpha. Một ý nghĩ chợt lóe lên trong đầu Công chúa. Công chúa quay sang quan Asher, giọng tràn đầy niềm hy vọng.

"Ta tin Vua Henry sẽ nhận lời. Đưa cho ta bản đồ của Đại Dương tinh."

Quan tài chính lấy tấm bản đồ trong túi áo, trao cho Công chúa. Vừa lúc đó, một cung nữ của nhà vua bước đến.

"Thưa Công chúa, Đức vua cho mời người."

Clementine thong thả bước theo chân cung nữ.

Thừa tướng William và quan ngân khố đã có mặt tại Điện Mặt Trời cùng nhà vua. Sau nghi thức chào hỏi, quan ngân khố đi thẳng vào vấn đề.

"Thưa Công chúa, nhờ ơn Tạo Hóa và Bệ hạ, Pride Lands chúng tôi được phồn vinh và giàu có, nhưng ngân khố không thể sử dụng một cách sai lầm. Xin Công chúa hãy cho chúng tôi một lý do, vì sao chúng tôi phải cấp cho Công chúa 15 chiến thuyền, cùng 2000 giáp sắt và binh khí."

Clementine đứng dậy khỏi ghế, mở cuộn bản đồ trong tay, đưa một vòng cho nhà vua, thừa tướng và quan ngân khố xem.

"Kính thưa Đức vua, hãy xem đây! Đây là bản đồ của Đại Dương tinh. Đây là South Monia và Pride Lands," Công chúa vừa nói, vừa chỉ tay vào bản đồ. "Pride Lands sở hữu đường bờ biển dài, với nhiều hải cảng sầm uất, những mỏ vàng, đồng, gỗ quý và những đồng cỏ tươi tốt, là niềm tự hào của Pride Lands, nhưng cũng là khao khát của bao nhiêu vương quốc khác. Aetius là người nhiều tham vọng. Nếu vị trí quyền lực thứ nhì tại triều đình nhà Ward vẫn không khiến hắn hài lòng, thì liệu bờ biển của South Monia có thể giữ chân được hắn?

Thủ Thành, được tiếng là một thành bất khả xâm phạm.

Nhưng nếu chỉ thủ, mà không có công, điều gì có thể bảo đảm cung điện của nhà vua sẽ được an toàn, bền vững? Pride Lands giàu có, thứ gì cũng có, nhưng có một thứ nhà vua không có, cũng không thể mua được. Và đó, là thứ ta đang có."

Nghe đến đây, ai nấy cũng tròn mắt nhìn Công chúa. Chỉ có vua Foreman mới đoán hiểu được, nên mỉm cười, gật đầu.

"Là thứ gì?" quan ngân khố hỏi.

"Là một đội quân thủy chiến tinh nhuệ," Công chúa nhìn quan ngân khố, trả lời dõng dạc. "Công giá 15 chiến thuyền và 2000 bộ giáp tương đương với tiền lương 10 năm của 500 thợ giỏi. Ta sẽ trả đức vua bằng một hợp tác tuyệt vời, 500 lính tinh nhuệ của South Monia, sẽ vì Pride Lands, chiến đấu trong 10 năm, mỗi khi Pride Lands cần điều động thủy quân để bảo vệ an ninh lãnh thổ trên biển. Đồng thời, Thống lĩnh Thủy quân của South Monia, Tướng quân Elishua sẽ trực tiếp huấn luyện thủy quân cho Pride Lands mỗi năm một lần trong suốt 10 năm đó."

Công chúa nói tiếp trong lúc ai nấy cũng đều chăm chú lắng nghe.

"Kính thưa Đức vua, tiền không thể mua được máu anh hùng. Một con ruồi có thể làm nghiêng cả cán cân. Pride Lands có Agina, vẫn tốt hơn là không có. Mong đức vua hãy suy xét kỹ càng. Ta đợi tin của Ngài."

Công chúa nói xong, liền cúi chào đức vua. Chưa kịp quay gót, thì Vua Henry cất tiếng nói.

"Clementine! Hãy khoan!"

Công chúa quay mặt lại, ngước nhìn nhà vua, mà trong lòng khấp khởi mừng thầm.

"Ta chấp nhận lời đề nghị của Công chúa."

Một nụ cười tươi thay cho lời nói, Công chúa cúi đầu đa tạ đức vua.

Quan Asher và Madena thở phào nhẹ nhõm. Thừa tướng William và quan ngân khố bước đến bên cạnh Clementine.

"Chúc mừng Công chúa! Quả không hổ danh là Công chúa của nhà Ward."

...

Mười lăm chiến thuyền, đầy ắp vũ khí và lương thực đang di chuyển về hướng Agina.

Công chúa Clementine đứng trước mũi tàu, trầm ngâm nhìn về hướng South Monia. Từng con gió thổi qua, làm tung bay mái tóc nâu vàng óng ả. Quan Asher tiến lại gần Công chúa.

"Thưa Công chúa, có điều này, thần không hiểu. Sao Công chúa lại đề nghị huấn luyện thủy quân cho Pride Lands và cho phép thủy quân của ta chiến đấu cho nhà Foreman? Các vua nhà Ward, xưa nay vẫn luôn giữ lập trường trung lập, nhất là quân đội, tuyệt nhiên không bao giờ chiến đấu bên ngoài lãnh thổ South Monia."

Công chúa nhìn quan Asher, dường như hiểu được nỗi âu lo của quan tài chính.

"Ta hiểu nỗi lòng của quan. Nhưng Đại Dương giờ đã đổi thay. Ta làm điều đó, không phải chỉ để đổi lấy vũ khí và 15 chiến thuyền thôi đâu. Cái chính là để bảo vệ Agina. Quan Asher hãy nghĩ mà xem. Nếu Agina bị tấn công, liệu Vua Henry có ngồi yên để Aetius giết hại huấn luyện viên thủy binh và những người lính giỏi nhất luôn sẵn sàng chiến đấu bảo vệ lãnh thổ của nhà Foreman? Thực ra đó không phải là đề nghị để quân đội chúng ta chiến đấu cho nhà Foreman. Đó là chiến lược thiết lập một liên minh. Và chúng ta thực sự đang rất cần một đồng minh như Vua Henry vào thời điểm này. Quyết định này là một phòng vệ cho Agina. Quan tài chính hiểu chứ?"

"Vâng, thưa Công chúa. Thật không ngờ Công chúa đã nghĩ đến việc đó. Thần rất khâm phục. Tiên hoàng Kunj Ward chắc rất tự hào về Công chúa. Cầu mong Tạo Hóa bảo vệ Agina và đưa chúng ta sớm ngày trở về South Monia."

Clementine gật đầu. Đôi mắt vẫn dõi theo những cánh chim đang bay về phương Nam. "Hãy đợi ta. Ta sẽ sớm quay về, South Monia."

Chương 08:
MÙA ĐÔNG XỨ LẠ

Mùa đông đã về trên Đảo Agina. Những bông tuyết đầu mùa lất phất bay trên những cây tùng bách phía ngọn đồi. Biển ồn ào những con sóng vỗ vào vách đá. Bên ngoài trại quân, các binh lính vẫn tập luyện không ngừng. Clementine nhìn qua cửa sổ, bao nhiêu cảm xúc và ký ức về South Monia cứ rối bời tâm trí... South Monia không thực sự có mùa đông. Mùa đông chẳng qua là mùa mưa bão. Có khi mưa cả tháng không ngừng, đến nỗi người ta phải chèo thuyền qua những cánh đồng lúa nước của vương đô.

Tướng quân Elishua gõ cửa bước vào, làm cắt ngang dòng suy tưởng của Công chúa.

"Thưa Công chúa, người vẫn ổn chứ?"

"Con vẫn ổn, thúc phụ. Chỉ là con đang nhớ đến South Monia. South Monia chưa từng có tuyết đẹp thế này."

Tướng quân Elishua rót một chén trà, rồi thả người xuống ghế. Mùi trà nóng bốc ra thơm phức.

Công chúa hướng mắt vào tướng quân, hít một hơi dài, buông giọng chậm rãi.

"Thúc phụ, có việc này, con đã giấu người, vì chưa biết phải nói thế nào với thúc phụ..."

Công chúa ngập ngừng: "Là vua mới của South Monia... Bá phụ Aetius đã tuyên bố quyền hợp pháp kế thừa ngai vàng của nhà Ward, và tuyên bố... thúc phụ là kẻ phản thần, kẻ giết vua và bắt cóc Công chúa. Lệnh truy nã thúc phụ đã được ban bố khắp nơi. Con đã vô cùng bất ngờ khi nghe Vua Henry nói bá phụ đã lên ngôi. Và đã cho người bí mật điều tra. Buồn thay, tin tức hoàn toàn chính xác."

Tướng quân Elishua đặt chén trà xuống bàn, bình tĩnh nhìn Công chúa.

"Công chúa, thật ra ta đã đoán được Aetius sẽ lên ngôi vua lúc chúng ta rời Biển Thành. Ta cũng không bất ngờ khi hắn đổ tội tày đình ấy cho ta. Chỉ có cách đó hắn mới che mắt được người ngoài."

Tướng quân Elishua ngần ngừ một lát, rồi nói tiếp.

"Ta suy đoán cái chết của Tiên hoàng có liên quan đến Aetius. Đã đến lúc chúng ta cần cho người bí mật điều tra vua mới của South Monia."

Clementine yên lặng gật đầu, hai bàn tay đan chặt vào nhau...

Ngoài kia, những bông tuyết vẫn rơi hờ hững!...

Rồi Công chúa lên tiếng, phá tan sự yên lặng.

"Thúc phụ, hai hôm nữa, con sẽ đi Vùng Đất Sắt."

"Đi Vùng Đất Sắt?" Tướng quân ngạc nhiên hỏi.

"Vâng, thúc phụ. Mặc dầu chúng ta đã có đủ thuyền chiến và áo giáp cho quân đội. Nhưng nếu nói đến vũ khí tốt nhất, thì phải đến Vùng Đất Sắt, kho vũ khí của Đại Dương. Thúc phụ đã nói với con điều đó. Vua Henry đã hào phóng, không chỉ cung cấp cho chúng ta 15 chiến thuyền, 2000 bộ giáp và 2000 cung tên. Nhà vua đã tặng chúng ta 200 bao lương thực và cho chúng ta vay 2000 lượng vàng không lãi suất. Con muốn dùng số tiền đó, đến Vùng Đất Sắt, mua những dao kiếm tốt nhất cho thủy quân của chúng ta. Quân đội chúng ta tuy ít, nhưng phải là đội quân giỏi nhất. Một người có thể địch trăm người. Có như vậy, chúng ta mới có thể chiếm được Vương Thành, khôi phục nhà Ward, báo thù cho Phụ hoàng, giải oan cho thúc phụ."

Tướng quân Elishua nhìn Công chúa, biết ý Công chúa đã quyết, không thể nào thay đổi được, bèn nhẹ nhàng nói.

"Đường xa, trời lạnh. Công chúa hãy bảo trọng! Agina đã có ta lo. Nhưng có điều này, ta cần nói với Công chúa. Mọi sự trên đời đều có chu kỳ của nó. Sự trả thù chỉ đẩy con người ta vào cái hố được đào sẵn, nhưng tình yêu thương và sự tha thứ sẽ phục hồi bông trái tốt lành. Tình yêu thương sẽ làm nên phép lạ!"

Công chúa lại gần, nắm đôi bàn tay chai sần, cứng cáp của thống lĩnh Thủy quân.

"Thúc phụ đừng lo. Con sẽ luôn nhớ lời dặn dò của thúc phụ. Cảm ơn Tạo Hóa! Khi Phụ hoàng không còn, con vẫn còn thúc phụ ở bên con."

Ngoài kia, những bông tuyết vẫn rơi đều...

Vài đứa trẻ nô đùa bên tuyết trắng cùng mẹ cha.

Đường mương dẫn nước về làng xâm xấp nước. Hệ thống nước được xây dựng mấy tuần trước nay đang đưa nước về từng lều trại.

Mùa đông đầu tiên trên xứ lạ. Nhưng tình yêu đã biến xứ lạ thành quê hương.

Chương 09:
VÙNG ĐẤT SẮT

Vùng Đất Sắt là một trong ba vương quốc giàu có nhất Đại Dương. Từ lâu nổi tiếng là quê hương của những thợ rèn tài ba và là nơi cung cấp vũ khí cho nhiều quân đội.

Dòng họ Vanin cai trị Vùng Đất Sắt từ trước cuộc Thánh Chiến. Tuy lãnh thổ chiếm đến 1/5 diện tích toàn Đại Dương, hầu hết cư dân của Vùng Đất Sắt sinh sống tại phần thảo nguyên phía Nam. Nơi đây, khí hậu vô cùng khắc nghiệt, mùa hè chói chang nắng, còn mùa đông giá lạnh, tuyết phủ khắp nơi. Hơn 2/3 diện tích còn lại là rừng rậm ở phía Tây và phía Bắc. Những cánh rừng đã ở đó hàng ngàn năm, quanh năm tuyết phủ, ẩn chứa trong mình những kho sắt vô tận và những nỗi kinh hoàng về dã nhân...

Vua Fedor Vanin cai trị Vùng Đất Sắt từ năm 980 sau Thánh Chiến, sau cái chết bí ẩn của cha và các anh em trai vua, tại lễ đăng ngôi của anh trai vua là Thái tử Ivano Vanin. Nghe nói nhà vua đã may mắn thoát chết, vì đã không được mời đến bữa tiệc đăng ngôi.

Công chúa Clementine, cùng quan Asher và tỳ nữ Madena cập cảng Vùng Đất Sắt lúc trời tờ mờ sáng. Sau khi trả tiền mua chiếc xe ngựa tốt nhất, họ tiến về kinh thành. Công chúa và Madena cải trang thành những quý tộc của Đảo San Hô, còn quan Asher làm người đánh xe. Chiếc xe ngựa phóng nhanh giữa tiết trời giá lạnh. Các lối đường ngập tuyết trắng tinh.

Chạng vạng chiều, kinh thành Sắt ở ngay trước mặt. Những căn nhà hai tầng bằng gỗ, tiếp nối nhau thành những dãy phố dài, dọc theo đường đến cung điện. Cuối mỗi dãy phố, có một cái chuông báo động lớn. Tiếng đe, tiếng búa, tiếng lửa xoẹt ra từ các lò rèn hai bên phố, phần nào làm bớt đi chút lạnh giá của kinh thành ngập trong tuyết phủ.

Chiếc xe ngựa dừng trước cửa một tiệm rèn lớn nhất phố. Madena và quan Asher xuống ngựa, bước vào trong. Ông chủ tiệm, chắc đã ngoài tám mươi, khệ nệ cái bụng bự, tiến đến tươi cười.

"Quan khách cần gì?"

Madena đưa cho ông tấm giấy đã được tướng quân Elishua viết sẵn.

"Thì ra là người quen của tướng quân Elishua. Ngài ấy vẫn khỏe chứ? Đã nhiều năm không gặp." Ông lão đọc xong tờ giấy, ngẩng mặt nhìn Madena. "Tiệm rèn của tôi không thể bán số vũ khí này, thưa tiểu thư. Tiểu thư phải đến Uỷ ban quản lý sắt của nhà vua. Số lượng mua vượt mức quy định. Nếu không có giấy phép chấp thuận của nhà vua, tiểu thư sẽ không thể nào mang được số vũ khí này ra khỏi Vùng Đất Sắt. Thậm chí có thể bị điều tra và đưa vào danh sách cấm."

Madena chào ông lão chủ tiệm, cùng quan Asher bước lên xe ngựa.

"Thưa Công chúa, chúng ta phải đến Uỷ ban Quản lý sắt của nhà vua." Quan Asher nói cùng Công chúa.

Clementine gật đầu. Chiếc xe ngựa nặng nề chuyển bánh.

Con đường tuyết dẫn đến Cung điện Mùa Đông của Vua Sắt. Cung điện là một tòa nhà ba tầng màu trắng, nằm cuối các dãy phố. Tòa nhà cao chừng 20 thước, dài chừng 200 thước, với 1200 cửa sổ có mái vòm, được chạm trổ tinh vi. Có các trụ tròn to, chạy dọc theo cửa sổ từ dưới đất lên đỉnh lầu. Các trụ tròn được điêu khắc tinh xảo ở hai đầu. Tất cả các điêu khắc đều được mạ vàng. Có bốn cổng sắt phân cách tòa nhà với khu vườn trước mặt và hai bên quảng trường. Chính giữa khu vườn là một hồ nước rộng, với nhiều đài phun nước. Mặt hồ đã bị đóng băng. Các bụi cây trong vườn lấp lánh những bông thủy tinh trong suốt trên cành khô. Chỉ có loài tùng bách và cây vân sam vẫn tươi xanh đón chào những cơn gió buốt lạnh của ngày đông.

Chiếc xe ngựa chầm chậm di chuyển qua khu vườn thủy tinh tuyệt đẹp. Clementine thấy lòng nhẹ nhõm khi nhìn những bông tuyết đung đưa trên những bụi cây.

Nếu đời là những bụi cây đầy gai góc, vẫn xin được làm bông tuyết trắng tinh, nhẹ nhàng tô điểm cho cuộc đời lung linh trong giá lạnh. Nếu cuộc đời chỉ là giá lạnh, vẫn xin được làm một bụi cây, dù trơ cành, vẫn vươn lên trong gió, để đón chào những bông tuyết tuyệt đẹp, đã được sắm sẵn cho ngày đông.

Xe ngựa dừng lại bên cổng gác. Quan Asher xuất trình giấy thông hành cho lính gác, rồi tiến vào bên trong cung điện. Tiếp Công chúa là một cung nữ trẻ, tuổi chừng hai mươi, trông rất lanh lẹ.

"Thưa Tiểu thư, xin tiểu thư vui lòng đợi."

Cô cung nữ lên tiếng, sau khi đặt mấy chén trà nóng xuống bàn. Một làn khói mỏng phả lên cuốn theo mùi thơm của quế phần nào làm vơi đi cái lạnh. Clementine nhâm nhi tách trà, đưa mắt đảo khắp căn phòng. Đã nghe Phụ hoàng và thúc phụ kể về Vua Sắt, vị vua kỳ lạ của Đại Dương, với chiều cao khác người và khả năng tính toán thần kỳ xưa nay hiếm gặp. Căn phòng rộng hai mươi thước vuông, được trưng bày vô số tranh và điêu khắc, là những món hàng được Vua Fedor sưu tầm từ khắp các vương quốc của Đại Dương. Có vài món đồ kỳ lạ mà Clementine chẳng hiểu đó là gì.

Không gian yên tĩnh vụt vỡ tan khi Vua Sắt xuất hiện cùng một quan cận thần và mấy tên hộ vệ. Nhìn vua không hoàn toàn giống như những lời đồn Công chúa được nghe. Đúng là dáng người tuy thấp, nhưng vua tuyệt đối không phải là "vua lùn gớm ghiếc", hay "kẻ xui xẻo của hoàng cung". Gương mặt vua toát lên vẻ đẹp thuần tuý của người vùng núi Hallatt, quê hương của mẹ vua. Đôi mắt phù quang hài hoà với vẻ mặt tươi nghiêm và mái tóc màu xám khói bồng bềnh ngang vai. Chiếc băng buộc tóc từ trán qua nửa đầu sau được làm từ một loại da thú tốt, rất mịn, đính các hạt ngọc đủ màu. Nhà vua cầm hai viên bi sắt trong tay, không ngừng lăn chúng. Nghe nói, chúng và chiếc băng buộc tóc cũng là vũ khí của nhà vua.

Nhà vua tiến lại gần Công chúa, vui vẻ chào.

"Chào mừng đến Vùng Đất Sắt, Công chúa Clementine Ward!"

Nhà vua vừa nói, vừa lăn tròn mấy viên bi trong tay.

Công chúa cùng quan Asher và Madena đứng dậy khỏi ghế, nhẹ nhàng đáp lễ. Công chúa còn đang bối rối, không biết bằng cách nào nhà vua lại nhận ra mình, thì Vua Fedor đã tiến đến, lịch thiệp hôn lên tay Công chúa. "Ta đã nghe tin Công chúa mất tích và biết được nàng đã đến Vùng Đất Sắt sáng nay." Nhà vua nói khi ngồi xuống chiếc ngai sắt thấp, chính giữa bức tường bằng gỗ bá hương, đối diện cửa chính.

"Đừng lo, ta không hề báo tin này cho bá phụ của Công chúa. Và cũng sẽ giữ bí mật ấy cho nàng."

Nhà vua nói xong, liền vỗ hai tay. Ngay lập tức, mấy tên lính khiêng đến 10 thùng sắt lớn, đặt bên cạnh Công chúa.

"Ta biết Công chúa cần gì khi đến đây. Hãy xem! Bấy nhiêu chắc đủ cho nàng chứ?" Vua Fedor hất mắt nhìn Công chúa.

Mấy tên lính mở nắp thùng sắt. Công chúa và quan Asher không khỏi kinh ngạc. Đúng là thứ Công chúa đang cần.

"2000 kiếm và 2000 dao ngắn, loại tốt nhất của kinh thành Sắt. Và đây là thứ ta tặng riêng cho nàng."

Vua Sắt lên tiếng, rồi ra hiệu cho lính dâng lên Công chúa một chiếc hộp bằng gỗ quý.

"Hãy mở ra!" Nhà vua nói.

Công chúa bối rối mở chiếc hộp gỗ. Bên trong là một cung tên được bọc vàng, có khảm một viên ngọc đỏ ngay chính giữa cánh cung.

Công chúa cầm lấy cung tên. Nó tuyệt đẹp. Nhưng Công chúa quay sang, nói với nhà vua.

"Ta vô cùng cảm kích tấm lòng hào phóng của nhà vua.

Nhưng món quà quý này, ta không thể nhận được."

Vua Sắt đứng dậy khỏi ghế, loay hoay cầm lấy tay Công chúa kéo dây cung.

"Nàng xem! Chỉ có nàng, Nữ hoàng xinh đẹp nhất của Đại Dương, mới xứng đáng sử dụng cung này. Hãy giữ lấy. Ý ta đã quyết."

Công chúa thấy sự cương quyết của nhà vua, nên cúi đầu thay cho lời cám ơn.

Quan Asher hỏi giá tiền của mười thùng vũ khí, rồi trao túi vàng cho quan cận thần của vua. Công chúa đứng dậy, chuẩn bị nói lời từ biệt, thì nhà vua lên tiếng.

"Hãy khoan! Trời bên ngoài đã tối. Dù sao nàng cũng không thể quay về trong đêm. Hãy ở lại cung điện của ta. Xin đừng từ chối buổi tiệc ta đã chuẩn bị cho nàng."

Nhà vua nói xong, liền dời gót. Công chúa dường như không còn cơ hội để chối từ.

"Vậy thì, hãy ở lại cung điện một đêm," Công chúa quay sang, nói cùng quan Asher và Madena.

Trời tờ mờ sáng, Clementine cùng tùy tùng đến chào Vua Sắt và rời khỏi Cung điện Mùa Đông.

Tiếng xe ngựa lộc cộc trên con đường đầy tuyết. Quan Asher nói vọng cùng Công chúa.

"Thật không ngờ mọi việc lại suôn sẻ như vậy, thưa Công chúa!"

Clementine không nói gì, chỉ mỉm cười. Có điều gì đó kỳ lạ về Vua Sắt, Công chúa không thể nào hiểu được...

Ngoài kia, tuyết lại bắt đầu rơi...

Chiếc xe ngựa phóng nhanh trên con đường tuyết trắng...

Chương 10:
RỒNG ĐEN SAPHIRO

South Monia. Một mùa đông kỳ lạ, trời mưa không dứt. Từng hạt mưa rả rích rơi trên nóc Cung điện Mùa Hè. Biệt cung tĩnh lặng, lại càng thêm lạnh lẽo giữa tiết trời ướt lạnh. Rồng Saphiro rũ cánh buồn rười rượi trong một góc tối của ngục giam. Máu vẫn chảy âm ỉ hai bên cánh. Cái xích to nơi cổ làm nó muốn ngạt thở mỗi khi vươn mình tiến về phía ánh sáng cuối hành lang.

Có tiếng bước chân càng lúc càng gần. Aetius xuất hiện trong bộ áo giáp sắt, chiếc áo choàng đỏ và cây giáo dài kinh điển của bộ binh South Monia. Nhà vua nhìn to lớn như một con gấu xám. Mái tóc dài được tết đuôi sam, chạy từ đỉnh đầu xuống dưới hông, hình dung như một con rắn khổng lồ. "Con rắn" ấy đã từng khiến hoàng tử bé Aetius nhiều lần nổi giận với Mẫu hậu, bởi tiếng xì xầm của bọn trẻ trong hoàng cung. Nhưng thời gian qua đi, nó lại trở thành niềm kiêu hãnh của nhà vua. Khi còn sống, Mẫu hậu vẫn thường nhắc Aetius rằng, mái tóc là món quà của thần linh và biểu tượng của sức mạnh, cho nên "muốn giữ đầu, phải giữ tóc; ai cắt tóc, sẽ mất đầu". Và Aetius đã tin vào điều đó.

Kể từ ngày Saphiro bị giam giữ, cứ mỗi năm ngày, Aetius lại đến, dùng đủ hình cụ để tra tấn Rồng đen, hầu muốn Rồng đen khuất phục. Nhưng giống Rồng đen, rất mạnh mẽ và trung thành. Đã nhiều tháng trôi qua, tình hình chẳng hề khá hơn cho Aetius.

Aetius ra hiệu cho tên lính mở cửa phòng giam, rồi nhanh chóng với lấy bó đuốc trên tường, dí vào hai mắt Rồng đen. Rồng đen lắc mạnh đầu, gồng mình đứng dậy. Aetius lẹ làng lấy tấm áo choàng phủ lên đầu rồng, rồi nhanh như chớp, nhảy lên ghì lấy cổ

Saphiro. Saphiro lắc đầu, phun lửa. Tấm áo choàng cháy phực, rơi xuống sàn. Saphiro lao mình về phía trước, giãy giụa cái đầu, cố hất Aetius ra khỏi cổ. Nhưng chiếc xích khổng lồ trên cổ và mấy vết thương rỉ máu hai bên cánh, khiến Saphiro không còn đủ sức chống lại thống lĩnh bộ vệ binh một thời của South Monia. Aetius ghì chân vào cổ rồng, tay rút ra con dao nhọn hoắt, đâm liên tục vào mấy vết thương cũ của Rồng đen. Rồng đen rít lên đau đớn, phun một đám lửa yếu ớt, rồi gục xuống trên nền đá lạnh tanh.

Aetius bước xuống khỏi cổ rồng, tức giận quay về hậu cung, bỏ lại sau lưng Rồng đen câm lặng trong cô đơn và những vết thương loang lổ máu.

Otilia vừa thấy Aetius bước vào phòng, liền vội vã chạy đến, đỡ lấy chiếc mũ sắt từ tay nhà vua.

"Bệ hạ của thiếp, chuyện gì đã khiến cho bệ hạ không vui?" Otilia ngọt ngào lên tiếng.

Aetius ngồi bệt xuống chiếc ghế cẩm thạch màu mận đỏ, buồn bực trả lời Vương hậu.

"Rồng đen Saphiro đúng là giống khó thuần. Ta phải thuần được nó thì mới nhanh chóng tìm ra tung tích của Clementine và Elishua. Có Rồng đen, không đội quân nào của Đại Dương có thể địch lại ta." Aetius bóp chặt bàn tay phải, đặt lên bàn.

"Bệ hạ đừng lo. Thiếp sẽ nghĩ cách giúp người khuất phục Rồng đen. Còn bây giờ, hãy đến với thiếp, để thiếp giúp bệ hạ xua tan mọi âu lo, buồn bực."

Otilia vừa nói, vừa kéo Aetius lại gần. Đôi môi nhẹ nhàng mơn trớn khắp bờ tai. Aetius quay người, xốc Otilia vào trong giường ngủ. Mùi hoa ly lan tỏa khắp căn phòng... Hai bóng người trần truồng chuyển động trên chiếc màn the.

Một tên lính gác lật đật chạy vào, vừa lấy tay che mặt, vừa thẹn thùng thưa.

"Thưa Bệ hạ, Quan Plotemy có chuyện cần bẩm báo."

"Cho vào." Aetius phán cùng tên lính, rồi ngồi dậy, với tay lấy chiếc áo lót dài.

Đại học sĩ bước vào, dáng người khệ nệ. Cái bụng tròn như cái trống cơm, núc ních di chuyển dưới lớp áo lụa màu tím nhạt.

"Thần, Plotemy xin bái kiến Bệ hạ. Có tin báo từ Thủ Thành. Xin Bệ hạ hãy xem."

Plotemy vừa nói, vừa dâng lên Aetius một cuộn giấy, đã được niêm phong kỹ càng. Aetius đọc xong cuộn giấy, mặt đỏ bừng bừng, rồi gầm lên.

"Henry ơi là Henry. Sao hắn ta lại nhúng tay vào việc này?"

Nhà vua bực tức, ném cuộn giấy xuống sàn.

Vương hậu bước xuống giường, vuốt nhẹ tà áo ngoài, rồi cầm cuộn giấy lên đọc.

"Vua Henry đã cấp cho Clementine 15 chiến thuyền và nhiều vũ khí. Elishua đã đến Thủ Thành để huấn luyện Thủy quân Pride Lands..."

Vương hậu cuốn cuộn giấy lại, giọng lạnh lùng.

"Rõ ràng, Pride Lands đang muốn gây chiến với chúng ta. Mối quan hệ tốt đẹp giữa South Monia và Pride Lands đã theo Abbas đi xuống mồ."

Aetius cắn chặt răng, ngước nhìn Plotemy.

"Đại học sĩ, hãy gửi ngay thư đến Thủ Thành. Yêu cầu Henry cắt đứt mọi quan hệ với Clementine. Nếu không, Pride Lands hãy chuẩn bị cho chiến tranh. Ta, Vua Aetius Kunj Ward của South Monia, sẽ tuyên chiến với tất cả thế lực nào có ý định chống nghịch lại đương kim Hoàng đế của đất nước mạnh nhất phương Nam.

Còn nàng, Vương hậu, hãy mau tìm cách thuần phục Rồng đen Saphiro. Phải tìm xem cô Công chúa lưu vong và tên phản thần Elishua đang trốn ở nơi nào."

Aetius đập mạnh tay xuống giường. Cả Vương hậu và đại học sĩ đều im phăng phắc.

Nơi biệt ngục, rồng đen Saphiro rũ đôi cánh buồn rười rượi. Mắt lim dim nhìn vào khoảng vô hình.

Chương 11:
DO THÁM ĐẦU TIÊN

Những tia nắng ấm áp lại về trên Đảo Agina. Mặt biển êm đềm, lấp lánh như ánh pha lê dưới nắng mặt trời. Kim phụng sải đôi cánh rộng, tung bay giữa bầu trời gió mát. Clementine ngước nhìn ra biển từ cửa sổ Trại chỉ huy. Một buổi sáng thật bình yên!

Tướng quân Elishua, tay cầm chiếc bình gốm đất, vui vẻ bước vào.

"Chào buổi sáng, Công chúa. Nếu Madena chưa pha trà, thì đây, thần đã có sẵn một bình trà ngon."

"Cám ơn Thúc phụ. Vậy thì phải thưởng thức trà ngon do chính tay thống lĩnh Biển Thành pha thôi." Công chúa vừa nói, vừa kéo nhẹ chiếc mâm đựng trà.

"Công chúa, thời tiết này, ta có thể giăng thuyền nhỏ trở về South Monia. Thần muốn cho người về Vương Thành thám thính. Công chúa nghĩ sao?"

"Tốt lắm, thúc phụ. Ta cũng đang tính nói điều này với thúc phụ. Vậy, hãy cử một người lanh lẹ và tin cẩn, quay về Vương Thành, điều tra tung tích về cái chết của Phụ hoàng, cũng phải tìm ra mộ phần của Phụ hoàng và dò la tin tức về Rồng đen Saphiro."

"Vâng, Công chúa. Thần sẽ bắt đầu việc đó ngay hôm nay. Ít ra, trong cung điện, vẫn còn người ta có thể tin."

Tướng quân Elishua đã ra về. Còn một mình Công chúa trong Trại chỉ huy. Nỗi nhớ quê hương da diết lại trỗi dậy. Vương Thành giờ chắc đã nhiều đổi thay. Clementine nhắm mắt, đặt tay lên lồng ngực "Xin Tạo Hóa hãy giúp con sớm quay về".

Có tiếng sáo lại du dương phía triền đồi. Công chúa mở choàng mắt, chạy ra phía mái hiên.

"Đúng rồi, là tiếng sáo ấy." Công chúa vừa nghĩ, vừa chạy về phía núi. Đôi chân bươn bươn trên những con đường gồ ghề của Agina. Tiếng sáo lúc xa lúc gần, rồi lại biến mất giữa không gian bao la đồi núi, chỉ còn lại tiếng chim cu rúc rích và tiếng côn trùng kêu râm ran. Clementine mệt nhoài, dựa lưng vào một gốc cây nghỉ mệt, rồi thiếp đi lúc nào không hay biết.

Bên dưới biển, chiếc thuyền con của do thám vừa giăng buồm ra khơi. Một bóng người đang ẩn mình sau những lùm cây, say mê nhìn nàng Công chúa ngủ. Chút nắng ban mai xen qua từng kẽ lá, khẽ hôn lên gương mặt dịu dàng, xinh đẹp của nàng Công chúa đang tuổi yêu đương.

...

Chiếc thuyền con cập bến Biển Thành lúc tờ mờ sáng. Vẫn những con đường cát trắng, những hàng dừa xanh mướt và bức tường thành sừng sững, hiên ngang, đã bao đời bảo vệ South Monia. Nhưng hôm nay, bờ biển vắng tanh, chẳng một bóng người. Vài con tàu cũ nát nằm sấp mình trên bãi cát. Vài cụ già ngồi buồn bã trên mấy chiếc ghế cũ kỹ, mắt xa xăm nhìn về biển vắng. Lâu lâu, lại có vài tốp lính đi tuần tra quanh thành.

Bỗng có tiếng bước chân thình thịch, và tiếng leng keng của mấy thanh sắt chạm vào nhau. Một giọng nói vang lên, mỗi lúc một gần, "Bệ hạ ơi, Bệ hạ! Hãy nhớ lấy lời thần. Thần dân như nước biển. Có thể đưa thuyền, có thể lật thuyền. Xin đừng khiến biển xanh phải dậy sóng!"

Hai tên lính xuất hiện cùng một người đàn ông cao to, tóc đỏ, râu ria bờm xờm. Hóa ra là Robert Baker, phó tướng thị vệ của South Monia, một trong những bề tôi trung thành của Aetius từ khi Aetius còn làm thống lĩnh bộ vệ binh, người đã thay Tướng quân Elishua làm Thống lĩnh thủy quân và Biển Thành mấy tháng trước. Robert vừa đi vừa la. Đôi tay bị trói chặt và chiếc cùm gỗ nặng nề trên vai không xích được trái tim đang kêu than vì lẽ phải.

Cánh cửa cổng thành đóng sầm sau lưng Robert. Hai tên lính kéo Robert bước lên thuyền.

Lại thêm một quan nữa bị lưu đày ra Đảo Oho...

Có bóng người áo đen di chuyển lẹ làng qua mấy căn nhà bằng đất, tìm một con ngựa tốt phía sau chuồng ngựa của phủ tướng quân, rồi phóng nhanh trên vương lộ, tiến về phía Vương Thành.

Nắng chiều vàng ngắt trên mấy cánh đồng dưới chân núi King's Hills. Tiếng ngựa phi hối hả, dồn dập, băng qua mấy cánh đồng ngô đang mùa trổ bông xanh mướt. Một tốp kỵ sĩ, mặc áo choàng đen, có in hình chĩa ba, đang rượt đuổi theo một người đàn ông cưỡi ngựa, phía sau là một bé gái chừng 12, 13 tuổi, phi như bay về phía con đường dẫn đến Biển Thành. Đến gần cuối của cánh đồng, người đàn ông và cô bé biến mất giữa cánh đồng bạt ngàn ngô khoai. Cả đám kỵ sĩ áo đen dừng lại, nhốn nháo kiếm tìm. Tên chỉ huy ra lệnh:

"Chắc cha con nó chỉ trốn trong cánh đồng này. Hãy lục soát cho kỹ. Dù có đốt cả cánh đồng, cũng phải tìm cho ra xác bọn chúng. Kẻ nào phản lại Thủy thần và Nữ đại tư tế đều phải chết."

Cả bọn lính xông lên, phi ngựa xồng xộc vào các luống ngô. Từng lưỡi kiếm dài sáng bóng, lướt mạnh qua các lùm cây, như đao phủ đang chặt đầu đám dân cứng cổ. Cánh đồng ngô bị dày xéo không chút thương tiếc. Tiếng chân người thình thịch. Tiếng ngựa hí vang trời.

Phía bên kia cánh đồng, tiếng người thở hổn hển, xen lẫn tiếng nghiến răng cầm cập. Người cha một tay ôm lấy cô con gái, đang run rẩy dưới bộ đồ trắng lấm lem bùn đất, cũng in hình một cái chĩa ba, một tay liên hồi cho ngựa ăn, để bảo đảm ngựa không gây chú ý cho mấy tên kỵ sĩ. Rồi người cha kế môi vào tai cô con gái, thì thầm.

"Con gái, hãy nghe lời cha. Trước sau gì bọn chúng cũng tìm đến đây. Cha sẽ phi ngựa đánh lạc hướng bọn chúng về phía chân đồi. Con hãy ở yên nơi này. Khi nào thấy đám kỵ sĩ đi khỏi hết, tiếp tục đi về hướng tây. Đến con đường lớn bằng đất đỏ, hãy theo hướng nam đi về Biển Thành, rồi từ Biển Thành, xin tàu ra khỏi South Monia. Hãy nhớ, tránh thật xa các lính triều đình. Cha sẽ tìm cách gặp lại con sau."

Người cha nắm chặt tay cô bé, nghẹn ngào nhìn thẳng vào cặp mắt nâu đang tối sầm vì sợ hãi.

"Hãy nhớ lời cha dặn. Không được rời khỏi lùm cây này, cho đến khi nào con không còn nghe thấy tiếng vó ngựa quanh đây."

Cô con gái nhìn vào mắt cha, khẽ gật đầu, bật khóc. Người cha lấy tay bịt miệng cô bé, ra hiệu yên lặng, nắm chặt tay con thêm một lần nữa, rồi luồn người dẫn ngựa chui qua mấy luống ngô, đi về phía chân đồi.

Đám kỵ sĩ vừa thấy bóng người, liền phóng ngựa đuổi theo. Những mũi tên bay tới tấp về phía người cha tội nghiệp. Đột nhiên, từ phía đường lớn, xuất hiện một người áo đen cưỡi ngựa phóng đến. Người này bịt mặt, không rõ từ đâu, xông vào tương cứu. Người lạ mặt ra tay nhanh như chớp, múa kiếm, bắn tên, khả năng chiến đấu trên lưng ngựa cực kỳ thiện xạ. Sau một hồi giao chiến, toàn bộ đám kỵ sĩ áo đen đều bị tiêu diệt. Xác bọn chúng nằm ngổn ngang trên mặt đất. Người đàn ông lạ mặt tiến lại chỗ người cha, giúp băng bó vết thương, và hỏi.

"Đám người ấy là ai? Sao ngươi lại bị bọn chúng truy đuổi?"

Người cha cố gượng dậy, vịn lấy cánh tay săn chắc của người lạ mặt, rồi nói.

"Đó là đám quân Thủy thần của Điện Thủy thần và Nữ đại tư tế Otilia. Bọn chúng đã ngang nhiên bắt con gái tôi và nhiều bé gái đồng trinh khác về điện Thủy thần gần một năm trước để làm sinh tế Thủy thần. Một bé gái đã bị giết vào cuối mùa thu năm ngoái. Con gái tôi, vì trốn khỏi điện thờ mà bị truy giết. Bọn chúng có luật, phàm là người của Điện Thủy thần, suốt đời phải là người của Điện Thủy thần. Nếu ai trốn khỏi thì kẻ đó và tất cả người nhà đều sẽ bị quân Thủy thần truy giết."

"Thủy thần? Quân Thủy thần và Nữ đại tế sư???" Người đàn ông lạ mặt bối rối hỏi.

"Chẳng hay đại ân nhân đến từ nơi nào? Chắc không phải là người South Monia. Đức vua của chúng tôi đã băng hà. Công chúa đã bị bắt cóc, không biết lưu lạc phương nào. Thống lĩnh bộ vệ binh, Thân vương Aetius lên làm vua, đã thay đổi nhiều luật lệ và giết nhiều quan thần. Nữ đại tế sư của Điện Thủy thần không ai khác, chính là Vương hậu Otilia. Bà ta đã đóng cửa Đền thờ Tạo Hóa, xây một đền thờ khác cho Thủy thần. Bà ta đã lôi kéo rất nhiều người đi theo, và đám quân của bà ta rất là tàn ác."

Người lạ mặt chăm chú lắng nghe, ánh mắt đăm chiêu ẩn chứa một nỗi sầu chôn giấu. Người cha buông tiếng thở dài, cố đứng dậy, nói cùng người lạ mặt.

"Xin hãy giúp tôi. Con gái tôi vẫn còn trong cánh đồng ngô. Tôi phải đưa nó thoát khỏi nơi này."

Người lạ mặt dìu người cha về phía chỗ cô con gái. Cô bé vẫn chưa hết hoảng sợ, nép mình sát vào mấy khóm ngô. Vừa thấy cha mình, cô bé hét lên "Cha!", rồi ôm chầm lấy cha, khóc nức nở.

Người lạ mặt trìu mến nhìn cô bé, rồi nói.

"Nầy, cháu bé, hãy cho ta mượn một chút vải trên người con."

Nói rồi, người đàn ông xé một miếng vải trên chiếc áo choàng trắng trên người cô bé, dùng máu vẽ lên một tấm bản đồ, đưa cho người cha và dặn.

"Đây là bản đồ sẽ dẫn ngươi và con gái ngươi đến một nơi an toàn, mà quân Thủy thần không thể tìm thấy được. Có một chiếc thuyền ta đã để sẵn ở Biển Thành. Hãy đến đó, dùng thuyền của ta và lên đường. Phải tuyệt đối cẩn thận, không được để lộ tấm bản đồ này ra ngoài. Nếu không, ngươi và cả nhà ngươi sẽ bị giết."

Người cha run rẩy cầm tấm bản đồ trên tay, nước mắt lưng tròng, nhìn người lạ mặt.

"Cầu xin Tạo Hóa ban phước lành cho đại ân nhân. Cầu xin mọi việc tốt đẹp sẽ đến với Ngài, vì Ngài đã cứu hai cha con tôi khỏi cái chết ngày hôm nay."

Hai cha con cúi đầu chào người lạ mặt. Người lạ mặt quay lưng, phi ngựa như bay về phía Vương Thành...

Chương 12:
NHỮNG NGƯỜI DI CƯ MỚI

Chiều trên Agina, các binh sĩ vẫn không ngừng luyện tập. Từng đàn chim hải âu dập dờn trên sóng biển kiếm mồi. Clementine đứng vịn tay vào lan can hiên trại, đôi mắt dịu dàng, quan sát khắp nơi. Bỗng từ xa, Phó tướng Herodotus vội vàng bước đến.

"Thưa Công chúa, lính gác phát hiện một thuyền nhỏ, đang tiến về Agina. Tướng quân Elishua đã đi Pride Lands huấn luyện. Xin Công chúa ra lệnh chúng ta phải làm gì?"

Clemetine nghe xong, giật thót người, hai bàn tay đông cứng lại. Nhưng Công chúa nhanh chóng lấy lại bình tĩnh, ra lệnh cho Herodotus.

"Điều ngay hai tàu chiến. Cho lính quan sát cẩn thận, xem có tàu nào theo sau tàu lạ không. Phải đề cao cảnh giác. Nếu có gì bất thường, phải báo động ngay."

"Thần tuân lệnh, thưa Công chúa."

"À này, Herodotus. Ra lệnh quân lính, không được chủ động tấn công, khi chưa thấy dấu hiệu bất thường hay bị uy hiếp. Đề phòng, có thể đó chỉ là tàu của thường dân." Công chúa dặn dò.

Herodotus cúi đầu vâng lệnh, rồi vội vã quay đi.

Clementine bám chặt tay vào lan can hiên trại. Đôi mắt nhắm lại, lòng lo lắng khôn nguôi.

"Agina xưa nay là hoang đảo, chưa từng thấy tàu nào cập bến hay ghé ngang. Chẳng lẽ Aetius đã phát hiện ra nơi này? Lính do thám tướng quân gửi đi, liệu có được bình an?"

Công chúa chắp hai tay lên ngực, thầm nguyện Tạo Hóa bảo vệ Agina và thám tử.

Tàu chiến Agina tiến dần về phía thuyền lạ. Là thuyền nhỏ, cũng chẳng thấy có tàu thuyền nào theo sau. Khi khoảng cách chỉ còn vài hải lý, thì đột nhiên một cánh diều no gió bay lên từ chiếc thuyền con. Đó là tín hiệu kêu cứu quen dùng của người dân South Monia. Tàu Agina tiến lại gần, phát hiện một người đàn ông đang cầm lái, mình đầy vết thương và một bé gái đang nằm co ro phía giữa thuyền, vừa đói, vừa rét, thân hình run cầm cập. Mấy người lính trên tàu Agina nhanh chóng đưa người đàn ông và bé gái sang tàu mình, rồi tất cả quay về hướng đảo.

Nhận được tín hiệu bình an của tàu chiến, Công chúa cùng nhiều người dân và binh lính ra tiếp đón tàu chiến quay về. Người đàn ông và bé gái được đưa đến Trại chỉ huy giữa bao nhiêu ánh nhìn ngại ngần và lo lắng.

Vừa thấy Công chúa, người đàn ông liền quỳ gối xuống, dang rộng đôi tay, ngẩng mặt lên trời, la lớn.

"Tạ ơn Tạo Hóa, Công chúa vẫn còn sống và đang ở đây. Mắt tôi đã thấy người." Rồi sấp mình xuống trước mặt Công chúa, bật khóc như trẻ con. "Thần, phu xe Ori, xin bái kiến Công chúa và Nữ hoàng của South Monia."

Clementine nhẹ nhàng đỡ lấy cánh tay của người phu xe, dịu dàng nói: "Hãy đứng dậy. Mình ngươi đầy những vết thương. Hãy nói ta nghe đã xảy ra chuyện gì."

Người đàn ông bèn thuật lại cho Công chúa nghe toàn bộ câu chuyện của cô con gái, chuyện về Thủy thần, Vương hậu Otilia, Nhà vua Aetius và những thay đổi tại Vương Thành. Công chúa nghe xong, lệ chảy thành dòng.

Người đàn ông đưa cho Công chúa tấm bản đồ bằng máu.

"Thưa Công chúa, chính người đàn ông bịt mặt đó, đã đưa cho thần tấm bản đồ này và chỉ cho thần chỗ con thuyền được giấu ở Biển Thành. Nhờ vậy, thần và con gái mới có thể đến được đây."

Công chúa cầm lấy tấm bản đồ trong tay, nhanh chóng phát hiện ra ký hiệu liên lạc của thám tử do tướng quân gửi đến Vương Thành.

"Vậy là thám tử đã đến Vương Thành bình an", Công chúa nhìn tấm bản đồ, nghe lòng mình nhẹ hẳn.

Xong, Công chúa ra lệnh cho quan Aquila sắp xếp chỗ ở cho hai cha con người phu xe. Cô bé lúc này dường như đã qua cơn kiệt sức, sau khi được nữ thầy thuốc Alexa cho uống canh nóng và sưởi ấm. Một ngày bình an đã trôi qua!...

Clementine ngồi trầm ngâm bên chiếc bàn gỗ dừa của Trại chỉ huy. Công chúa thật lo lắng cho Vương Thành và South Monia. Bao nhiêu ý nghĩ cứ rối bời tâm trí. Công chúa bước lại bên cửa sổ, đôi mắt nâu đen trông về hướng biển, ẩn chứa một nỗi buồn vời vợi. Không biết bao giờ được trở về Vương đô? Bên kia những con sóng là Biển Thành, là South Monia, là những người dân hiền lành như những con chiên đang chờ người chăn quay lại, bởi kẻ thù đã đến, đã giết và hủy phá cánh đồng cỏ tươi xanh.

Tướng quân Elishua gõ cửa bước vào, cắt ngang dòng suy tưởng của Công chúa.

"Thúc phụ, người đã về!" Công chúa nở nụ cười cùng thống lĩnh thủy quân.

Tướng quân Elishua vui vẻ trao cho Công chúa một hộp quà.

"Công chúa, người vẫn khỏe chứ? Đây là quà từ Vua Henry và Vương hậu Catherine."

Công chúa đưa tay nhận lấy chiếc hộp gỗ có khắc hình chim đại bàng tung cánh, rồi quay lại chiếc bàn gỗ dừa.

Tướng quân nhấp nhẹ tách trà nóng lên môi, rồi đặt xuống.

"Ta đã nghe chuyện về phu xe Ori và cô con gái. Thật không thể ngờ, chưa đầy hai năm, mà South Monia lại rơi vào thảm trạng này."

Công chúa đan chặt hai bàn tay vào nhau, nhìn tướng quân, và nói.

"Thúc phụ, việc con sắp nói, có thể hơi liều lĩnh, nhưng con không thể nào bỏ mặc Vương Thành và South Monia."

Công chúa ngập ngừng một lát, rồi tiếp.

"Con muốn gửi thêm vài thám tử về Vương Thành, để bí mật đưa những người bị áp bức và uy hiếp tính mạng đến Agina. Thúc phụ nghĩ thế nào?"

Tướng quân Elishua trầm ngâm một lúc, rồi lên tiếng.

"Thưa Công chúa, nếu phải gửi thám tử về Vương Thành, hãy chiêu mộ binh lính từ trong lòng địch. Ta tin những binh sĩ trung thành với Tiên hoàng vẫn còn rất nhiều. Họ sẽ vì Công chúa chiến đấu và giải cứu South Monia. Nếu ta có thể xây dựng quân đội từ trong lòng Biển Thành và vương đô, ngày về South Monia của chúng ta sẽ không còn xa nữa. Chúng ta sẽ trong ứng ngoài hợp, phối hợp nhịp nhàng, khi quân đội Agina tiến vào lãnh thổ South Monia."

Công chúa nghe tướng quân nói xong, nét mặt bừng lên niềm hy vọng.

"Kế hoạch hay lắm, thúc phụ. Vậy, chúng ta phải tiến hành ngay thôi. Nhưng con vẫn muốn đem những người con bị áp bức của South Monia đến Agina. Con nghĩ mình phải có trách nhiệm bảo vệ họ."

"Được rồi, Công chúa. Chúng ta sẽ làm việc đó một cách cẩn trọng."

Clemetine gật đầu, mỉm cười nhìn tướng quân. Bao giờ cũng vậy, lúc nào ở bên tướng quân, Công chúa cũng cảm thấy được che chở và bình yên. Gia đình là đây, chỗ dựa là đây, là yêu thương, hy vọng và bình an. Cầu cho ngày trở về South Monia sẽ đến thật gần.

Chương 13:
THU BUỒN VƯƠNG ĐÔ

Một ngày cuối thu u ám tại Vương Thành. Tiếng khóc lóc, kêu than vang ra từng góc phố. Mấy phụ nữ, đầu trùm khăn tang, lang thang bên ngoài cửa chính của Điện thờ Thủy thần. Con gái họ đã bị lính Thủy thần bắt đi, mấy tháng không trở về.

Bên ngoài cửa chính, từng đoàn nam nữ, trong bộ áo choàng màu trắng đục, gương mặt lạnh lùng, bước đi về phía trung tâm điện thờ. Trung tâm điện thờ là một tòa tháp hai tầng, nằm giữa một khoảng sân rộng. Hai bên tòa tháp là hai dãy nhà dành cho các nam nữ tế sư. Các nam nữ tế sư, xếp từng hàng dọc, tay cầm một cái chén rỗng, yên lặng tiến vào bên trong tòa tháp. Bên trong tòa tháp là một căn phòng rộng chừng ba trăm thước vuông, trải thảm đỏ. Chính giữa căn phòng là chiếc ngai khảm ngọc đủ màu. Hai bên ngai là hai dãy bàn dài, bằng thủy tinh, với vô số chai lọ, và các dụng cụ dâng hương của nữ đại tế sư. Bên trái phòng có một cái bàn thủy tinh khác, đặt bên dưới một bàn thờ xông hương. Trên bàn thờ xông hương, sừng sững một bức tượng thủy thần bằng vàng, đầu dê thân cá.

Một thứ mùi hương rất mạnh, như mùi hoa ly lan tỏa khắp căn phòng. Vương hậu Otilia bước ra từ một lối đi bí mật phía sau bàn thờ. Người phụ nữ quyền lực số một của South Monia tiến về phía bàn thủy tinh bên trái.

Các cửa sổ đóng lại. Căn phòng bồng bềnh một thứ ánh sáng mờ ảo, liêu trai. Tiếng các tế sư tụng kinh vang lên như tiếng âm thanh rên rỉ. Một con sinh tế được mang đến, đặt trên cái bàn thủy tinh, bên dưới bàn thờ xông hương. Con sinh tế ấy chẳng phải là một con vật, mà là một bé gái đồng trinh, xinh đẹp. Con bé đáng thương, toàn thân bất động, như đã bị đánh thuốc mê. Otilia đưa tay vuốt nhẹ thân hình trần truồng bé nhỏ, rồi nhanh chóng cắm phập lưỡi dao độc ác vào ngay chỗ trái tim. Máu chảy ra từ lồng ngực con sinh tế. Từng giọt từng giọt lộp độp nhỏ xuống một cái lọ thủy tinh đã đựng sẵn một thứ nước trong vắt. Một nam sư tế hứng lấy, rồi kính cẩn cúi đầu dâng lên nữ đại tư tế Otilia. Otilia cầm lấy cái lọ, rót thứ nước "thần thánh" ấy vào các chén rỗng của các nam nữ tế sư. Chúng lần lượt cúi đầu nhận lấy nước và uống. Một phần máu khác của con sinh tế được nhỏ vào một cái bát bằng vàng. Otilia đổ máu đó lên bàn thờ và biến nó thành lửa. Khi lửa trên bàn thờ bốc cháy, hết thảy nam nữ tế sư cởi bỏ lớp áo choàng đỏ như màu máu, để lộ thân hình đầy nhục dục. Chúng bắt đầu một cuộc truy hoan... Các môn đệ trong áo choàng trắng đục, giờ mới được phép bước vào, dâng thân thể trần truồng làm của lễ. Chúng gọi đó là "Đại lễ dâng hương", cầu hạnh phúc, cầu sinh sản, cầu cho mùa màng bội thu và Thủy thần cất đi mọi cuồng phong trên biển.

Còn Otilia, nữ đại tư tế, chễm chệ ngồi trên chiếc ngai khảm ngọc, mỉm cười thỏa mãn nhìn đám môn đồ hành lễ truy hoan. Đôi mắt màu hổ phách ẩn chứa những điều bí ẩn của mặt trăng.

Buổi chiều lặng dần bên mái hiên cung điện. Hoàng hôn lãng đãng trên những mái đầu trùm trắng khăn tang bên ngoài ĐiệnThủy thần. Aetius ngồi chơ vơ dưới Mái hiên Mùa hè, nhìn ra những cánh đồng trơ trụi. Tự nhiên, nhà vua nhớ đến phụ hoàng. Phụ hoàng chưa từng yêu Mẫu hậu. Hôn nhân của họ chẳng qua chỉ là quan hệ liên minh. Còn trái tim Phụ hoàng luôn dành cho Mẫu hậu của Abbas. Họ đã lớn lên cùng nhau. Aetius vẫn còn nhớ rõ nét u buồn trên gương mặt Mẫu hậu mỗi khi nhắc về Zinka. Dường như Zinka luôn giữ một thứ gì đó trong trái tim Mẫu hậu. Có thể là một mối tình... Nhắc đến mối tình, tự nhiên Aetius lại mỉm cười khi nghĩ về Otilia.

Một tên lính gác hớt hải chạy vào, phá tan cảm giác lâng lâng trong lòng Aetius.

"Thưa Bệ hạ, bệ hạ hãy ra xem. Nhiều người dân đang xô xát với lính gác thành."

Aetius tiến về phía ban công. Bên dưới cổng thành, một đám dân đông đang tấn công lính gác.

"Thật là không ra làm sao?" Aetius gào lên, "Gọi ngay Heros cho ta".

Thống lĩnh Heros xuất hiện trong bộ áo giáp kinh điển của bộ binh South Monia, mái tóc dài đen lọn và chiều cao hơn người bình thường.

Vừa nhìn thấy Heros, nhà vua bèn quát lớn.

"Chuyện gì xảy ra ở bên dưới? Sao đám dân đen lại tấn công lính gác?"

Heros cúi đầu bái kiến nhà vua, rồi trả lời.

"Thưa Bệ hạ, những người dân này muốn đi đến Biển Thành. Gần đây, đã có nhiều người rời khỏi vương đô đến Biển Thành. Sau đó, họ biến mất, không tìm thấy tung tích. Thần vẫn đang điều tra, và tạm thời không cho ai rời khỏi vương đô."

"Biến mất? Không tìm thấy tung tích? Chuyện quan trọng như vậy, sao nhà ngươi không báo cùng ta? Hãy bắt giam hết đám dân cứng cổ ấy cho ta, và điều tra xem bọn chúng đang có ý định gì?" Nhà vua trừng mắt nhìn Heros, rồi quay đầu, bỏ về hậu cung.

Bên dưới cổng thành, tiếng ồn ào đã dứt. Đám vệ binh đã bắt tất cả người dân về cung điện. Chỉ còn lại những cây gậy gãy nát và những vết máu bê bết trên con đường đá nâu.

Mưa lại rả rích trên những mái ngói u buồn của vương đô.

Ngoài đại dương, biển xanh đang dậy sóng...

Chương 14:
TRẬN CHIẾN BẤT NGỜ

Trời bắt đầu trở lạnh trên Đảo Agina. Từng đàn chim vỗ cánh bay về phương Nam tìm nơi trú ẩn. Những con sóng ồn ào vỗ vào vách đá, như tiếng gầm gừ của đại dương.

Clementine tần ngần nhìn ra biển vắng. Bên kia đại dương là Biển Thành, là Vương Thành và South Monia. Giờ này, chắc Vương Thành đang chìm trong những cơn mưa tầm tã. Công chúa nhớ lắm những hôm trời mưa, cả gia đình quây quần bên chiếc lò sưởi lớn của phòng khách hậu cung. Những màn múa lửa hồi hộp của đoàn xiếc Hoàng gia, những chiếc bánh nướng thơm lừng của quan đầu bếp Cassia, nụ cười dịu dàng của Mẫu hậu và vòng tay ấm áp của Phụ hoàng. Ôi, những kỷ niệm ngọt ngào như dòng suối tuôn chảy trong trái tim Công chúa. Công chúa mỉm cười, kéo chiếc áo khoác lông chiên màu xám bạc trên vai, quay sang hỏi Madena.

"Madena, hãy kể ta nghe về mùa đông của Biển Thành. Ta chưa từng đến Biển Thành vào mùa đông. Nhưng cái nắng ấm áp, mùi biển mặn và thứ nước dừa ngon tuyệt ấy, ta không bao giờ quên được. Phụ hoàng ta thường nói, lịch sử của South Monia được bắt đầu từ Biển Thành. Và hôm nay, vẫn là những người lính Biển Thành đang chiến đấu cùng ta. Ta đang nghĩ, cần phải tìm hiểu nhiều hơn về vùng đất thân thương này."

Madena khẽ cười, đung đưa cặp mắt. Cô hầu nữ vừa bắt đầu câu chuyện về những buổi chiều đánh cá, thì quan Aquila gõ cửa bước vào.

"Bái kiến Công chúa, Người vẫn khỏe chứ?" Quan Aquila cất tiếng.

"Ta vẫn khỏe. Cảm ơn quan Kefa."

Công chúa mỉm cười, nhìn quan Aquila, rồi bước lại chỗ chiếc bàn gỗ dừa.

Quan Aquila dâng lên Công chúa một cuộn giấy, từ tốn nói.

"Thưa Công chúa, đây là báo cáo về dự trữ lương thực trên đảo. Xin Công chúa hãy xem qua."

Clementine nhìn chăm chú vào mấy con số trên cuộn giấy, rồi ngước mắt nhìn quan thủ kho.

"Chúng ta hiện chỉ còn bấy nhiêu lương thực thôi sao?"

"Vâng, thưa Công chúa." Quan Aquila buồn bã trả lời. "Hiện con số dân thường trên đảo đã lên đến gần 2000 dân. Số binh lính cũng tăng lên 5000 lính. Số lương thực trong kho sợ khó lòng nuôi đủ chúng ta qua hết mùa đông, trong khi đó, số người di cư từ South Monia vẫn đang tiếp tục tăng. Nếu cứ đà này, thần e là chúng ta khó..."

Quan Aquila ngập ngừng, trong lúc Clementine cất tiếng hỏi.

"Vậy, quan thủ kho có ý kiến gì không?"

Vị quan già cho tách trà lên miệng, nhấp nhẹ vài hơi, rồi ngần ngại trả lời.

"Có điều này, thần không biết có nên nói hay không."

"Quan thủ kho cứ nói." Công chúa từ tốn.

"Thần nghĩ, chúng ta đang ở trong một cuộc chiến vô cùng khó khăn với Aetius. Mọi ưu tiên nên dành cho quân đội. Nếu chúng ta cứ tiếp tục tiếp nhận thuyền nhân như thế này, chỉ sợ rằng sẽ ảnh hưởng đến đại cuộc, lại thêm nhiều gánh nặng cho Agina. Không biết Công chúa nghĩ thế nào?" Aquila nhìn Công chúa, e ngại.

Clementine đưa cặp mắt trìu mến nhìn quan thủ kho, rồi nhẹ nhàng hỏi.

"Vậy, quan thủ kho hãy trả lời ta. Những thuyền nhân mới di cư đến đảo đó, họ là ai, có phải là người dân South Monia chúng ta?"

Quan thủ kho ấp úng trả lời.

"Vâng, phải, thưa Công chúa."

Công chúa lại nhìn quan Aquila. Đôi mắt to tròn ánh lên vẻ bao dung của Tiên hoàng Abbas.

"Chúng ta chiến đấu với Aetius và Otilia để làm gì? Có phải chỉ để giành lại ngai vàng cho bản thân ta? Không, quan Kefa. Chúng ta rời khỏi South Monia là để bảo vệ tương lai của vương quốc. Chúng ta chiến đấu để giành lại sự bình yên vốn có cho toàn cõi South Monia. Quan có biết những con người tội nghiệp đó đã đánh đổi cả máu và mạng sống để đến được nơi này? Cũng như chúng ta... Nhưng chúng ta may mắn hơn họ, vì đã đến Agina trước khi nhìn thấy những tên lính mặt lạnh như xác chết của đám quân Thủy thần. Chúng ta cũng không bị quân lính kéo lê trên đường, bị đánh đập và treo lên những cây khô trước Đền thờ Tạo Hóa, vì cố chui vào trong để dâng lễ đầu mùa. Vậy, quan thủ kho hãy nói mà xem, nếu ngày nay, chúng ta từ chối họ, thì chúng ta là ai? Cuộc chiến này còn có ý nghĩa gì?"

Quan Kefa nghe Công chúa nói đến đây, bèn quỳ gối xuống bên cạnh Công chúa và khóc.

"Thưa Công chúa, cảm ơn Công chúa đã mở mắt cho thần. Nguyện xin Chúa Tạo Hóa ban ơn, gìn giữ để Công chúa sớm ngày về lại Vương Thành, chiếm lại ngôi vua. Vì chỉ có Công chúa mới xứng đáng ngồi lên ngai vàng mấy trăm năm của nhà Ward. Chỉ Công chúa mới xứng đáng làm chủ nhân của "Cây gậy của người chăn bầy"."

Công chúa nhẹ nhàng bước đến, đỡ tay quan Kefa đứng dậy. Vị quan già năm nay đã ngoài tám mươi tuổi, nhưng sức lực và lòng nhiệt thành vẫn còn mạnh mẽ lắm. Quan Kefa đã theo tướng quân Elishua từ khi tướng quân còn tấm bé, chăm sóc tướng quân khi tướng quân không còn mẹ, theo tướng quân về Biển Thành, làm quản gia tướng phủ, và bây giờ, làm thủ kho, chăm sóc các vấn đề lương thực và nhu yếu phẩm của Agina. Đối với Công chúa, quan Kefa không chỉ là một bề tôi trung thành, mà còn giống như một người thân của hoàng tộc.

Có tiếng quân chạy thình thịch bên ngoài Trại chỉ huy. Tướng quân Elishua vội vã bước vào. Vẻ căng thẳng lộ rõ trên gương mặt nhễ nhại mồ hôi, dù bên ngoài trời không chút nắng.

"Công chúa, Agina sắp sửa bị tấn công. Lính gác phát hiện 50 tàu chiến South Monia đang tiến về phía đảo. Chúng ta hiện có 25 tàu chiến, nhưng 10 tàu đã bị đâm thủng, không thể ra khơi. Thần nghi ngờ chúng ta có nội gián. Xin Công chúa hãy mau chóng lui về, tạm lánh phía sau núi. Thần sẽ cho người đến báo tin cùng Công chúa."

Công chúa vừa nghe tướng quân nói xong, mặt mày choáng váng, cảm giác như một khối băng khổng lồ đang cuốn lấy mình. Nhưng Công chúa cố giữ bình tĩnh, tiến lại gần Tướng quân, trả lời mạnh mẽ.

"Không, ta sẽ ở lại đây. Ta sẽ cùng người dân trên đảo đợi Tướng quân chiến thắng trở về. Nếu đám quân phản nghịch đánh vào đây, thì ta sẽ cùng chiến đấu bên những anh hùng của Agina."

Rồi Công chúa lại gần, cầm lấy tay áo của Tướng quân, giọng nhỏ nhẹ.

"Thúc phụ không cần lo lắng cho con. Con biết cách tự bảo vệ mình. Huống hồ, con còn có Kim phụng... Thúc phụ hãy đi, đã đến lúc để thủy quân Agina chứng minh họ là những người lính đánh thủy giỏi nhất Đại Dương tinh."

Biết không thể nào thuyết phục được nàng Công chúa cứng cỏi của nhà Ward, tướng quân Elishua vội chào Công chúa, rồi tức tốc tiến về phía đoàn quân đang di chuyển về phía bến tàu. Hai mươi lăm con tàu nhanh chóng ra khơi. Ngoài kia, địch quân đang tiến lại. Những người lính Agina hiên ngang trước đầu ngọn sóng. Với họ, tình yêu quê hương như những cánh cung và ước mơ về ngày đoàn tụ tại Biển Thành là những mũi tên sắc bén, sẵn sàng băng qua mọi trở lực để tiêu diệt quân thù trên con đường trở về cố đô.

Biển sóng ầm ầm. Những con tàu South Monia dần hiện ra trước mặt. Hai bên càng tiến lại gần nhau. Khi khoảng cách với địch còn chừng 300 thước, tướng quân Elishua ra lệnh cho binh lính bắn nỏ. Những mũi tên sắt bay ào qua tàu địch, đâm thủng mũi trước mấy con tàu South Monia. Những làn mưa tên bắt đầu bay xối xả. Nhiều lính South Monia trúng tên, hét lên đau đớn, rồi nhảy xuống nước.

Bất ngờ, tàu chỉ huy của South Monia tiến lại gần, dùng pháo đá, tấn công tàu Agina. Một tàu Agina bị trúng pháo, hỏng nặng. Tướng quân Elishua ra lệnh cho tàu Agina bắn tên lửa vào South Monia. Những mũi tên lửa lóe lên, rồi đồng loạt rơi xuống tàu South Monia. Nhiều tàu South Monia bắt đầu bốc cháy. Tiếng la hét, tiếng cung tên rào rào như mưa, làm rung chuyển cả một vùng đại dương vốn rất yên bình. Các tàu South Monia thi nhau dập lửa, rồi lại dùng pháo đá tấn công một con tàu khác của Agina. Tướng quân Elishua ra lệnh cho các tàu dàn trận qua hai bên mạn sườn, rồi tiếp tục bắn tên. Binh lính hai bên nhiều người rơi xuống nước. Lính South Monia, có mấy tên ngoi lên khỏi mặt nước, cố trèo lên boong thuyền. Nhiều tên khác chìm sâu trong biển cả. Bên tàu Agina, nhiều binh lính bị thương, nhưng không ai trôi mình trên biển, vì họ đều là những tay bơi thiện xạ.

Tàu South Monia tiến lại càng gần, tìm cách tiếp tục tấn công bằng nỏ sắt và pháo đá. Tướng quân Elishua ra lệnh cho 4 tàu Agina bắn tên liên tục vào nhóm lính trấn giữ nòng pháo, để cho chúng không có cơ hội lên nòng. Nhưng chỉ huy South Monia kịp cho lính dùng khiên che đỡ nhóm lính trấn thủ và bắn thêm một quả pháo khác về phía tàu Agina. Tàu Agina nhanh chóng quay đầu, nhưng không kịp. Quả pháo xẹt mạnh qua đuôi tàu, phá nát một mảng lớn phía sau. Rất may, tàu không bị vỡ. Tướng quân Elishua ra lệnh cho các tàu không tiến gần. Chỉ giữ khoảng cách đủ để có thể tấn công bằng nỏ sắt. Các tàu South Monia áp sát, tìm cách bao vây tàu Agina. Chiến trường càng di chuyển gần hơn về hướng đảo. Tướng quân Elishua ra lệnh cho các tàu Agina chia làm bốn ngã, không cho tàu địch có cơ hội bao vây. Rồi ra lệnh cho một nhóm lính tiếp tục bắn nỏ về phía nòng pháo. Trong khi đó, một nhóm lính khác được lệnh lặn sâu xuống nước, bí mật thâm nhập tàu chỉ huy. Một tàu Agina tiến lại gần tàu South Monia để hỗ trợ nhóm lính đột kích. Nhóm lính đột kích đã leo lên được mũi tàu chỉ huy. Một trận đấu kiếm sống còn giữa binh lính South Monia và nhóm lính đột kích Agina giành quyền kiểm soát nòng pháo. Nhiều lính South Monia bị thương nặng, ngã nhào xuống biển. Các tàu South Monia thay đổi chiến trận, ngưng bao vây tàu Agina, trở về hỗ trợ tàu chỉ huy. Các tàu Agina lợi dụng cơ hội, tiếp tục tấn công tàu địch bằng những mũi tên sắt lợi hại. Chỉ huy South Monia lại chia quân làm ba ngã, một ngã hỗ trợ đội canh giữ nòng pháo, một ngã dùng nỏ sắt tấn công lại Agina, còn ngã kia tìm cách đánh bên mạn sườn.

Cuộc chiến giành quyền kiểm soát nòng pháo ngày càng gay cấn phía tàu chỉ huy. Quân South Monia ào ào đổ đến. Năm lính đột kích Agina bị thương nặng. Nhiều lính bị đánh rơi xuống biển. Quân South Monia lại giành quyền kiểm soát nòng pháo và chuẩn bị lên nòng. Các lính đột kích còn lại nhanh chóng nhảy xuống biển, tìm cách bơi về tàu Agina. Các tàu Agina nhanh chóng di chuyển khỏi tầm ngắm của nòng pháo. Nhưng sau đó, lại bị các tàu South Monia bao vây, vì chúng quá đông. Tình thế thật khó khăn cho quân lính Agina. Vì bờ biển Agina đã ở ngay trước mắt. Tướng quân Elishua trừng mắt nhìn về phía đảo, dẫu lo lắng nhưng không chút nao núng. "Ôi, Công chúa! Ôi Biển Thành và Agina! Đây sẽ là thời khắc quyết định. Cầu xin Tạo Hóa cứu giúp!"

Đột nhiên, từ phía đảo bay ra những mũi tên bằng đá, bắn tới tấp vào những tên lính trên tàu chỉ huy của South Monia. Khi ai nấy còn đang bối rối, thì bỗng trên bầu trời, tiếng chim phượng hoàng kêu quang quác. Liền đó, Kim phụng xuất hiện, tung bay trên bầu trời đầy gió, cùng Công chúa và một người đàn ông bịt mặt.

Ai nấy đều kinh ngạc. Cơn mưa tên đá vẫn tiếp tục đổ xuống, một mũi tên cắm ngay vào ngực chỉ huy tàu South Monia, hắn ngã nhào xuống biển. Đám lính South Monia như rắn mất đầu, lâm vào tình thế hỗn loạn. Bấy giờ, Công chúa Clementine cho phượng hoàng sa xuống gần mũi tàu, rồi lớn tiếng nói.

"Ta là Công chúa Clementine Ward, người thừa kế hợp pháp duy nhất ngai vàng của South Monia. Aetius đã lập mưu giết hại

Phụ hoàng ta và hãm hại thống lĩnh Biển Thành, Tướng quân Elishua. Các ngươi hãy về nói với hắn ta. Những gì hắn cướp lấy của ta, ta sẽ vì South Monia lấy lại."

Còn các ngươi, nếu các ngươi là những người lính trung thành của South Monia, hãy cùng ta chiến đấu, khôi phục giang sơn, bảo vệ những người dân của vương quốc. Các ngươi ở đâu khi những đàn bà góa và trẻ con kêu gào tìm sự cứu giúp? Các ngươi là binh lính mà không thể bảo vệ họ ư? Rồi mai này những tiếng kêu gào đó sẽ là của vợ con các ngươi? Nếu ngày nay các ngươi hiệp một đảng với Aetius và Otilia, làm tay sai cho chúng ức hiếp dân mình, thì ngày mai, con cháu các ngươi sẽ làm nô lệ trong chính cái xứ mà nội phụ ta và tổ tiên nhà Ward đã dày công xây dựng một vùng đất bình yên, tự do và trù phú.

Hỡi binh lính South Monia,

Hãy tỉnh ngộ.

Hãy trở về và chờ đợi ta.

Ta sẽ trở lại Vương Thành và khôi phục những ngày huy hoàng của South Monia."

Công chúa nói xong, liền cùng Kim phụng và người đàn ông bay về hướng đảo.

Các tàu chiến South Monia im lìm quay đầu về nơi mình đã đến. Chỉ còn tiếng reo mừng của thuyền nhân Agina trên bờ biển. Người dân và binh lính cùng nhảy múa và hô vang "Nữ hoàng Clementine! Nữ hoàng Clementine! Nữ hoàng Clementine!"

Chương 15:
NỘI GIÁN

Những tia nắng yếu ớt của những ngày đầu đông đang cố soi mình trên biển lạnh. Mặt biển Agina dường như quên mất trận thủy chiến chiều qua. Những con sóng hiền hòa vỗ xô bờ đá.

Tướng quân Elishua bước vào Trại chỉ huy, tươi cười chào Công chúa.

"Chào buổi sáng, thưa Công chúa. Người vẫn ổn chứ?"

Công chúa Clementine ngước nhìn tướng quân, rồi chỉ tay vào chiếc ghế bên lò sưởi.

"Thúc phụ ngồi xuống đây luôn đi. Trời đã bắt đầu trở lạnh."

Công chúa kéo chiếc khăn lông ngỗng, đắp hai chân, rồi quay sang hỏi tướng quân.

"Tình hình binh sĩ thế nào, thúc phụ?"

"Ổn, thưa Công chúa. Thầy thuốc Adonis vẫn đang chăm sóc những binh lính bị thương."

Công chúa gật đầu, chẳng nói thêm câu nào. Đôi mắt to tròn xa xăm nhìn về biển vắng.

Tướng quân đưa tay lấy vài khúc củi, cho vào lò sưởi.

"Tạo Hóa cũng thương Agina. Thời tiết lạnh thế này, dù muốn hay không, Aetius cũng không thể cho quân tấn công Agina vào lúc này. Ít nhất chúng ta sẽ được an toàn qua hết mùa đông." Tướng quân lên tiếng, phá tan bầu không khí yên lặng.

Đột nhiên, Công chúa quay sang nhìn tướng quân, rồi nói.

"Thúc phụ, con muốn về Vương Thành."

"Về Vương Thành???" Tướng quân ngạc nhiên hỏi.

"Vâng, thúc phục. Agina không còn là nơi trú ẩn bí mật và an toàn. Chúng ta không thể ngồi đây, đợi 60,000 quân của Aetius tìm đến giết. Thúc phụ đã dạy con "Muốn thắng một cuộc chiến, trước tiên phải thắng lòng quân". Con nghĩ đã đến lúc cho các quân sĩ South Monia biết, Công chúa của họ vẫn còn sống. Và ai mới là người thừa kế ngai vàng và thống lĩnh ba quân. Huống hồ…" Công chúa ngừng nói, đưa mắt trìu mến nhìn tướng quân. "Huống hồ, thúc phụ đã vì con và South Monia, vì Phụ hoàng và nhà Ward mà phải chịu tiếng "phản thần". Đã đến lúc người dân South Monia cần biết được ai mới là kẻ phản thần sau tất cả câu chuyện này."

Tướng quân Elishua nghe xong, ngẫm nghĩ một hồi rồi lên tiếng.

"Nhưng làm vậy, quá nguy hiểm cho Người. Công chúa là trái tim của nhà Ward, là hy vọng duy nhất của South Monia. Người không thể đi được. Chúng ta có thể sai sứ giả về vương đô…"

"Thúc phụ biết rất rõ là sứ giả không thể làm được gì. South Monia cần phải nhìn thấy con bằng da bằng thịt. Con sẽ đi cùng Kim phụng. Nó sẽ đưa con trở về bình an. Hãy có niềm tin, thúc phụ." Công chúa nắm lấy bàn tay chai sần của tướng quân, trả lời quả quyết.

Tướng quân nhìn Clementine, thấy rõ sự cương quyết của Tiên hoàng Kunj Ward II hằn sâu trong đáy mắt. Tướng quân yên lặng, cho thêm mấy khúc củi vào lò sưởi, rồi quay sang hỏi Công chúa.

"Công chúa, có điều này, không biết Công chúa có tiện trả lời?"

"Thúc phụ cứ hỏi."

"Người đàn ông bay cùng Công chúa trên lưng Kim phụng chiều qua, chẳng hay đến từ nơi nào?"

Công chúa bỗng giật mình khi tướng quân nhắc đến người đàn ông đó. Công chúa nghe mặt mình nóng rực, e thẹn đưa tay vuốt hai gò má, rồi bối rối trả lời.

"Người… đàn… ông… đó… Con không biết tên. Hắn cũng sống trên đảo này, từ trước khi chúng ta đến đây. Rất rành địa hình của đảo. Là… người… đã cứu con lần trước, lúc con bị sập bẫy thú rừng. Hôm qua, hắn tự tìm đến, nói với con, hãy để hắn giúp tiêu diệt kẻ xâm lấn đảo. Hắn đã chuẩn bị sẵn sàng cung tên và yêu cầu con cho hắn bay cùng Kim phụng ra biển. Lúc đó, nhìn thấy các tàu Agina bị bao vây, con nghĩ không còn sự chọn nào tốt hơn, nên đã nhận lời. Vả lại, con biết, hắn là người tốt, sẽ không làm hại chúng ta."

Tướng quân Elishua nhìn Công chúa, để ý gương mặt đỏ bừng của nàng Công chúa trẻ, bèn cười, rồi nói.

"Hắn quả là một cung thủ có một không hai. Cả đời thần chưa từng thấy người nào như vậy. Công chúa biết chỗ hắn ở chứ?"

Clementine lắc đầu.

"Không, hắn chỉ xuất hiện khi nào hắn muốn. Không thể tìm được hắn. Mà hình như, thỉnh thoảng có một con khỉ đi cùng hắn ta."

Tướng quân chặc lưỡi.

"Tiếc thật, nếu chúng ta có thể mời được hắn huấn luyện cho Agina thì tuyệt vời."

Xong, tướng quân yên lặng một hồi, rồi nói tiếp.

"Công chúa, thần nghĩ chúng ta có nội gián của Aetius trên đảo. Cần nhanh chóng tìm ra người này."

"Nhưng chúng ta hiện có hơn 4000 người trên đảo, làm sao biết được người nào?" Công chúa đưa mắt trầm tư.

"Căn cứ theo mực nước biển tràn vào các tàu chiến và lỗ đinh được tìm thấy dưới đáy tàu, có thể xác định 10 tàu chiến đều bị đâm thủng trong cùng một đêm. Người có thể làm được điều này khi các tàu đều đậu xa bờ, đó phải là một kình ngư hiếm gặp. Chúng ta sẽ tương kế tựu kế, tìm ra kẻ đang ẩn nấp trong bóng tối cho Aetius và Otilia."

...

Một ngày nữa lại về trên Đảo Agina. Khắp nơi, người ta bàn tán xôn xao về nội gián trên đảo. Tướng quân Elishua đã treo thưởng hai trăm miếng bạc, một áo lông cừu và hai trăm cân thực phẩm cho người nào cung cấp thông tin tìm ra kẻ giấu mặt.

Chiều qua, Trại chỉ huy thông báo đã tìm thấy manh mối về nội gián và yêu cầu tất cả thường dân và binh sĩ trên đảo phải tham gia cuộc phỏng vấn của tướng quân vào hai ngày đến. Quan thủ kho Aquila, người nắm giữ danh sách các hộ gia đình sẽ cùng Phó tướng Herodotus đảm bảo không ai vắng mặt trong cuộc điều tra.

Đêm trước cuộc điều tra, Agina bỗng yên tĩnh lạ lùng. Mùi biển mặn tan vào trong gió lạnh.

Phía chân đồi, những ngọn đuốc cuối cùng vừa chợt tắt. Phó tướng Herodotus gõ cửa lều Công chúa. Madena ló đầu qua cánh cửa.

"Madena, ta có chuyện gấp cần bẩm báo Công chúa." Herodorus lên tiếng.

Công chúa vừa nghe tiếng Herodotus, đã xuất hiện ngay cửa. Chiếc áo choàng lông cừu che phủ bộ váy màu hồng phấn. Thì ra, Công chúa vẫn đang thức, đợi người báo tin.

"Bái kiến Công chúa. Đã tìm thấy nội gián. Hiện tướng quân đang tra hỏi hắn tại Trại chỉ huy." Herodotus cúi chào Công chúa và nói.

Công chúa nghe xong, liền ra hiệu cho phó tướng đi trước, rồi cùng Madena vội vã bước về phía Trại chỉ huy.

Trại chỉ huy vẫn yên tĩnh giữa màn đêm tĩnh mịch. Chút ánh sáng lập loè phía khung cửa sổ, soi bóng vài ba tên lính đang đứng gác bên ngoài. Công chúa bước vội vào bên trong, rồi tiến thẳng đến bên tướng quân và tên nội gián.

"Bái kiến Công chúa. Đã tìm thấy nội gián lúc hắn ăn cắp tàu nhỏ để ra khơi. Quân lính phải tung lưới giăng mới bắt được hắn. Tướng quân đã ra lệnh lục soát lều của hắn ta. Đã tìm thấy tang vật gồm búa và đinh lớn, dấu đinh khớp với dấu đinh dưới đáy tàu bị đâm thủng; Công chúa hãy xem," một tên lính vừa nói, vừa dâng lên Công chúa mấy tang vật.

Công chúa quay sang nhìn tên trai trẻ đang quỳ gối dưới sàn nhà. Người hắn sũng ướt, cả thân hình run lên vì lạnh.

Vừa nghe tên lính nói xong, tên trai trẻ liền liếc mắt nhìn Công chúa.

"Công chúa ???" Miệng hắn lẩm bẩm.

Clementine nhìn chằm chằm vào tên nội gián, và hỏi.

"Nhà ngươi tên gì? Từ đâu đến? Ai đã sai ngươi đến đây?"

Gã thanh niên nín lặng, không nói một lời. Nhưng nét mặt lộ rõ nhiều bối rối.

"Hắn tên là Jochi Aqua. Đến đảo ba tuần trước cùng gia đình Kennis. Thần đã cho hỏi nhà Kennis. Nhưng họ không biết gì về thân thế người này. Họ bảo đã tìm thấy hắn sắp chết đuối trên biển và cứu hắn lên tàu, sau đó cùng đưa hắn đến đây." Tướng quân Elishua nói cùng Công chúa.

"Sắp chết đuối? Một con cá mà lại chết đuối à? Quả là một màn kịch hay." Công chúa phì cười.

Xong, Công chúa quay về chiếc bàn gỗ dừa, quan sát chàng trai một lúc, rồi phán.

"Cởi trói cho hắn. Mang trà nóng cho hắn ta."

Mùi trà nóng bốc ra thơm phức, nhưng tên trai trẻ chẳng hề mảy may nhìn đến. Mái tóc đen dài ướt sũng che nửa gương mặt lạnh lùng và khó hiểu. Clementine nhìn thẳng vào mặt hắn, rồi nghiêm giọng.

"Ta là Clementine Ward, Nữ hoàng của South Moniavà người cai quản Agina. Ta lệnh cho ngươi hãy trả lời ta. Ngươi là ai? Ngươi đến đây với mục đích gì? Ai đã sai ngươi đến?"

Tên trai trẻ vẫn cúi đầu, yên lặng.

Công chúa bước sát lại gần, nghiêm mặt nhìn vào đôi mắt đen ti hí của hắn, mạnh giọng nói.

"Ngươi có biết, ta có thể cho người thiêu chết ngươi? Và ngươi sẽ không bao giờ còn cơ hội được nhìn thấy gia đình mình một lần nữa. Nhưng nếu ngươi thành thật khai báo và ăn năn việc ngươi đã làm, ta sẽ tha chết cho ngươi. Hãy trả lời ta, ngươi là ai, ai sai ngươi đến Agina?"

Nhưng gã trai trẻ vẫn trơ người như khúc gỗ. Ánh mắt dửng dưng, dường như chẳng màng sống chết.

"Hãy giam hắn lại. Cho hắn ăn." Công chúa ra lệnh.

Hai tên lính xốc tên trai trẻ đứng dậy, trói hắn lại và dắt đi.

Bên ngoài, trời vẫn tối đen như mực. Từng cơn gió về khuya, càng rít lạnh. Clementine quay sang hỏi tướng quân.

"Thúc phụ nghĩ thế nào về hắn ta?"

"Không phải một thám tử tầm thường. Tài bơi lặn hiếm gặp. Khí phách hiên ngang. Nhưng tuổi còn rất trẻ. Là một nhân tài. Nhưng không phải người South Monia." Tướng quân nhấp chén trà lên miệng, vừa gật đầu vừa nói.

"Đúng là không phải người South Monia. Jochi Aqua??? Hắn có liên hệ gì với Aetius và Otilia?" Clementine đan chặt hai bàn tay vào nhau, mắt nhìn ra phía cửa.

Bóng chàng trai nhỏ thó và hai tên lính xa dần, rồi biến mất giữa màn đêm tăm tối.

Chương 16:
VỀ VƯƠNG THÀNH

Vương Thành - những cơn mưa dai dẳng trên những căn nhà gạch trắng u buồn. Tiếng vó ngựa nặng nề nện xuống những con đường lát đá của vương đô. Đường phố vắng tanh, không một bóng người. Lâu lâu, có tiếng đập cửa ầm ầm, tiếng la hét, tiếng kêu nài, khóc lóc. Là đám quân Thủy thần theo lệnh Vương hậu, đi tìm sinh tế cho lễ dâng hương cuối mùa thu. Trong một căn nhà cuối phố, màn cửa tối om. Người cha lăm lăm con dao nhỏ trong tay, run rẩy giơ lên trước mặt con gái, khóc lóc.

"Con gái ơi là con gái, sao con lại là con gái của thời đại này? Tha lỗi cho cha. Cha không thể không làm điều này để cứu con."

Chưa dứt lời, mũi dao run rẩy đã cắt qua gương mặt xinh đẹp của cô bé. Cô bé gào lên giữa bao đau đớn và sợ hãi. Từng giọt máu xót xa nhỏ xuống sàn nhà lạnh ngắt. Người cha ôm chầm lấy con vào lòng, nước mắt như mưa. "Chúa Tạo Hóa ơi, xin ngó xuống nơi này!" Tiếng người cha nguyện cầu thảm thiết.

Bên ngoài, tiếng gõ cửa ầm ầm, "Mở cửa, mở cửa, mở cửa mau!" Người cha lật đậy chạy đến bên cánh cửa. Chưa kịp mở then, thì đám lính đã đạp cửa xông vào. Chúng nắm tay cô bé, toan bắt đi, thì người cha vội vàng chạy đến.

"Xin tha cho con gái tôi. Nó bị bịnh, tự lấy dao rạch nát khắp người. Thủy thần sẽ không vui lòng khi nhận một của lễ như vậy đâu."

Người cha vừa nói, vừa khóc lóc van xin. Mấy tên lính nhìn

nhau, nghe có vẻ hợp lý, liền bỏ tay khỏi người cô bé, rồi tức tốc quay đi. Chúng đang vội. Vội vã với thú giết người vô tội, lấy máu người để đổi lấy chén cơm. Mùa màng thất bát, khắp South Monia, đầy cảnh đói, khát, chết chóc và tang thương. Những cô gái điếm chầu chực trước cửa Đền thờ Thủy thần. Các góc phố im lìm, không một người mua bán.

Bất chợt, có tiếng chim vang dội trên bầu trời.

Ai nấy ló đầu ra cửa sổ.

"Kim phụng! Kim phụng! Kim phụng! Là Công chúa đã về! Công chúa đã về!"

Sau giây phút ngỡ ngàng, mọi người reo to, rồi kéo nhau chạy ào ra phía đường lớn. Trên bầu trời, Kim phụng sải đôi cánh dài rực rỡ, đưa Clementine bay vòng khắp vương đô. Công chúa nhìn oai phong trong bộ áo giáp sắt màu đỏ mận. Mái tóc nâu vàng tung bay giữa bầu trời lộng gió.

Công chúa cho Kim phụng đáp trên đỉnh tường thành, rồi lấy hết bình sinh, hét lớn.

"Aetius và Otilia! Ta là Clementine Ward. Ngươi đã giết hại Phụ hoàng ta, vu cáo cho thúc phụ Elishua Ward. Cho người tấn công và mưu sát ta bên ngoài lãnh thổ South Monia. Tội ác tày trời, không thể dung tha. Ta, thay mặt cho các tiền nhân của South Monia, tuyên bố ngươi tội chết."

Rồi Công chúa nhìn xuống đám lính canh, cất cao tiếng nói.

"Còn các ngươi, hỡi quân sĩ South Monia vĩ đại, các ngươi sẽ chọn phụng sự ai? Aetius hung tàn bạo chúa, kẻ phản bội Tiên hoàng và South Monia? Hay ta, Clementine Ward, Nữ hoàng thật sự của các ngươi, người kế thừa hợp pháp ngôi báu của nhà Ward và truyền nhân của "Cây gậy của người chăn bầy"?

Ai chọn theo ta, hãy chuẩn bị sẵn sàng. Khi thời điểm đến, ta sẽ quay về, cùng các ngươi khôi phục South Monia!

Ta, người thừa kế hợp pháp và duy nhất của nhà Ward. Nữ hoàng Clementine Ward của South Monia!"

Cả Vương Thành im phăng phắc nghe lời Công chúa nói, và rồi, khi Công chúa ngắt lời, cả thành cùng reo vang rúng động cả góc trời.

"Nữ hoàng Clementine! Nữ hoàng Clementien! Nữ hoàng Clementine!"

Cùng lúc đó, Aetius, Otilia và vô số binh lính chạy ùa ra phía sân Chính Điện. Những gương mặt run rẩy, bồi hồi, vui mừng, tức giận, nhìn chăm chăm về phía Kim phụng và Công chúa. Aetius khoát tay ra lệnh cho binh lính bắn tên và tấn công Clementine. Nhưng đám lính rụt rè, không dám tiến lên. Nhiều lính bỏ vũ khí xuống đất, xé áo mình, kêu lớn "Chúng ta thề không phản bội nhà Ward". Vương hậu giật lấy cây cung từ tên lính bên cạnh, thấm vài mũi tên vào chiếc lọ Thủy tinh được Vương hậu mang bên mình, rồi bất ngờ bắn liên tục về phía Clementine. Công chúa nghiêng mình né tránh, nhưng không kịp. Một mũi tên cắm vào cánh tay Công chúa. Công chúa ôm cánh tay, cùng Kim phụng cất cánh bay cao, rồi biến mất giữa bầu trời đầy mây xám. Những giọt máu đỏ tươi nhỏ xuống từ bầu trời, tan mau vào trong gió.

Phía bên dưới, tiếng người dân và binh lính la hét "Chúng ta có can hệ gì với Aetius, kẻ giết vua?"

Đám dân từ các dãy nhà, tràn ra đường cái, tiến về cung điện và Điện thờ Thủy thần. Bên kia bức tường cung điện, tiếng ồn ào, xô xát của binh lính triều đình đang phân rã. Quân thị vệ tràn ra các ngã đường, áp đảo và khống chế đám thường dân và đám quân "phản loạn".

Trời lại mưa. Mưa nhạt nhoà trên những con đường đá nâu đầy máu.

...

"Quoát, Quoát, Quoát"

Tiếng chim phượng hoàng huýt vang trên bờ biển Agina. Tướng quân Elishua và binh lính vội vàng chạy đến. Công chúa Clementine nằm bất tỉnh trên bờ cát trắng. Máu rỉ từ vết thương loang ra cánh tay nhuộm đen cả một vùng cát lạnh.

Elishua hốt hoảng bế Công chúa chạy về lều. Madena vội vàng chạy đi tìm mẹ, nữ thầy thuốc Alexa. Thầy thuốc Adonis cũng được lệnh về ngay lều Công chúa.

Không khí yên lặng bao trùm cả căn lều gỗ. Thầy thuốc Adonis nhìn vào thau nước thử máu của Công chúa, giọng bất lực.

"Thưa Tướng quân, thứ độc trong người Công chúa gọi là Huyền độc. Loại độc này có nguồn gốc từ cực Nam của Đại Dương. Thần có đọc qua, nhưng chưa từng gặp phải. Đây là loại cực độc. Chỉ cần một mũi kim cũng đủ làm cho người trúng độc nhanh chóng bất tỉnh, mê man. Máu sẽ từ từ chuyển sang màu đen và bắt đầu đông lại, không thể tuần hoàn bên trong cơ thể. Thần tạm thời sẽ tiến hành thay máu cho Công chúa, nhằm hạn chế phát tán của độc. Nhưng không thể biết được việc đông máu sẽ nhanh đến đâu và khả năng Công chúa hồi phục lại... chỉ trông vào Tạo Hóa."

Adonis buồn bã nhìn tướng quân. Tướng quân không nói tiếng nào, lặng lẽ bước ra khỏi cửa, đôi mắt thất thần nhìn về phía đại dương.

...

Trời chạng vạng tối. Madena nghe tiếng sột soạt bên ngoài, bèn đẩy cửa bước ra. Nhìn quanh không một bóng người. Bầu trời tối đen như mực. Những cơn gió từ biển thổi vào lạnh ngắt. Madena cài xong then cửa, rồi bước vào phòng Công chúa. Nét mặt cô cung nữ bỗng biến sắc. Chiếc giường trống trơn! Công chúa đã biến mất!

Ngay lập tức, Madena chạy về lều tướng quân Elishua.

"Tướng quân! Tướng quân! Tướng quân." Madena vừa đập cửa, vừa gọi.

Tướng quân Elishua mở cửa, giọng lo lắng.

"Có chuyện gì, Madena? Công chúa ổn chứ?"

"Không..., Tướng... quân... Công... chúa... đã... biến... mất... mất..."

Tướng quân Elishua kéo sập cánh cửa, rồi xách chiếc đèn dầu đi trước Madena, vừa đi vừa hỏi.

“Ngươi hãy nhớ kỹ lại xem. Lúc ngươi nghe thấy tiếng động, ngươi có thấy cái gì khác lạ không? Tiếng động đó giống như là thứ gì?”

“Tì nữ nghĩ giống như tiếng con gì trèo trên cây.” Madena đáp.

“Là con gì chứ? Có tiếng gầm gừ gì không? Chắc không phải là thú dữ?” Tướng quân lại hỏi.

“Không, hình như giống tiếng khỉ hơn. Đúng rồi, có thể là tiếng khỉ, thưa Tướng quân.”

“Khỉ? Sao lại là khỉ? Lạ thật?”Tướng quân vừa nói, vừa soi ngọn đèn dầu khắp các lối đi xung quanh lều Công chúa. Nhưng bóng dáng Công chúa đã tan biến giữa màn đêm, không một dấu vết, dù chỉ là vết máu.

Bấy giờ, Tướng quân như sực nhớ ra điều gì, miệng lẩm bẩm.

“Là khỉ. Chẳng lẽ là người đó???”

“Người nào vậy, thưa Tướng quân?” Madena ngạc nhiên hỏi.

“Không có gì. Madena, tuyệt đối giữ kín việc này. Nếu có ai hỏi, cứ nói là Công chúa tạm thời không thể tiếp bất kỳ ai. Ta sẽ đi tìm Công chúa.”Tướng quân quay sang dặn dò tỳ nữ Madena, rồi xách chiếc đèn dầu, khuất dần giữa bóng đêm giá lạnh.

Chương 17:
CÔNG CHÚA HỒI SINH

Thẳm sâu trong rừng của Đảo Agina, có một hang động rất rộng và dài, chạy dọc theo một con suối lớn. Lối vào hang động được che khuất bởi một thác nước cuồn cuộn chảy. Người bình thường, không có võ công, khó lòng vượt qua được thác nước để vào hang động.

Clementine nằm bất động trên một phiến đá lớn, phẳng lì bên trong hang động. Nét mặt đã bắt đầu hồng hào; máu không còn chảy ở các vết thương. Một ông lão râu tóc bạc trắng, mặc áo choàng trắng, đầu đội khăn trắng, nhẹ nhàng đến bên Clementine. Ông lão cầm lấy tay Clementine và nói chuyện với nàng. Không hiểu ông lão nói gì; nhưng Công chúa từ từ mở mắt. Công chúa nhìn ông lão, nhìn chung quanh hang động, rồi cất giọng yếu ớt.

"Ông là ai? Ta đang ở nơi nào?"

Ông lão nhìn Clementine, nở nụ cười nhân hậu.

"Con gái, con đang ở giữa rừng Agina. Chào mừng con đã trở lại!"

Ông lão vừa nói, vừa với tay lên đầu phiến đá, lấy một chén tàng ong đưa cho Công chúa.

"Là tàng ong rừng đấy. Hãy ăn cho lại sức. Rồi Janus sẽ đưa con về Trại chỉ huy, Công chúa Clementine Ward của South Monia."

Công chúa cầm lấy chén tàng ong, bối rối hỏi.

"Janus? Ai là Janus? Ai đã đưa ta đến đây?"

Ông lão phán.

"Hãy nghe!"

Công chúa lắng tai nghe. Kìa, tiếng sáo! Là tiếng sáo ấy! Tiếng sáo trong mơ Công chúa vẫn thường nghe thấy.

"Là người đó???" Công chúa nhủ thầm, nghe lòng minh rạo rực.

Ông lão nhìn Công chúa mỉm cười. Chòm râu dài bạc trắng đung đưa hiền từ. Công chúa cầm lấy một miếng tàng ong, cho lên miệng. Mùi vị thơm lừng và vị ngọt của tàng ong lan tỏa khắp cơ thể. Công chúa thấy mình như lấy lại sức lực hôm nào. Đặt chiếc chén trống không xuống đầu phiến đá, Công chúa lại chìm vào giấc ngủ.

Trong cơn mơ, Công chúa thấy mình bay qua những núi đồi chập chùng của Agina. Tiếng thác đổ. Tiếng gió thổi. Tiếng suối reo. Tiếng côn trùng kêu râm ran và thỉnh thoảng có tiếng người đàn ông "Này, khỉ con, bên này chứ!"

Công chúa tỉnh dậy, thấy mình đang nằm trên chiếc giường quen thuộc trong căn lều gỗ. Tiếng sóng biển xôn xao và những tia nắng mai tung tăng qua khung cửa. "Ồ, hóa ra không phải là mơ. Janus đã đưa ta về. Ôi, Janus! Janus!"

Công chúa thì thầm, rồi vùng mình chạy về phía núi. Tiếng sáo du dương vẫn như còn văng vẳng bên tai.

Và kìa, bóng dáng chàng thợ săn đang ở ngay trước mặt, mái tóc vàng hoe xõa ngang bờ vai vững chãi, thân hình vạm vỡ, cuồn cuộn những bắp thịt bên dưới bộ áo da hổ, và bộ cung tên bằng đá vắt sau lưng. Công chúa nghe tim mình đập thình thịch, cố lấy can đảm, hít một hơi dài, rồi bật ra thành tiếng.

"Janus!"

Janus xoay người lại, gương mặt chàng sáng bừng dưới ánh nắng ban mai. Và đôi mắt ấy, đôi mắt màu xanh lá ấm áp như núi rừng Agina khi mùa xuân đến. Chàng thợ săn sững sờ nhìn Công chúa, rồi nở nụ cười tươi rói của mùa xuân.

"Công chúa?" Chàng thợ săn cất tiếng.

"Vâng, là... ta," Công chúa bối rối trả lời, "ta muốn đến cảm ơn ngươi, vì đã cứu ta... hai... thực ra là ba... lần." Công chúa thẹn cười, đôi gò má ửng hồng, ánh mắt xoe tròn, lấp lánh. "Cuối cùng, cũng được gặp lại ngươi... ừ... thì,... cảm ơn ngươi, Janus."

Hai tiếng "Janus" vang lên thật ngọt ngào. Công chúa nhìn Janus, giọng dịu dàng.

"Nhân tiện đây... tiếng sáo của ngươi thật tuyệt vời, tuyệt vời thật đấy. Ta chưa từng nghe ai thổi sáo hay như vậy."

"Cảm ơn Công chúa! Thật vinh hạnh là Công chúa thích nó." Janus từ tốn đáp lời. Hai đồng tử ánh lên những tia sáng.

"Chàng như một thiên thần", Công chúa nghĩ thầm, ôm hai cánh tay vào nhau. Mái tóc nâu vàng tung bay giữa những cơn gió nhẹ đầu đông. Tự nhiên, chẳng ai nói với ai câu nào, bốn mắt nhìn nhau đầy yêu mến... Trong giây phút, núi rừng Agina dường như biến mất. Bầu trời như cánh chim đang bay lên. Và hành tinh như chỉ có hai người.

Nhưng chú khỉ con nghịch ngợm đã phá tan phút giây tuyệt vời ấy. Nó nhảy lên người Janus, cào cào vào vai, hối thúc phải đi ngay. Janus xoa đầu chú khỉ, quay sang nói cùng Công chúa.

"Ta phải đi đây. Công chúa bảo trọng."

Nói rồi, chàng xoay người; vừa bước đi, thì Công chúa gọi với theo.

"Janus, hãy ở lại! Hãy huấn luyện ta thành một chiến binh!"

Janus quay lại nhìn Công chúa, nụ cười tỏa sáng trên gương mặt chữ điền.

"Ta sẽ quay lại."

Thoáng cái, chàng thợ săn cùng khỉ con đã biến mất giữa bao la núi đồi. Còn Công chúa vẫn đứng đó, đôi chân như đông cứng, và trái tim vẫn còn loạn nhịp.

“Ta đã gặp lại chàng. Mắt ta đã thấy chàng. Chàng đã ở đây, ngay trước mắt ta, bằng xương bằng thịt, không phải ở trong mơ.” Công chúa reo thầm, rồi đưa tay ôm lấy đôi gò má ửng hồng, miệng cười thẹn thùng, quay gót đi về hướng biển...

Biển hôm nay dường như xanh hơn hẳn mọi ngày. Từng cơn gió thổi xòa vào gương mặt căng đầy hạnh phúc của Clementine. Công chúa nhắm mắt lại, hít một hơi mùi biển mặn nồng nàn. Ôi, cái mùi vị ấy, với Công chúa thật ngọt ngào, dễ chịu, ngọt ngào hơn cả tinh dầu hảo hạng của phương tây, hay hương thơm của các bông hoa trong vườn thượng uyển.

Công chúa khẽ cười một mình, rồi bước nhanh trên con đường dẫn về Trại chỉ huy. Đã gần hai tuần trăng, tướng quân Elishua và các thuyền nhân vẫn ngóng trông Công chúa mỗi ngày. Ai đã từng đi hết cuộc đời, mới thấy cuộc đời thật ngắn ngủi. Ai đã từng đi qua cái chết, mới thấy rằng sống là sứ mệnh. Và sứ mệnh của cuộc đời Công chúa là đem thuyền nhân về lại Biển Thành, giải phóng South Monia khỏi hung thần, bạo chúa. Con đường phía trước còn dài, nhưng niềm tin sẽ thắp sáng tương lai và tình yêu là sức mạnh để vượt qua mọi cản trở trên đường. Tướng quân Elishua vẫn thường nói, “Tình yêu thương sẽ làm nên phép lạ.” Và phép lạ của cuộc đời Công chúa đã bắt đầu khi Công chúa được hồi sinh...

Clementine kéo nhẹ chiếc áo choàng qua vai, rồi tiếp bước trên con đường cát trắng. Gió vẫn thổi. Làn tóc rối tung bay, và những tia nắng yếu ớt vẫn tung tăng giữa trời giá lạnh.

Lán trại đây rồi! Vẫn những thanh gỗ sồi xếp chồng lên nhau thành những bức tường ấm áp. Trại chỉ huy, hai cửa sổ vẫn rộng mở, trông về hướng biển, như đôi mắt đau đáu của thời gian. Mái hiên rộng trơ trọi cái kẻng sắt, và chiếc ghế gỗ xà cừ. Tướng quân Elishua đứng tần ngần bên chiếc kẻng, đôi mắt xa xăm, nhìn ra biển vắng. Madena buồn bã tựa lưng vào cửa sổ, mắt chăm chăm nhìn về phía con đường cát trắng. Bỗng cô hầu nữ giật mình, chạy xuống khỏi mái hiên.

“Là Công chúa! Công chúa đã về.”

Madena reo lên mừng rỡ, rồi chạy về con đường dẫn lên phía núi.

"Tỳ nữ bái kiến Công chúa! Nhờ ơn Tạo Hóa, Công chúa vẫn bình an." Madena vừa nói, vừa quỳ xuống bên cạnh Công chúa.

Công chúa đỡ Madena đứng dậy, rồi dịu dàng cất tiếng.

"Nhờ ơn Tạo Hóa, ta vẫn được bình an. Mọi việc trên đảo vẫn ổn chứ, Madena?"

"Vâng, thưa Công chúa. Mọi thứ vẫn ổn. Tướng quân đã lo lắng cho Công chúa rất nhiều. Hôm nào cũng bí mật đi tìm Công chúa khắp nơi. Mọi người trên đảo vẫn không biết việc Công chúa mất tích. Tướng quân đã ra lệnh, không ai được diện kiến khi Công chúa đang điều trị vết thương. Dầu vậy, người dân trên đảo, ai cũng vô cùng lo lắng. Họ mong sớm ngày lại được nhìn thấy Công chúa. Bây giờ Công chúa đã trở về! Thật tuyệt vời! Cảm ơn Tạo Hóa!" Madena líu lo giọng nói, theo chân Công chúa bước về Trại chỉ huy.

Tướng quân Elishua vẫn điềm tĩnh đứng nhìn bên mái hiên, nở nụ cười hiền lành khi Công chúa bước lại gần.

"Thần không ngạc nhiên đâu. Vẫn ở đây mỗi sáng đợi Công chúa trở về. Ai có thể giết chết được hy vọng của nhà Ward? Chào mừng Nữ hoàng South Monia đã trở lại!" Tướng quân cúi đầu bái kiến Công chúa.

Clementine đỡ lấy đôi cánh tay tướng quân, giọng nhỏ nhẹ.

"Xin lỗi, thúc phụ. Đã để người lo lắng."

Tướng quân nhìn Công chúa, chẳng nói câu nào, dang tay ôm choàng Công chúa, vỗ về như người cha nhớ thương con lâu ngày không gặp mặt. Người dân South Monia vẫn nói với nhau rằng, "Khi nhà Ward hiệp một, thì không một thế lực nào có thể đánh bại họ. Vì họ là sư tử của phương Nam."

Chương 18:
SỨ GIẢ BẤT NGỜ

Người ta thường nói "Thời gian như chiếc bóng", đến rồi đi như cánh chim bay. Nhưng với Clementine, thời gian như con thuyền, chở muôn vàn ký ức, những nụ cười, những niềm đau, những mất mát, cả sự chết và hồi sinh, cả yêu thương và thù hận, cả nỗi sợ hãi và cô đơn... Nhưng Công chúa vẫn luôn cố giữ cho lòng mình bình tĩnh, cố chờ đợi những phép lạ của tình yêu; để một ngày được về lại vương đô, về lại với đồng cỏ xanh tươi dưới chân đồi King's Hills, với những đồi chè thơm ngát, lắng nghe tiếng sáo du dương của mục đồng, và chiều chiều lại viếng thăm mộ Phụ hoàng, Mẫu hậu.

"Thưa Công chúa, chúng ta phải đi thôi."

Madena nhẹ nhàng lên tiếng. Công chúa giật mình, vuốt nhẹ mái tóc màu hạt dẻ. Cô hầu nữ đã chuẩn bị sẵn sàng chiếc vương miện, đội lên đầu Công chúa. Công chúa hít một hơi mạnh, rồi tiến về Trại chỉ huy.

Từ sáng tinh mơ, các thuyền nhân đã kéo về Trại chỉ huy. Ai nấy đều lộ vẻ vui mừng, vì nghe tin Công chúa đã hồi phục khoẻ mạnh, bình an. Nhiều cô gái mang theo các nhánh hoa rừng, gửi mừng Công chúa. Khi Công chúa vừa xuất hiện xa xa, đoàn dân đông cất tiếng hô vang.

"Nữ hoàng Clementine vạn tuế! Nữ hoàng Clementine vạn tuế!"

Công chúa nở nụ cười ấm áp nhìn đoàn dân, rồi tiến về mái hiên Trại chỉ huy. Tướng quân Elishua ra hiệu cho mọi người yên lặng. Công chúa đưa mắt nhìn khắp đoàn dân, rồi cất tiếng.

"Xin chào, Agina!"

Cả đoàn dân lại reo lên: "Nữ Hoàng vạn tuế, vạn vạn tuế!"

Công chúa lại hỏi tiếp: "Các ngươi là ai, Agina?"

Cả đoàn dân bèn hô lớn: "South Monia! Chúng ta là South Monia."

Công chúa nhìn đoàn dân một hồi, rồi hùng hồn cất tiếng.

"Các ngươi nói đúng lắm. Chúng ta là South Monia. Chúng ta thuộc về South Monia. Và chúng ta đến đây để giải cứu South Monia. Chúng ta không thể giải cứu, nếu không hành động. Và bây giờ là lúc để chúng ta hành động. Hãy rèn luyện để chiến đấu như một chiến binh. Bất kể các ngươi là đàn ông hay đàn bà. Hãy xem mỗi ngày là một ngày sẵn sàng cho chiến trận. Hãy đốt cháy trái tim các ngươi, rèn giũa ý chí các ngươi và sẵn sàng để lấy lại South Monia từ tay gian thần Aetius. Cầu xin Chúa Tạo Hóa ở cùng chúng ta, vì South Monia luôn sống mãi!"

Cả đoàn dân cùng la lớn.

"South Monia sống mãi! South Monia sống mãi! Nữ hoàng Clementine vạn tuế! Nữ hoàng Clementine vạn tuế!"

Công chúa giơ cao thanh kiếm trong tay, tiếp tục cất cao giọng nói.

"Ta, Nữ hoàng Clementine Ward của South Monia, tuyên bố, mỗi các ngươi, kể từ hôm nay, là một chiến binh của vương quốc South Monia vĩ đại. Kể từ sáng mai, khi mặt trời ló dạng, ta muốn tất cả các ngươi phải có mặt tại đây, để bắt đầu đợt huấn luyện đầu tiên. Các ngươi nghe rõ chứ?"

"Nghe rõ, thưa Nữ hoàng! Nữ hoàng Clementine vạn tuế! Nữ hoàng Clementine vạn tuế! Nữ hoàng Clementine vạn tuế!"

Đoàn dân lại cất tiếng hô vang.

Tiếng la lớn vọng đến cả căn phòng ẩm ướt phía sau trại lính, nơi chàng trai trẻ Jochi Aqua đang gác mặt bên cửa sổ, ánh mắt đong đưa nhiều tư lự.

Đoàn dân đã ra về một lúc. Một tên lính hớt hải chạy vào Trại chỉ huy.

"Bái kiến Công chúa, có sứ giả từ Vùng Đất Sắt."

"Vùng Đất Sắt??? Sao hắn lại đến đây?" Công chúa băn khoăn nhìn sang tướng quân.

Tướng quân quay sang hỏi tên lính.

"Hắn có nói gì không? Có bao nhiêu tàu cập bến?"

"Chỉ có hai tàu, thưa Tướng quân!" Tên lính trả lời.

Tướng quân nhìn Công chúa, gật đầu. Công chúa ra lệnh cho mời sứ giả.

Sứ giả là một người khá mồm mép. Hắn mặc một chiếc áo dài hai lớp, loại vải thượng hạng của South Monia, khoác trên mình tấm áo choàng lông thỏ mịn mướt. Ngón tay đeo đầy nhẫn. Cả người sực nức mùi nước hoa. Ai đó chắc phải thắc mắc sao hắn có thể giữ được vẻ tinh tươm, thơm phức dường ấy sau một chặng đường biển dài từ Vùng Đất Sắt.

Hắn lại gần Công chúa, kính cẩn nghiêng mình, rồi hôn lên tay Công chúa, cất giọng ngọt như mía.

"Thần, Albaro Marco Rubio, sứ giả Vùng Đất Sắt, xin bái kiến Chủ nhân xinh đẹp của Đảo Agina, Công chúa tuyệt vời của Vương quốc South Monia thịnh vượng, người thừa kế ngai báu của nhà Ward và Nữ hoàng từ lâu thần luôn ngưỡng mộ. Thật may mắn cho thần, hôm nay được diện kiến Công chúa. Cầu cho Công chúa mãi mãi xinh đẹp, sớm ngày đăng cơ Nữ hoàng tại Vương thành South Monia. Nhà vua khôn ngoan, Fedor Aaron Vanin của Vùng Đất Sắt, có gửi cho Công chúa một số quà, bao gồm 1000 kiếm tốt, 1000 dao ngắn. Đây là thư nhà vua đích thân viết gửi cho Công chúa. Mong Công chúa sớm hồi đáp, để thần sớm quay về bẩm báo cùng đức vua."

Sứ giả nói xong, bèn dâng lên Công chúa chiếc phong thư màu đỏ, rồi bước lại cửa, búng tay ra hiệu cho đám lính khiêng các thùng sắt vào trong Trại chỉ huy. Những chiếc thùng sắt nặng nề đã được niêm phong, như lá thư trên tay Công chúa. Công chúa mời sứ giả ngồi, rồi liếc vội phong thư.

"Ta sẽ xem thư kỹ lưỡng và cho nhà ngươi biết câu trả lời sớm. Bây giờ, hãy lui về nghỉ ngơi." Công chúa nhẹ nhàng nói.

Tên sứ giả cúi chào Công chúa, rồi theo chân lính gác rời Trại chỉ huy.

Tướng quân Elishua bồn chồn quay sang hỏi Công chúa.

"Công chúa, liệu thần có thể biết trong thư viết gì cho Công chúa?"

Công chúa nhìn tướng quân, chần chừ một lúc, rồi buông giọng.

"Vua Fedor ngỏ lời cầu hôn."

Tướng quân tròn mắt nhìn Công chúa.

"Cầu hôn ư? Ý nhà vua muốn... cưới..."

Tướng quân còn đang ngập ngừng, thì Công chúa trả lời luôn.

"Là ta. Vua Fedor ngỏ lời cưới ta. Và hứa sẽ giúp ta lấy lại Vương Thành và ngai báu của nhà Ward nếu ta đồng ý làm Hoàng hậu của hắn."

Tướng quân gõ ngón tay vào thanh kiếm trên đùi, hai mắt nhắm lại trong chốc lát, gật gật đầu ra chiều suy nghĩ, rồi lên tiếng hỏi Công chúa.

"Công chúa nghĩ thế nào?"

"Ta không biết. Chuyện này thật điên rồ." Công chúa gấp phong thư lại. Đan chặt các ngón tay vào nhau, đặt lên bàn, nói tiếp. "Lần đầu gặp Vua Fedor tại Kinh thành Sắt, ta đã thấy ông ta có những cử chỉ rất lạ. Lúc đó, ta cũng ngạc nhiên vì sao lại rất dễ dàng bán số vũ khí cho chúng ta, dù biết chúng ta đang bị Aetius truy đuổi. Hơn thế nữa, còn rộng rãi tặng ta bộ cung tên khảm ngọc quý giá. Ta vẫn cất nó, chưa từng dùng đến. Bây giờ, lại sai sứ giả mang thư cầu hôn và gửi tặng chính xác những thứ chúng ta đang cần cho cuộc chiến. Vua Fedor này là người thế nào, thúc phụ?"

"Là người khó hiểu, như Công chúa đã nói. Và rất thông minh. Vua Fedor nổi tiếng là một nhà toán học thông thái, đồng thời thông thạo lịch sử các vương quốc. Vua giỏi thu thập các thông tin của Đại Dương qua mạng lưới các lái buôn và tiệm rượu tại các vương quốc. Ai cũng biết Vùng Đất Sắt nổi tiếng là nơi cung cấp vũ khí và các mặt hàng về sắt. Nhưng ít ai biết, Vùng Đất Sắt cũng là nơi sản xuất nhiều loại rượu ngon. Từ khi Vua Fedor lên ngôi, vua chủ trương xuất khẩu rượu đi nhiều vương quốc, các tiệm rượu và lái buôn trở thành một mạng lưới cung cấp thông tin của Đại Dương cho Vua Fedor, một mạng lưới gián điệp trá hình." Tướng quân rung nhẹ người trên ghế.

Công chúa chăm chú lắng nghe lời tướng quân, đan chặt hai bàn tay dưới cằm, giọng tư lự.

"Một người khó hiểu, lại thông minh, là một người ta nên dè chừng. Là bạn, thì tốt. Là thù, thì kẻ thù này thật khó lường và đáng sợ."

"Công chúa tính trả lời Vua Fedor thế nào?" Tướng quân hỏi.

"Ta vẫn chưa biết được. Phải xem, từ chối thế nào cho thật khéo." Công chúa thở dài.

"Không thể không lưu ý rằng, nếu Công chúa trở thành Hoàng hậu của Vùng Đất Sắt thì việc chinh phục Vương Thành chỉ là chuyện sớm muộn. Nhưng ngược lại, ngai báu của nhà Ward sẽ thế nào? Một vua và một Nữ hoàng cho hai vương quốc? Hay chỉ là một vua của hai vương quốc thống nhất. Điều này liên hệ đến tương lai lâu dài của triều đình nhà Ward, là triều đình vĩ đại mà Tiên hoàng Kunj Ward I đã sáng lập. Mong Công chúa hãy suy xét kỹ càng." Tướng quân chậm rãi nói cùng Công chúa.

Công chúa trìu mến nhìn tướng quân.

"Thúc phụ đừng lo. Con sẽ bảo vệ triều đình nhà Ward cho đến hơi thở cuối cùng."

Tướng quân Elishua nhìn Công chúa, gật đầu. Bàn tay siết chặt vào thanh kiếm...

...

Nắng chiều đổ vàng trên mặt biển Agina. Từng con nắng tung tăng điệu nhảy cuối ngày cùng sóng biển. Clementine ôm chiếc cổ dài của Kim phụng đang nằm trên bờ cát. Đôi tay Công chúa nhẹ nhàng vuốt ve chiếc mào đỏ tía và bộ lông mềm mại trên cổ chim.

"Đã mấy tuần không gặp, ngươi có nhớ ta không, Kim phụng? Ta tưởng mình sẽ chết và không bao giờ được gặp lại ngươi, không bao giờ được về lại Vương Thành. Là sư phụ của Janus đã cứu ta. Cảm ơn Tạo Hóa, đã cho ta thêm một cuộc đời để sống, để hoàn thành sứ mệnh của đời ta. Otilia quả là người hiểm độc khó lường. Ta thấy lo cho Rồng đen Saphiro quá. Thật thương thay cho những người dân tội nghiệp của South Monia. Ngày về Vương Thành, không biết sẽ bao lâu. Nhưng ta, dù chỉ còn một hơi thở, cũng sẽ quyết đem ngươi và hết thảy chúng ta trở về. Hãy đợi ta, Kim phụng! Ta sẽ mang ngươi trở về đồng cỏ của vương đô."

Công chúa nói khẽ, rồi ôm lấy đầu Kim phụng áp vô lòng. Ngoài kia, từng cơn sóng vỗ ầm ầm. Những viên đá cuội vẫn trơ mình lấp lánh dưới ánh nắng hắt hiu của buổi chiều tà.

Chương 19:
JOCHI AQUA

Kinh thành Sắt vẫn lộng lẫy, nguy nga, giữa vùng đồng bằng đầy tuyết trắng. Tiếng đe, tiếng búa nhộn nhịp khắp các ngã đường. Phòng thí nghiệm của Vua Fedor nằm sâu phía hậu sảnh của Hoàng cung. Có một lối đi bí mật dẫn đến phòng thí nghiệm từ thư phòng và phòng ngủ nhà vua. Vua Fedor đang chăm chú cắt từng mảnh sắt và luyện chúng trong một cái nồi to. Có tiếng kêu vọng ra từ thư phòng.

"Thưa Bệ hạ, hoạn quan Albaro đã trở về."

Nhà vua rời khỏi phòng thí nghiệm, mở cửa nguyệt đạo, bước vào thư phòng. Cánh cửa bí mật được che khuất bởi bức tranh Hoa Bạc nổi tiếng của nghệ nhân Osaka, Đảo San Hô.

"Cho vào." Nhà vua ra lệnh khi ngồi xuống chiếc ghế sắt được sơn dầu sáng bóng.

Hoạn quan Albaro, tay cầm một chiếc lồng chim, chậm rãi bước vào.

"Bái kiến Bệ hạ! Thần đã làm xong việc bệ hạ giao phó, và đây là thư của Công chúa gửi đến Ngài. Công chúa xinh đẹp còn gửi tặng bệ hạ chú chim biết nói này và hai mươi thùng thổ sản của Agina."

Vua Fedor nhướng người lấy chiếc lồng chim, thích thú nhìn chú vẹt đầy màu sắc đang tung tăng nhảy múa, chốc chốc lại kêu lên "Đức vua vạn tuế! Đức vua vạn tuế!"

Nhà vua đặt chiếc lồng chim xuống bàn, rồi mở phong thư.

"Xin chào Đức Vua khôn ngoan của Vùng Đất Sắt,

Ta, Công chúa Clementine Ward của South Monia, người kế vị hợp pháp và duy nhất của nhà Ward, Chủ nhân của Đảo Agina, vô cùng cảm kích tấm lòng rộng rãi, hào phóng của nhà vua, đã gửi tặng Agina những món quà quý giá.

Cảm ơn nhà vua đã nghĩ về ta. Nhưng ta, nay vận nước lâm nguy, gia đình ly tán, nào dám nghĩ đến chuyện gì xa xôi.

Bá phụ Aetius vì lòng tham, đoạt chiếm ngôi vua, cai trị South Monia giữa bao nhiêu oán hờn, than vãn. Thắng ngôi báu có ích gì nếu không được lòng dân. Kẻ cai trị đất đai khác hoàn toàn vị vua cai trị một đất nước.

Bởi lẽ đó, ta sẽ trở về giải thoát vương đô khỏi bạo tàn. Ta, người kế vị của nhà Ward, và những chiến binh trung dũng của South Monia sẽ giành lại bình yên, công chính cho hai mươi triệu dân vương quốc South Monia vĩ đại.

Ý nghĩa đó tuyệt nhiên sẽ không còn, nếu ta trở về vương đô với quân đội Sắt. Nợ máu trả bằng máu. Ta lấy gì trả lại cho đức vua khi những chiến binh anh dũng của quân đội Sắt ngã xuống trên mảnh đất South Monia. Tấm lòng của nhà vua, ta vô cùng trân quý. Nhưng ta không thể vay mượn thứ ta không thể đáp đền. Vũ khí và lương thực, nhà vua đã gửi tặng, ta chắc chắn sẽ báo trả sau ngày ta về lại Vương Thành. Lời ít, ý nhiều. Mong đức vua hiểu tấm lòng của ta.

Nguyện chúc cho Vua và Vùng Đất Sắt mãi mãi vang danh giàu có và nhân nghĩa, xứng tầm một trong ba vương quốc đứng đầu của Đại Dương.

Kính thư,

Công chúa Clementine Ward."

Vua Fedor đọc xong lá thư, hôn nhẹ lên nó, rồi thích thú cười phá lên "Hay lắm, Clementine Ward! Nàng không chỉ xinh đẹp, mà còn rất thông minh. Xứng đáng làm Hoàng hậu của ta chỉ có nàng, Clementine xinh đẹp của nhà Ward."

...

Những bông tuyết bắt đầu rơi nhiều trên Đảo Agina. Jochi Aqua nằm co ro trong căn lều phía sau trại lính. Thân hình thỉnh thoảng lại run lên do những cơn ho sặc sụa. Thầy thuốc Adonis bước vào với chiếc túi vải nhiều ngăn, ân cần đến bên chàng trai trẻ.

"Jochi, Jochi! Ta là thầy thuốc Adonis, được lệnh Tướng quân đến khám bệnh cho nhà ngươi."

Chàng trai trẻ vẫn nằm im, cuộn mình trong tấm áo choàng bằng vải thô.

"Nhà ngươi sốt cao quá. Để ta xem nào."

Adonis vừa nói, vừa cho tay bắt mạch.

Đột nhiên, Adonis ngừng lại, nhìn chăm chăm vào vết sẹo trên lưng Jochi.

Jochi, tuy mệt mỏi trên mấy miếng gỗ lót thành giường, vẫn kịp nhận ra vẻ bối rối bất thường trên gương mặt của người thầy thuốc già.

"Ngươi có quan hệ gì với Ito Choki?"

Người thầy thuốc nhìn thẳng vào mặt Jochi Aqua, giọng run run.

Jochi vô cùng kinh ngạc, đưa cặp mắt đen chăm chú nhìn Adonis.

"Sao ông biết Ito Choki? Ông là ai?"

Adonis ngồi xa ra khỏi Jochi, cẩn thận quan sát Jochi từ đầu đến chân, rồi dồn dập hỏi.

"Nhà ngươi năm nay bao nhiêu tuổi? Có phải ngươi sống ở thành trú ẩn bên ngoài Biển Thành? Ito Choki, ông ấy thế nào?"

Jochi giật thót khi nghe người thầy thuốc nhắc đến thành trú ẩn. "Lạ thật, sao người này lại biết ta sống ở thành trú ẩn?" Jochi tự nhủ, rồi đưa mắt chầm chầm nhìn người thầy thuốc. Vẻ hiền lành, trung thực trong đôi mắt nâu mách bảo Jochi có thể tin được ông lão đang ngồi trước mặt. Tự nhiên, hắn cúi đầu, trả lời cộc lốc.

"Đã chết rồi! Mùa hè năm ngoái!"

Người thầy thuốc già nghe xong, cố kiềm nén cơn xúc động. Nhưng Jochi để ý đôi mắt nâu nhấp nháy, vài giọt lệ ươn ướt giữa những vết nhăn.

"Đây là thuốc hạ sốt của nhà ngươi. Hãy uống ngày 3 lần. Nào, bây giờ hãy nằm thẳng ra, để ta châm kim sẽ giúp giảm những cơn đau đầu của nhà ngươi." Người thầy thuốc mở chiếc túi vải, lấy ra mấy cây kim châm và một lọ thủy tinh chứa một thứ nước màu nâu sẫm.

Jochi Aqua cố duỗi thẳng người, đưa mắt trân trân nhìn lên trần nhà, lòng rối bời về mấy câu hỏi của người thầy thuốc.

"Xong rồi, hãy nghỉ ngơi cho khỏe. Ngày mai, ta lại đến."

Adonis nói xong, chuẩn bị bước dậy khỏi giường, thì Jochi Aqua nắm lấy bàn tay Adonis.

"Hãy khoan. Sao ông biết Ito Choki? Ông là ai?"

Người thầy thuốc quay người nhìn Jochi.

"Là bạn cũ."

Nói xong đứng dậy, sửa soạn bước ra khỏi cửa.

Jochi cố gồng mình ngồi dậy, gọi với theo.

"Ito Choki là thúc phụ của ta."

Người thầy thuốc quay người lại, mỉm cười.

"Không phải, hắn là quản gia của nhà ngươi. Một quản gia trung thành."

Một quản gia??? Jochi nghe tim mình nghẹn lại. Cả lồng ngực căng tức. Đôi mắt tối sầm. Đầu bỗng ong ong. Chàng trai trẻ cố nhoái người về phía người thầy thuốc, giọng kinh hãi.

"Ông là ai?"

"Là bạn cũ." Adonis lại trả lời. "Hãy nghỉ ngơi cho khỏe. Rồi ta sẽ dẫn ngươi đến gặp một người." Adonis nói xong, liền lách mình qua tấm màn cửa, bước đi.

Jochi Aqua nằm lại trên mấy miếng gỗ cũ mèm. Gương mặt tái nhợt. Hai đồng tử xoay tròn, không chớp mắt. "Một quản gia. Chẳng lẽ thúc phụ không phải là thúc phụ của ta thật sao? Nếu thúc phụ thật sự là quản gia, thì ta là ai? Phụ thân và mẫu thân không phải là những người di cư đến Biển Thành và làm nghề đánh cá hay sao?" Chàng trai lẩm bẩm như đang lạc vào một giấc mơ, một giấc mơ tối tăm và vô định.

Bên ngoài, những bông tuyết bắt đầu rơi. Từng cơn gió lùa vào căn phòng ẩm ướt, mang theo hơi thở lạnh giá của mùa đông. Jochi kéo tấm vải choàng che hết mặt. Một mình gặm nhấm những kỷ niệm mơ hồ của quá khứ.

Bên Trại chỉ huy, Công chúa Clementine và Tướng quân Elishua tần ngần bên lò sưởi. Madena mang đến hai chén trà nóng hổi dâng lên Công chúa và Tướng quân. Làn khói mỏng cuốn theo mùi hoa lài thơm thoang thoảng. Tướng quân nhích người trên chiếc ghế gỗ sồi, trầm giọng nói.

"Mùa đông năm nay, tuyết rơi muộn hơn năm ngoái. Hy vọng, thời tiết sẽ tốt lên. Các binh sĩ và dân làng có thêm thời gian tập luyện. Mùa xuân đang đến gần. Chúng ta cần phòng vệ tốt hơn cho Agina."

Công chúa kéo tấm khăn choàng lông thỏ phủ kín chân, gật đầu đồng ý.

"Ta cũng hy vọng vậy. Với cách thức biến mỗi người dân thành một binh sĩ như đang làm, ta nghĩ dân làng sẽ biết cách tự vệ và chiến đấu khi cần thiết. Huấn luyện họ biết cách tự vệ, hơn là phải nhìn thấy họ bỏ mạng dưới lưỡi gươm tàn độc."

Tướng quân nhấp nhẹ chén trà, rồi nói tiếp.

"Chúng ta hiện chỉ có hơn mười ngàn lính thiện chiến tại Agina. Nhưng theo tin do thám của ta báo về, khoảng 10 ngàn quân Vương Thành đồng ý chiến đấu dưới cờ của Công chúa. Khoảng 5 ngàn quân Biển Thành đang sẵn sàng chờ lệnh. Kế hoạch chiêu binh từ trong lòng địch của chúng ta đang tiến triển khá tốt. Chúng ta cần tiếp tục kế hoạch này và chờ đợi thời cơ. Khi thời cơ đến,

Agina sẽ bất ngờ tấn công Biển Thành. Trong ứng ngoài hợp, chúng ta sẽ chiếm đóng Bức tường Bờ Biển. Sau đó, chờ cho Aetius gửi viện binh. Chúng ta sẽ tấn công viện binh trên con đường vương lộ. Hai đội quân bí mật khác sẽ thâm nhập vương đô và tất cả cùng đồng loạt bất ngờ tấn công Vương Thành khi nhận tín hiệu từ núi King's Hills."

"Kế hoạch tốt lắm, Tướng quân. Mọi thứ đã sẵn sàng. "Chỉ còn chờ gió đông[4]." Cầu mong Chúa Tạo Hóa thương xót South Monia. Điều quan trọng nhất là không được nguy hại đến thường dân." Công chúa nói, trong lúc đưa cái chén không cho Madena rót thêm trà.

"Vâng, thưa Công chúa. Chúng ta sẽ tấn công bất ngờ vào giữa đêm, và chiếm lấy Vương Thành trước khi rạng sáng. Khi người dân South Monia thức dậy, họ sẽ vui mừng nhìn thấy Nữ hoàng mà họ luôn trông mong đã trở về, đứng trước cửa Cung điện Mùa hè với "Cây gậy chăn bầy" của nhà Ward." Tướng quân mỉm cười nhìn Công chúa.

"Cầu mong mọi việc như ta mưu tính." Công chúa chắp hai tay trước ngực, nhìn ra hướng biển. Mặt biển phủ một lớp sương mờ trắng đục.

Thầy thuốc Adonis trong bộ dạng hớn hở bước vào, cúi đầu bái kiến Công chúa và Tướng quân.

"Bái kiến Công chúa và Tướng quân. Thần có tin quan trọng về tên nội gián Jochi Aqua."

Công chúa ra hiệu cho lính gác ra ngoài, khấp khởi nhìn gương mặt rạng rỡ của người thầy thuốc.

"Là tin quan trọng gì, quan Adonis? Hy vọng ngươi mang đến cho ta một tin tốt lành."

"Thưa Công chúa, là tin tốt lành."

Nói rồi, thầy thuốc Adonis quay sang tướng quân Elishua.

---

4 Trích: "Muôn việc đủ cả, chỉ thiếu gió Đông" của Gia Cát Lượng.

"Thưa Tướng quân, chắc tướng quân còn nhớ, 15 năm về trước, có một võ quan Đảo San Hô, mang theo một cậu bé trúng độc tiêu trên lưng, đến tướng phủ cầu cứu?"

"Là Ito Choki, quản gia nhà Mochi Aqua, Thượng thư hộ bộ Đảo San Hô, người đã bị gian thần hãm hại và bị truy giết cả gia đình. Chỉ còn đứa con trai duy nhất được quản gia đem đi, trốn chạy đến Biển Thành." Tướng quân nhắc lại câu chuyện hơn 10 năm trước không sót chi tiết nào.

"Đúng rồi, thưa Tướng quân. Đứa bé ấy đã bị thương rất nặng và bị trúng độc tiêu. Ito Choki đã liều mình đột nhập tướng phủ vào đêm khuya, cầu xin tướng quân cứu lấy đứa con trai duy nhất của nhà Aqua. Tướng quân đã đồng ý và ra lệnh cho thần cứu chữa đứa bé. Sau đó, vì an toàn của đứa bé va` tướng phủ, tướng quân đã gửi đứa bé và Ito Choki đến cư ngụ tại thành trú ẩn bên ngoài Biển Thành."

"Đúng là ta đã làm như vậy." Tướng quân gật gù.

Adonis nhìn tướng quân, rồi nhìn sang Công chúa, phấn khởi đưa ra thông tin quan trọng:

"Thưa Công chúa và Tướng quân, đứa bé ấy chính là Jochi Aqua. Jochi Aqua, tên do thám cứng đầu của Aetius, chính là đứa bé tướng quân đã cứu 15 năm về trước. Chính thần đã nhìn thấy vết sẹo trên lưng hắn, trong lúc khám bệnh cho hắn ta. Thần đã kể cho hắn nghe hết mọi chuyện. Hắn vô cùng hối hận. Hắn muốn gặp Công chúa và tướng quân."

Công chúa và Tướng quân nghe Adonis nói xong, vô cùng kinh ngạc. Tướng quân Elishua bỏ thêm vài khúc củi vào trong lò sưởi, miệng lẩm bẩm.

"Jochi Aqua, Jochi Aqua, tên do thám cứng đầu ấy là đứa bé Ito Choki đã mang đến phủ của ta 15 năm trước??? Jochi Aqua, do thám của Aetius trên Đảo Agina là con trai duy nhất của Thượng thư hộ bộ Mochi Aqua??? Đúng là Chúa Tạo Hóa đang giúp ta, thưa Công chúa." Tướng quân vừa nói, vừa nhìn sang Công chúa, giọng háo hức như vừa nghĩ ra một kế hoạch độc đáo.

Công chúa nở nụ cười thật tươi quay sang nói cùng Adonis.

"Mọi việc đã dễ dàng hơn nhiều. Này Adonis, hãy giữ bí mật chuyện về Jochi Aqua. Mau đưa hắn đến gặp ta."

"Thần tuân lệnh, thưa Công chúa." Adonis cúi đầu chào Công chúa và Tướng quân, rồi vội vàng quay gót. Dáng người lom khom, mảnh mai khuất sau khung cửa.

Tướng quân quay sang nhìn Công chúa. Đôi mắt nâu đen, hàng lông mi rậm, bỗng sáng lên.

"Nếu Jochi Aqua nhận lời, chúng ta sẽ tương tế tựu kế, diễn một màn kịch hay. Hãy để Jochi tiếp tục gửi tin về cho Aetius, là tin đúng, để lấy lòng tin của hắn ta. Đến lúc thích hợp, ta sẽ để Jochi thoát khỏi Agina, quay về vương đô, làm thân tín bên cạnh Aetius. Rồi từ đó, sẽ do thám các tin tức từ Aetius gửi về Agina. Phen này Aetius chắc sẽ không lường được, tên do thám mà hắn tin cậy nhất, lại là người của chúng ta. Đúng là Tạo Hóa đã gửi Jochi đến để giúp ta, thưa Công chúa."

Công chúa nhích người trên chiếc ghế đu, mỉm cười gật đầu cùng tướng quân.

"Quả là một kế hoạch tuyệt vời!"

Ngoài kia, những bông tuyết tan dần. Vài đứa bé chơi đùa, ngã lăn tròn trên tuyết trắng. Tiếng cười trong trẻo tan vào trong gió lạnh.

Chương 20:
ĐẢO SAN HÔ

Mặt trời ló dạng phía chân mây. Những tia nắng ấm áp của mùa xuân tung tăng trên những ngọn dừa. Núi rừng Agina bừng tỉnh sau giấc ngủ đông. Clementine dạo bước cùng Madena dọc theo bờ biển. Từng cơn gió mát rượi thổi qua gương mặt của hai nàng thiếu nữ. Công chúa bước chậm lại, nhìn sang Madena, nhỏ nhẹ hỏi.

"Madena, ngươi bao nhiêu tuổi?"

"Thưa Công chúa, thần năm nay vừa tuổi 25." Madena cúi đầu đáp.

"Ngươi đã bao giờ yêu ai chưa?" Đôi mắt bồ câu lấp lánh.

Madena yên lặng nhìn ra biển vắng, giọng nghẹn ngào.

"Người ấy... đã trôi vào biển cả... trong trận tấn công của Aetius, lúc chúng ta rời Biển Thành, thưa Công chúa."

"Ta xin lỗi, Madena." Công chúa ôm lấy bờ vai mỏng manh của nàng hầu nữ. Một nỗi đau thoáng qua nơi lồng ngực.

Madena gượng cười, lau vội giọt nước mắt vừa tràn khóe mi.

"Thế còn người, thưa Công chúa?"

Công chúa nghiêng mặt nhìn Madena, chúm chím cười.

"Yêu là gì nhỉ?"

"Với thần, tình yêu như tấm gương. Có thể soi thấy mình trong đó. Nơi ta không cần giấu giếm hay che đậy. Nơi ta có thể sống thật là chính mình và luôn được thứ tha." Madena say sưa nói như một nhà triết học.

“Nhưng gương thường dễ vỡ.” Công chúa chùng giọng.

“Mọi thứ trên đời đều dễ vỡ, thưa Công chúa. Nhưng tình yêu sẽ cho ta sức mạnh. Đó là thứ sức mạnh diệu kỳ nhất, có thể biến đổi tâm hồn từ cánh đồng khô hạn thành một dòng sông, hoặc có thể biến dòng sông thành cánh đồng khô hạn.” Madena lại say mê “thuyết giảng”.

“Ngươi nói cứ như đã từng trải tình yêu rành lắm đấy.” Công chúa cười. “Nhưng mà đúng lắm. Mọi thứ trên đời đều dễ vỡ. Vậy nên hãy trân quý những gì mình đang có hôm nay.”

Tự nhiên, Công chúa nghe lòng mình chơi vơi. Cuộc sống đã lấy đi của Công chúa gia đình, ngôi báu và quê hương. Nhưng cũng ban cho Công chúa Agina, thúc phụ và còn... Janus. Janus, liệu chàng có đang nghĩ về ta, như ta vẫn nghĩ về chàng và hằng nhớ mong, trông ngóng? Nỗi nhớ vẫn đong đầy, nhưng chàng ở nơi đâu? Janus, chàng sẽ đến tìm ta như lời chàng đã hứa? Công chúa gọi thầm trong trái tim, rồi đưa mắt về phía chân đồi.

Từng đám mây trôi lãng đãng trên rừng cây phía núi. Những bầy chim theo nhau bay về phía biển.

Một tên lính bước đến, thưa cùng Công chúa.

“Bái kiến Công chúa. Có người muốn gặp Công chúa.”

“Là ai?”Công chúa chau mày, nghe tim mình thình thịch.

“Là người đàn ông mặc áo da hổ, đeo cung tên bằng đá, giống người đã bay cùng Công chúa và Kim phụng trong trận chiến với Thủy quân Aetius lần trước.” Tên lính trả lời.

“Là người đó sao?” Công chúa hỏi tên lính, nhưng lời nói như đang reo vang, mừng rỡ.

“Là Janus! Chàng đã quay lại như lời chàng đã hứa!” Công chúa reo thầm, rồi chạy về Trại chỉ huy.

Xa xa, bên dưới mái hiên Trại chỉ huy là chàng Thợ săn Janus. Chiếc áo da hổ và bộ cung tên bằng đá trên vai, trông chàng giống như một anh hùng thời Thánh Chiến. Công chúa nghe tim mình đập mạnh, tâm hồn bay bổng như những cánh chim. Công chúa chỉnh lại hai bím tóc, chậm rãi bước lại chỗ mái hiên.

"Bái kiến Công chúa!" Chàng Thợ săn cất tiếng, khi Công chúa vừa bước đến.

"Janus, chào mừng đến với Agina!" Công chúa yêu kiều đáp lại.

"Chào mừng đến với Agina, Công chúa South Monia!" Janus cười dí dỏm.

Công chúa bấy giờ sực nhớ ra mình chỉ là kẻ đến sau, nên khẽ bật cười.

"Hiểu rồi. Ngươi mới là người đầu tiên đến đảo. Nhưng đừng quên ta có cả một đội quân đấy nhé."

"Vâng, thưa Đảo chủ Agina!" Janus vừa nói, vừa nghiêng mình kính cẩn. Rồi cả hai cùng nhau bật cười. Tiếng cười giòn tan trong gió.

Cùng lúc, tướng quân Elishua đang bước lại. Công chúa nói cùng Janus.

"Để ta giới thiệu ngươi với thúc phụ của ta, Thống lĩnh Thủy quân, Tướng quân Elishua."

Janus vội ghé tai qua, nói nhỏ cùng Công chúa.

"Công chúa, ta không muốn người khác biết tên ta là Janus. Từ rày, nếu có ai khác, hãy gọi ta là Thợ săn."

Công chúa nhíu mày, hơi bối rối nhìn thợ săn. Nhưng vẻ nghiêm nghị trong đôi mắt màu xanh lá khiến Công chúa không muốn hỏi gì thêm, bèn gật đầu đồng ý.

"Thợ săn? Ừ thì, thợ săn."

Tướng quân Elishua tiến lại gần, vui vẻ cúi chào Công chúa. Mấy miếng sắt trên bộ áo giáp đụng nhau kêu leng keng theo từng bước đi. Công chúa nắm cánh tay tướng quân, dắt lại gần Janus.

"Để con giới thiệu thúc phụ với vị khách đặc biệt của chúng

ta, người đàn ông bí ẩn thúc phụ đã từng hỏi đến, người đã ba lần cứu con thoát chết. Ngài... Thợ... săn." Công chúa ngập ngừng hai tiếng "thợ săn", rồi nói tiếp, "Ngài Thợ săn đây đã nhận lời huấn luyện cho quân đội Agina và giúp con trở thành một chiến binh."

Công chúa nhấn mạnh hai chữ "chiến binh" với đầy vẻ tự hào và phấn khởi.

Đôi mắt Tướng quân bỗng sáng lên. Bộ râu quai nón nhúc nhích theo điệu cười.

"Đa tạ đại ân nhân đã nhiều lần tương cứu Nữ hoàng của chúng tôi. Vương quốc South Moniavà triều đình nhà Ward đã nợ Ngài." Tướng quân nghiêng mình chào Thợ săn.

Thợ săn mỉm cười cùng tướng quân. Nụ cười ấm áp như những tia nắng xuân đang nhảy múa ngoài sân.

"Mọi việc đều do Tạo Hóa an bài. Tướng quân đừng quá bận tâm. Ta đến vì Công chúa muốn ta huấn luyện cho Công chúa thành một chiến binh. Và muốn ta hỗ trợ huấn luyện binh sĩ cho Agina."

"Điều đó thật tuyệt vời. Thật là một vinh hạnh cho chúng tôi. Nào, ta hãy vào trong. Chúng ta cùng bàn kế hoạch cho Agina." Tướng quân nói, nhường lối cho Công chúa đi trước, rồi cùng Thợ săn bước vào Trại chỉ huy.

Công chúa hạnh phúc bước vào trong. Ba người say sưa bàn thảo kế hoạch tác chiến và dụng binh.

Ngoài kia, nắng đã lên cao. Biển ầm ầm vỗ xô bờ đá.

...

Cơn mưa phùn đang lướt qua trên mấy đồi chè xanh mướt của vương thành South Monia. Aetius say mê điệu múa của cung nữ hoàng gia dưới Mái Hiên Mùa Hè. Một tên cận vệ chạy vào bẩm báo.

"Thưa Bệ hạ, Jochi Aqua đã về."

"Cho vào." Aetius ra lệnh.

Jochi Aqua cúi đầu bái kiến nhà vua. Mái tóc đen xoã dài trên gương mặt đượm nỗi u hoài.

"Mọi chuyện thế nào?" Nhà vua nói khi nhấc mình trên chiếc băng ghế cẩm thạch lót lông chiên.

"Thưa Bệ hạ, mọi thứ vẫn ổn. Không ai phát hiện thân thế của thần. Công chúa Clementine bị trúng độc, nhưng đã được chữa khỏi. Mọi chuyện khác không có gì thay đổi."

Aetius vừa nghe nói Clementine đã được chữa khỏi, liền ngồi bật dậy, chằm mắt nhìn Jochi.

"Nhà ngươi nói gì? Công chúa đã được chữa khỏi? Là ai? Ai có thể làm được điều đó?" Nhà vua nôn nóng hỏi Jochi.

"Thưa Bệ hạ, thần không biết. Nghe nói là một tiên tri già bí ẩn trên đảo."

Aetius gầm nét mặt, bóp mạnh hai bàn tay vào băng ghế. Rồi dịu giọng ngước nhìn Jochi.

"À này, Công chúa vẫn được Elishua đối xử tốt đấy chứ? Ta đã tưởng hắn ta làm gì hại Công chúa. Nếu mọi việc vẫn bình an, thì tạm thời, chuyện về Agina không cần quá lo lắng. Công chúa nhất định phải được đưa về Vương Thành, phản thần Elishua nhất định phải chết. Nhưng bây giờ, ta còn có việc quan trọng hơn. Nhà ngươi cứ về lại Đảo Agina. Có tin gì mới, gửi chim sẻ báo cho ta hay."

"Vâng, thưa Bệ hạ."

Jochi cúi đầu vâng lệnh, rồi tạm biệt nhà vua.

Cơn mưa đầu mùa đã tạnh. Jochi rời bước khỏi Mái Hiên Mùa Hè, đi tìm cô cung nữ mà tướng quân Elishua đã dặn. Jochi vốn là người Biển Thành. Cung điện và vương đô đối với hắn ta rất là xa lạ. Muốn thám thính, phải nhờ đến cung nữ thân tín của tướng quân.

...

Trời bắt đầu tối sầm. Ánh trăng non đầu xuân xa vời vợi. Jochi khéo léo chuyền mình qua mấy bức tường của hậu cung, rồi đu mình trên tán dừa sát bên cửa sổ phòng Vương hậu. Bên trong căn phòng lập loè ánh nến và mùi hoa ly thơm dịu, tiếng Otilia đang nói chuyện cùng một người lạ mặt.

"Mọi chuyện tốt lắm. Ngươi hãy nghỉ ngơi, để sáng mai còn lên đường về Đảo San Hô. Cho ta gửi lời chào quan Park Hwa."

"Xin đa tạ Vương hậu." Người đàn ông thấp người cúi đầu chào Vương hậu, rồi lui khỏi hậu cung bằng lối cửa sau.

Jochi rón rén theo sau người lạ mặt về một quán trọ trong Vương Thành. Hắn sửa soạn xe ngựa, chất một số vật dụng lên xe, rồi bước vào nhà quán. Jochi nhảy vào trong xe, nấp mình dưới tấm vải choàng. Đang lúc loay hoay tìm một chỗ nằm thì Jochi vội rụt mình lại; dưới ánh trăng mờ ảo, Jochi kinh ngạc phát hiện một bao vải chứa binh khí. "Là cung tên và áo giáp!" Jochi vội vàng cột chặt lại bao vải. Rồi nằm chui xuống dưới.

"Chuyện gì đang diễn ra? Otilia bí mật cung cấp vũ khí cho Đảo San Hô??? Quan Park Hwa? Hắn là ai? Ta phải tìm hiểu xem chuyện lớn gì đang diễn ra ở đây?" Jochi nghĩ, rồi cẩn thận kéo thêm vài bao vải che chắn phía trên đầu.

Tiếng xe ngựa lốc cốc trên những con đường vương lộ một ngày dài, rồi dừng lại bên mé biển. Một chiếc thuyền to đã đợi sẵn, cập sát bờ. Người đàn ông lái thuyền phụ giúp người lạ mặt đẩy xe hàng lên thuyền, rồi cứ thế, họ lái thuyền càng lúc càng xa. Chiếc thuyền lênh đênh trên sóng biển. Jochi nằm đó, hồi hộp đợi chờ giây phút thuyền cập bến. Hơn 15 năm rồi, chưa một lần nghe quản gia kể chuyện về Đảo San Hô. Cả thân thế gia đình, nếu không gặp thầy thuốc Adonis thì chắc cả đời này, Jochi vẫn không biết ba mẹ mình là ai. Nhưng hôm nay, cuối cùng đã được trở về. Về lại quê hương, nơi mình đã được sinh ra, 15 năm rồi chưa từng biết đến... Không biết cha bây giờ, có còn hay đã mất? Hay vẫn đang bị giam giữ nơi nào đó trong hoàng cung?" Jochi cố nén hơi thở nghẹt cứng nơi lồng ngực. Mắt lim dim, rồi chìm vào giấc ngủ.

Chiếc thuyền cứ trôi nhẹ, dập dìu trên sóng biển, rồi dừng lại bên một cụm đảo xinh đẹp, đầy cát trắng. Chẳng biết mình đang ở cách Agina và South Monia bao xa. Chỉ biết đây là nhà, là quê hương, là vùng đất tuyệt vời nhất Jochi vẫn mơ về kể từ ngày được gặp thầy thuốc Adonis. Nước biển trong xanh như ngọc, trong đến mức có thể nhìn thấy những đàn cá tung tăng bơi lội dưới mạn thuyền. Jochi nhanh chóng thoát ra khỏi chiếc thuyền, trong lúc người lạ mặt vội vã lên bờ, trình giấy thông hành. Jochi bơi vội vào bờ, rón rén chui mình vào mấy rặng dừa nước ven bờ biển, chờ xe ngựa lăn bánh, rồi bí mật đuổi theo. Chờ thời cơ đến, Jochi lại khéo léo chui vào xe, nấp dưới đống bao vải đầy cung tên và áo giáp.

Chiếc xe ngựa chạy lốc cốc trên những con đường gập ghềnh đồi núi, rồi băng qua cổng thành, tiến đến một biệt phủ. Jochi cẩn thận nép mình sát dưới mấy bộ giáp. Chiếc xe ngựa dừng lại. Một giọng nói ồm ồm vang lên.

"Cho xe ngựa vào nhà kho. Rồi mau mau yết kiến Tướng quốc."

"Tuân lệnh, Phó tướng." Tiếng người lạ mặt trả lời.

Chiếc xe ngựa tiếp tục lăn bánh, rồi dừng lại bên một căn nhà cũ rộng. Đợi cho tiếng bước chân đi thật xa, Jochi chui ra khỏi xe ngựa, rồi phóng lên mái nhà, đuổi theo người lạ mặt.

Bên dưới căn phòng rộng, lộng lẫy những cây trụ đỏ được chạm trổ tinh vi, và những vật dụng bằng gỗ quý, một người đàn ông tóc hoa râm, đầu đội mão đỏ, đang ngồi nhâm nhi tách trà nóng. Gương mặt hắn trát đầy phấn son, hai hàng lông mày được vẽ cao vút như mày phượng. Hai ả hầu nữ đứng phía sau hầu quạt. Người lạ mặt khúm núm bước vào, quỳ gối dưới sàn nhà, báo tin.

Người đàn ông tóc hoa râm nghe xong, bèn hả miệng cười.

"Tốt lắm, tốt lắm. Vậy là chuyến hàng thứ 3 đã vào kho an toàn. Vương hậu cũng biết giữ lời hứa đó chứ. Đợi ta lấy đủ số binh khí cần thiết, và chuẩn bị thêm chút gia vị cho bữa tiệc Hoàng gia, thì Đảo San Hô này sẽ thuộc về ta. Ha ha ha! Uổng công cho tên Hoàng đế ngu xuẩn và tên thượng thư hộ bộ Mochi tìm cách ghép ta tội mưu phản. Park Hwa này, không dễ chết đâu. Chỉ có kẻ nào dám chống lại ta, mới tự mình tìm đến cái chết. Ha ha ha!"

Tiếng cười rúng động cả căn phòng. Đám gia binh đều im phăng phắc. Chỉ một tên trai trẻ thanh mảnh, ẻo lả bước lại gần Park Hwa.

"Thưa Tướng quốc, có điều này nô tài không hiểu. Sao tướng quốc không giết luôn cái tên chuột cống Mochi? Giữ hắn làm gì cho thúi... đất...?" Hắn buông giọng the thé như đàn bà, vừa nói, vừa làm bộ đưa tay bịt mũi.

"Không, không, không giết được." Park Hwa lắc lắc ngón tay trỏ. "Tội tham nhũng của công, theo hình bộ, xử chung thân. Ta là tướng quốc của một nước, phải xét xử công bằng. Hắn ta sống, còn tệ hơn là chết. Tại sao phải giết? Phải để cho mấy tên chó ngu xuẩn trung thành với chủ cũ nhìn thấy. Ở cái Đảo San Hô này, kẻ nào chống lại Park Hwa ta, thì cầu chết chẳng được, cầu sống cũng chẳng xong. Chỉ cầu bình an làm cẩu sai của nhà ta là thoát tội tuyệt diệt." Park Hwa trừng mắt, đặt chén trà xuống bàn.

"Tướng quốc quả là suy nghĩ hơn người, tính toán trước sau. Thiên hạ Đảo San Hô sớm muộn gì cũng thuộc về Tướng quốc."

Tên trai trẻ buông giọng nịnh hót, hôn nhẹ lên bàn tay trắng trẻo, mịn màng của Park Hwa.

Jochi khẽ đóng lại viên gạch trên mái ngói, rồi nhanh chóng phóng người qua mấy dãy nhà, biến mất bên ngoài biệt phủ.

"Cảm ơn Tạo Hóa, vậy là cha vẫn còn sống. Phải mau mau báo tin về Park Hwa và Otilia cho Công chúa. Phải cầu xin Công chúa giải cứu cho cha."

Chương 21:
CƯỚP NGỤC

Những tia nắng mùa xuân lại về trên Đảo Agina. Bên bờ biển, tiếng Công chúa Clementine cười giòn tan trong gió.

"Hôm nay, trời tuyệt đẹp. Ta muốn tập bắn tên hết cả ngày nay."

"Được thôi, Công chúa. Nhưng bây giờ, hãy nhắm quả táo kia. Để xem hôm nay Công chúa bắn đến đâu rồi nhé."

"Thợ săn, ngươi chắc chứ? Ở khoảng cách này? Bắn trúng trái táo trên thân dừa? Ngươi đang đùa ta đấy à?"

"Không đâu, Công chúa. Người phải bắn trúng đấy. Ta nghe nói Otilia là một tay bắn rất cừ."

"Hiểu rồi, hiểu rồi, thưa cung thủ số 1 của Đại Dương."

Công chúa nói rồi giương cao cung về phía thân dừa. Janus chạy đến, cầm lấy tay Công chúa.

"Phải ở ngay đây nè Công chúa. Hãy giữ chặt, nhắm đích cho tốt. Đừng làm bị thương mấy con sóc đấy nhé."

"Vụt", "vụt ", "vụt", mấy mũi tên bay ra, rồi rơi xuống dưới gốc dừa. Công chúa thất vọng nhìn Janus, rồi cười."Thêm một lần nữa nhé."

Bỗng từ trên cao, có tiếng chim kêu "quít ", "quít". Công chúa bỏ thanh cung xuống bãi cát, chạy về Trại chỉ huy. "Có tin từ Jochi."

Con chim sẻ vừa thấy Công chúa, liền bay sà xuống, đáp trên tay Công chúa. Công chúa tháo vội mảnh giấy trên chân chim, mở ra. Đọc xong mảnh giấy, Công chúa nói cùng Janus.

"Có tin từ Đảo San Hô. Jochi đã tìm được cha hắn. Otilia đã bí mật cung cấp vũ khí cho hoạn quan Park Hwa, để trả công hắn đã làm một việc rất quan trọng cho bà ta. Janus, hãy giúp ta đi Đảo San Hô một chuyến. Giúp Jochi giải cứu cha hắn ra khỏi ngục. Nhân tiện, điều tra mối quan hệ của Otilia và Park Hwa."

Janus bỏ mấy mũi tên vào thanh cung trên vai, trả lời Công chúa.

"Được, ta sẽ lên đường ngay."

Janus nói xong, liền quay gót bước đi. Công chúa âu yếm nhìn theo chiếc lưng trần đầy sương gió.

"Thợ săn, hãy bảo trọng. Ta đợi ngươi về."

Janus quay lại, mỉm cười, rồi thoáng chốc, biến mất sau những hàng dừa xanh mướt.

...

Một đêm tối trời trên Đảo San Hô. Một người đàn ông trạc chừng 60 tuổi, nằm co ro trên đám cỏ khô trong ngục. Mái tóc dài phủ che gương mặt buồn rười rượi. Bỗng người đàn ông ngồi bật dậy, có cái gì cựa quậy ngay mũi. Người đàn ông bắt lấy; thì ra là một mảnh giấy. Người đàn ông vội vã cho mảnh giấy vào túi áo, đợi trời vừa sáng, liền mở ra xem. "Con là Jochi. Sẽ đến cứu cha giờ Hợi ngày mai."

Người đàn ông đọc xong mảnh giấy, giật mình nhìn lên mái ngói, rồi ngồi bệt xuống đám cỏ khô "Ôi Jochi, con trai ta! Con vẫn còn sống và đã trở về. Đã dặn Ito không được tiết lộ thân phận của con và tuyệt đối không được trở về Đảo San Hô. Vì cớ gì, hôm nay con lại trở về và biết ta đang bị giam giữ nơi đây? Chuyện gì đã xảy đến cho Ito và con trai ta? Cầu mong mọi chuyện được bình an!" Người đàn ông chắp tay cầu nguyện.

...

Lại một đêm tối trời trên Đảo San Hô. Bên ngoài ngục giam, mọi thứ vô cùng yên tĩnh. Chỉ có hai tên lính gác đi qua đi lại, vẻ buồn ngủ. Bỗng từ đâu xuất hiện một cô cung nữ, mang theo chiếc rổ đựng thức ăn. Cô gái tiến lại gần hai trên lính và hỏi.

"Nầy hai anh kia, phòng của Chang công tử ở đâu? Ta là cung nữ mới, được lệnh mang thức ăn đến cho Chang công tử, nhưng hoàng cung rộng quá, không biết sao ta lại lạc đến nơi này."

"Chang công tử nào? Bọn ta không biết. Đây là ngục giam. Hãy đi khỏi đây!" Một tên lính lên tiếng.

Cô cung nữ cảm ơn tên lính, rồi quay bước đi. Vừa đi được một lúc, liền quay trở lại.

"Thật là khổ cho ta. Không biết làm sao tìm được phòng Chang công tử. Ta mà đem số thức ăn này về lại nhà bếp, thế nào quan ngự thiện cũng sẽ đánh đòn ta mất. Hay là hai ngươi ăn giúp giùm ta? Giờ này chắc Chang công tử cũng đi ngủ mất rồi."

Cô cung nữ vừa nói, vừa mở rổ đồ ăn, đưa cho hai tên lính. Mùi đồ ăn bốc ra thơm phức, cộng với chai rượu, loại ngon của cung đình. Hai tên lính nhìn nhau, rồi đỡ lấy chiếc rổ từ tay cô cung nữ. Cô cung nữ đa tạ hai tên lính, nhanh chóng biến mất giữa màn đêm. Chẳng bao lâu sau, hai tên lính lăn tròn ra ngủ.

Cô cung nữ lại xuất hiện, nhanh chóng kéo hai tên lính vào bên trong, lột hết bộ áo ngoài của chúng, lấy chìa khóa, tiến về phòng giam của người đàn ông đang căng thẳng đợi chờ.

"Cha, là con đây, Jochi."

Hóa ra Jochi đã cải trang thành cô cung nữ nhà bếp. Jochi vừa nói, vừa mở xích trên tay cha mình.

"Mau thay đổi trang phục, con sẽ cứu cha ra khỏi nơi này."

Người đàn ông gầy còm, ôm lấy gương mặt Jochi, khóc.

"Con trai của ta! Ta không thể đi cùng con được. Hai cha con ta không thể thoát khỏi nơi này. Huống hồ gì Park Hwa sẽ truy cùng giết tận. Hãy mau mau rời Đảo San Hô. Đừng bao giờ trở về. Hãy bảo trọng, con trai. Đừng lo cho ta. Ta ở đây đã quen rồi. Chúng không giết ta đâu. Hãy đi mau."

Jochi quỳ xuống bên cạnh cha.

"Cha, hãy nghe con. Chúng ta không có một mình. Công chúa của South Monia đang giúp chúng ta. Người của Công chúa đang ở đây, để cứu cha. Park Hwa đang âm mưu lật đổ ngai vàng. Hoàng thượng và cả cha đều sẽ bị Park Hwa giết hại. Hãy nghe con. Chúng ta sẽ cùng nhau ra khỏi chỗ này."

Người đàn ông sửng sốt nhìn Jochi.

"Hoàng thượng? Hoàng thượng đang gặp nguy? Con đã biết những gì? Công chúa của South Monia?"

"Hãy ra khỏi đây, rồi con sẽ kể với cha mọi chuyện. Nhanh lên cha. Người của Công chúa đang đợi."

Người đàn ông nhanh chóng thay trang phục.

Trong lúc đó, bên ngoài ngục giam, một đám lính đang đi tuần tra qua cửa ngục, phát hiện cửa ngục không có người canh, liền dừng lại.

"Hai tên lính canh ở đâu rồi chứ?" Tên dẫn đầu lên tiếng.

Jochi xuất hiện ngay cửa, trong trang phục của lính canh. Tên dẫn đầu vừa thấy Jochi, liền quát lớn.

"Nhà ngươi đã đi đâu đấy? Thừa tướng đã ra lệnh canh phòng nghiêm ngặt."

"Xin tướng quan thứ lỗi, có một tên la ó bên trong, nên tiểu nhân vào kiểm tra xem có chuyện gì. Ổn hết rồi, tướng quan đừng lo." Jochi vừa nói, vừa cúi đầu.

"Thế tên kia đâu rồi?" Tên dẫn đầu lại hỏi.

"Hắn mới kêu đau bụng nên đi nhà xí. Chắc cũng sắp quay lại rồi."

"Được rồi, canh phòng cẩn thận đấy... Mà sao ta thấy nhà ngươi có vẻ lạ?" Tên dẫn đầu nghi ngại nhìn Jochi.

Jochi nói, trong lúc vẫn cúi đầu.

"Chắc là do tiểu nhân bị bệnh ngoài da, mặt nhiều thuốc nên tướng quan thấy lạ. Xin lỗi tướng quan, vì mặt tiểu nhân như vậy nên không dám lại gần, sợ lây bệnh cho tướng quan. Xin Ngài đi thong thả."

Jochi khẽ ngước mặt lên, gương mặt đầy thuốc đỏ. Tên dẫn đầu vừa nhìn thấy, vội khoát tay ra hiệu cho Jochi lui xa ra, rồi ra lệnh cho đám lính tiếp tục tuần tra.

Khi đám lính đi khỏi rồi. Jochi vội kéo cha ra khỏi chỗ nấp trong ngục giam, rồi cả hai tiến về phía cổng.

Một tên gác cổng nhìn hai cha con Mochi như dò xét.

"Thẻ xuất môn đâu?"

"Chờ một lát." Jochi vừa nói vừa cho tay vào túi áo.

"Hình như ta không giữ thẻ xuất môn. Là ngươi?" Jochi vừa nói, vừa nhìn cha rồi tiến lại sát người, nói nhỏ với cha "Khi nào con chạy, hãy chạy theo con. Đừng nhìn lại phía sau!"

"Hắn bỏ quên lại phòng Chang công tử rồi. Để bọn ta vào lấy." Jochi quay sang, nói với tên gác cổng.

Vừa khi hai cha con Jochi quay gót, thì đột nhiên, từ trên cao, những mũi tên bằng đá bắn trúng ngay mấy trên lính gác. Jochi và cha nhanh chóng mở cánh cổng, vụt chạy.

Bọn lính bắt đầu la lên "Có đột nhập! Có đột nhập!" Lính gác đổ dồn về phía cổng, những mũi tên bằng đá liên tiếp bắn trúng đám quân lính đuổi theo. Đám lính bắt đầu bắn tên tới tấp vào người bịt mặt, có những mũi tên bằng đá. Nhưng người lạ mặt di chuyển lẹ làng qua các mái ngói hoàng cung, rồi tiến về phía cổng thành. Không mũi tên nào chạm được người của hắn. Hắn nhanh như sóc, nhảy như bay và nhanh chóng đẩy lùi khoảng cách giữa đám quân triều đình với cha con nhà Aqua. Đến gần cổng hoàng thành, Jochi nhanh chóng rút kiếm, tấn công mấy tên gác cổng. Phía đằng xa, quân cận vệ hoàng cung đang chạy lại. Những ánh đuốc lập loè và tiếng người la hét "Hãy ngăn hắn lại! Hãy ngăn hắn lại!".

Jochi kéo cha về phía sau. Đám quân trên tường thành ập xuống. Đang lúc tình thế vô cùng bất lợi cho cha con nhà Aqua, thì những đốm lửa đỏ rực bay liên tiếp về phía quân triều đình. Cung thủ bịt mặt ném những cục mỡ đã được tẩm dầu về phía quân lính, rồi bắn tên lửa, kích hoạt những cục mỡ thành những quả cầu lửa thiêu rụi đám quân. Lửa cháy đỏ cả một vùng đêm tối. Mọi thứ dường như hỗn loạn. Jochi và cha biến mất giữa đám lửa, rồi xuất hiện bên ngoài cổng thành.

Bên dưới biển, một chiếc thuyền con và cung thủ bịt mặt đang chờ sẵn. Jochi dắt cha lên thuyền. Người bịt mặt cởi bỏ chiếc mặt nạ.

"Thưa cha, đây là Thợ săn, người của Công chúa Clementine, Vương quốc South Monia, cử đến giúp con giải cứu cha."

Jochi vừa nói, vừa đưa tay về phía cung thủ, rồi nhanh chóng chèo thuyền rời khỏi Đảo Vua.

Quan Mochi cúi đầu trước Thợ săn, rưng rưng nước mắt.

"Hãy nhận lấy của lão già này hai lạy. Một lạy cho Công chúa và một lạy cho Ngài. Lão già này vẫn nghĩ, đời ta sẽ chết trong ngục và không bao giờ còn nhìn thấy lại con trai. Thế mà giờ đây, Ngài đã cứu lấy gia đình ta. Cả đời này, ta có chết cũng không thể nào báo đáp hết ơn."

Thợ săn đỡ lấy hai vai quan Mochi, kéo ông ngồi dậy.

"Hãy cảm ơn Tạo Hóa. Đừng cảm ơn ta. Ta sẽ chuyển lời đến Công chúa giùm ông. Ta mừng là hai cha con ông đã có ngày đoàn tụ. Đường phía trước còn dài. Hãy bảo trọng."

Chiếc thuyền con trôi nhẹ giữa trời khuya. Mochi bắt đầu kể cho Jochi và Thợ săn câu chuyện về Đảo San Hô.

"15 năm về trước, lúc đó, ta đang làm Thượng thư Hộ bộ Đảo San Hô. Một hôm, được lệnh bí mật của Tiên hoàng, đến gặp Ngài ở Đảo Miếu thần, nơi Tiên hoàng đến dâng lễ hằng năm. Tại đó, Tiên hoàng đã khẩu dụ cho ta bí mật điều tra về Park Hwa, Đại thái giám Hoàng cung. Park Hwa này là người của nước Xina, theo

Công chúa Xina đến Đảo San Hô, khi Công chúa được gả làm thứ phi cho Tiên hoàng. Hắn ta võ thuật cao cường, là người bảo vệ của Công chúa. Khi đương kim Hoàng hậu, mẹ của Thái tử qua đời, Công chúa nước Xina được phong làm hậu, quyền lực của Park Hwa cũng theo đó gia tăng. Sau một lần cứu giá, Tiên hoàng đẹp ý, phong cho hắn làm Đại thái giám Hoàng cung.

Một hôm, Tiên hoàng bỗng dưng đau đầu dữ dội. Thái y phát hiện trong trà uống mỗi ngày của Tiên hoàng, có một mùi hoa ly thơm dịu và ngạc nhiên là việc liên tục dùng trà hoa ly có kích thích đến chứng đau đầu của Tiên hoàng. Một cuộc điều tra bí mật được tiến hành, và manh mối dẫn về Park Hwa. Hai nhân chứng chưa kịp trình diện đã bị giết hại. Sau đó Tiên hoàng băng hà, sau khi bị cơn đau đầu không dứt. Park Hwa đã tìm cách đưa Hoàng tử nhỏ, con trai của Hoàng hậu người Xina lên làm Hoàng thượng. Hoàng thượng còn quá nhỏ. Thái hậu quá hiền lành. Hoàng tử cả, là Thái tử bị truất ngôi. Quyền hành trong triều rơi vào tên thái giám người ngoại quốc.

Còn ta, trong lúc điều tra, bị Park Hwa làm giả sổ sách và nhân chứng, ghép ta tội hối lộ, bòn rút của triều đình, theo luật hình, xử tội chung thân. Phu nhân ta cũng bị liên lụy. Bị bắt và chết trong ngục vì không chịu nổi. May là ta đã kịp sắp xếp cho quản gia Ito đem Jochi rời khỏi Đảo San Hô... Ôi, trời đất bao la! Lại không có chỗ tự do cho một người. Ngày nào Park Hwa còn sống, ngày đó Đảo San Hô còn gặp hiểm nguy.

Nầy Jochi, con nói Park Hwa đang âm mưu giết Hoàng thượng?"

"Vâng, thưa cha. Con đã nghe hắn bàn tính về việc lấy đủ vũ khí và chuẩn bị gia vị cho bữa tiệc Hoàng gia, rồi sẽ thôn tính Đảo San Hô."

"Lấy đủ vũ khí???" Mochi kinh ngạc hỏi.

"À con chưa nói với cha. Vương hậu của South Monia đang bí mật cung cấp vũ khí cho Park Hwa."

"Vương hậu??? Vương hậu của South Monia đã qua đời lâu

lắm rồi." Mochi lại càng bối rối.

"Con xin lỗi, thưa cha. Con chưa nói với cha, nhà vua Kunj Ward III đã bị sát hại. Anh trai của vua là Aetius đang cai trị tại South Monia. Vương hậu Otilia, vợ vua Aetius là người đã bí mật cung cấp vũ khí cho Park Hwa. Công chúa Clementine, con gái của vua Kunj Ward III, người kế thừa ngôi báu, đã vượt biển sang Đảo Agina, cùng với Thống lĩnh Biển Thành Elishua và đội thủy quân."

"Không ngờ 15 năm bị giam trong cung điện, Đại Dương tinh đã thay đổi nhiều đến thế." Quan Mochi thở dài.

"Park Hwa và Otilia, hai kẻ phản thần, ngồi lại với nhau, tất có mưu đồ lớn. Chúng ta phải tiếp tục điều tra Park Hwa và tìm cách cứu Thái tử ra khỏi Hoàng cung." Quan Mochi quay sang nói cùng con trai.

Thợ săn lúc này mới lên tiếng nói.

"Công chúa phái ta đến Đảo San Hô, trước để giúp Jochi cứu Ngài. Sau, để điều tra về mối quan hệ của Park Hwa và Otilia. Hãy đưa quan Mochi về nơi trú ẩn an toàn. Rồi ta và Jochi sẽ bàn cách."

Jochi, tay vẫn cầm tay lái con thuyền, nói cùng cha.

"Thưa cha, hiện con đang làm việc cho Công chúa Clementine. Chuyện dài lắm. Từ từ con sẽ kể với cha. Giờ hãy tìm một nơi an toàn cho cha trú ẩn trước."

"Hãy tiếp tục đi về hướng đông, đến Đảo Quạ. Ta đã làm quan hộ bộ 25 năm. Đất đai, địa lý của Đảo San Hô, ta là người biết rõ hơn ai hết. Hãy đi đến đó."

"Vâng, thưa cha."

Chiếc thuyền con tiếp tục lênh đênh trên biển, băng qua những đảo nhỏ của Đảo San Hô. Trời tối đen như mực, nhưng không làm khó được những người đi biển giỏi như cha con nhà Aqua.

Đảo San hô... Đêm vẫn còn dài...

Chương 22:
HOÀNG THÂN AKITO

Đảo San Hô, một buổi sáng mùa xuân êm ái. Những cơn mưa rào vừa mới dứt. Cung điện của triều đình Kyoto trên Đảo Vua hướng về phía mặt trời mọc, là nơi đón bình minh đầu tiên trên quốc đảo. Cung điện là một quần thể các tòa nhà hai tầng bằng gỗ, có tháp nhọn và mái ngói bằng gạch đỏ. Trên mỗi đỉnh tòa tháp đều có một chuông lớn và treo cờ màu trắng có in hình san hô màu vàng, tượng trưng cho mặt trời, ngay chính giữa. Hoàng thân Akito, vốn là Thái tử của triều Kyoto, thức dậy trong căn phòng ở phía tây cung điện. Hoàng thân thay y phục, lấy thanh kiếm trên đầu giường, sửa soạn ra ngoài tập kiếm như mọi hôm. Bỗng Hoàng thân để ý một lọn giấy nhỏ được đính vào đuôi kiếm. Hoàng thân nhìn quanh, đảm bảo đám lính gác và hầu gái không ai nhìn thấy, rồi mở lọn giấy ra đọc.

"Thái tử thiên tuế! Thần là Mochi Aqua. Tiên hoàng tạ thế không phải vì bệnh. Triều đình sắp có biến. Hãy gặp thần tại đền Kumano giờ ngọ 3 khắc ba ngày sau. "

Hoàng thân đọc xong lá thư, mồ hôi rịn ra trên trán, thoáng nhíu mày nhưng rồi nhanh chóng lấy lại vẻ điềm tĩnh. Ông đốt vội lá thư trên ngọn đèn bên cạnh, rồi nhanh chóng bước ra khỏi cửa.

Những giọt sương còn đọng trên những tán tùng. Rừng tùng xưa nay vẫn là nơi tập kiếm của Hoàng gia Kyoto. Hoàng thân Akito múa những đường kiếm nhanh gọn, như bay trong gió. Gần 20 năm tập kiếm, hôm nay có lẽ là lần đầu tiên những đường kiếm của Hoàng thân tự do và bay bổng nhất. Những câu chữ trong lá thư của Mochi như đang hiện ra trước mắt. Gương mặt hiền lành của

Tiên hoàng như đang mỉm cười trong gió nhẹ. Hoàng thân không còn để tâm đến những thế kiếm trong kiếm pháp.

Đôi khi, không nguyên tắc lại là hay...

Cách Hoàng cung, khoảng 20 dặm về phía bắc, gần đền Kumano, hai cha con nhà Aqua và Thợ săn đang lên kế hoạch giải cứu Hoàng thân. Mọi tính toán đã xong. Bước tiếp theo là thuê xe ngựa và voi.

...

Ba ngày sau. Hoàng thân Akito cùng tùy tùng đến chùa Kumano. Trời nắng đẹp. Rất thích hợp cho một buổi dâng hương cầu nguyện. Đang lúc Hoàng thân chắp tay trước bàn thờ, một lão tăng lại gần, đưa Hoàng thân một quẻ xăm- là loại xăm tre các sư thầy và thầy bói toán Đảo San Hô thường dùng để tiên đoán số mệnh và tương lai của một người. Hoàng thân ngước nhìn sư thầy, thoáng chốc, ông nhận ra gương mặt thân quen của thượng thư hộ bộ một thời Đảo San Hô trong trang phục nhà tu. Đã hơn 15 năm rồi. Quan thượng thư đã già và ốm hơn nhiều, nhưng đôi mắt ti hí, chiếc mũi thon cao và nụ cười ấy, Hoàng thân không bao giờ quên được. Nỗi vui mừng bừng lên trong lòng, Akito như muốn ôm chặt lấy đôi bàn tay xương xẩu, gầy guộc của Mochi, nhưng ông biết phải kiềm chế, không được để lộ bất kỳ cử chỉ khác thường nào. Ôi, thượng thư còn đây, như một hình dung sót lại của triều đình Kyoto một thời yên bình, tốt đẹp. Niềm hy vọng nhóm lại đốm lửa từ đống tro tàn lại dấy lên trong lòng Hoàng thân. Hoàng thân cầm lấy xăm tre, liếc đọc.

"Tiên hoàng đã trúng độc mà băng hà. Park Hwa đang tập hợp quân đội và vũ khí riêng. Sẽ đảo chính bất cứ lúc nào. Tuyệt đối không đụng đến đồ ăn và thức uống trong bữa tiệc Hoàng gia."

Gương mặt vẫn giữ vẻ bình thản, Akito quay sang nhìn Mochi như định hỏi điều gì đó. Mochi vội chắp tay, nói:

"Bão tố đại dương, thuyền xô sóng vỡ. Nhưng một con cá voi có thể đưa thuyền cập bến...

Xăm này, chỉ có Hoàng thân mới giải được."

Akito nhìn Mochi, rồi nhìn xuống quẻ xăm. Ngay bên dưới quẻ xăm, có thêm dòng chữ nhỏ: "Kế hoạch giải cứu Thái tử, giờ ngọ ngày thứ 5 trung tuần hai tháng tới. Địa điểm giống nhau...".

Akito nắm chặt quẻ xăm trong tay, bóp mạnh, rồi cho vào lư hương đốt cháy. Chút lửa tàn trong lư bừng cháy mạnh. "Lão sư" Mochi đã đi mất. Hoàng thân đẩy cửa bước ra khỏi phòng cầu nguyện.

"Về cung!" Hoàng thân phán.

Cả đám lính leo lên lưng ngựa, rồi cả đoàn rời khỏi sân đền.

Mặt trời treo lơ lửng, đỏ rực phía đại dương.

...

Quốc điện Kyoto vẫn yên ắng như mọi ngày. Vua Atsuo lòng đầy ưu tư, ngồi buồn tẻ trên chiếc ngai vàng đính đầy ngọc trai và đá quý. Park Hwa giận dữ bước vào, chẳng thèm quỳ gối, chỉ cúi đầu chào, rồi nói cùng đức vua.

"Chẳng hay Hoàng thượng có biết việc Hoàng thân Akito đã đến đền Kumano?"

Nhà vua giật mình, giọng lắp bắp.

"Ta... có biết. Lâu lắm rồi Hoàng thân không có đến đền dâng hương. Ta... thấy... việc ấy cũng nên làm."

"Vấn đề là ở chỗ đó. Hoàng thân xưa nay, đâu phải người sùng đạo. Sao tự nhiên hôm nay lại đến đền dâng hương? Ta vất vả bao nhiêu mới đưa được Hoàng thượng lên ngai vàng. Ta há không nên cẩn thận đề phòng hơn sao? Lần đến, nếu Hoàng thân Akito có xuất cung. Ta hy vọng Hoàng thượng sẽ cho ta biết trước." Park Hwa đưa cặp mắt đen sắc bén, nhìn đức vua vẻ thăm dò.

Đức vua chỉ yên lặng gật đầu... Bàn tay nắm chặt chiếc ngai, giận dữ không dám tỏ bày.

...

Khuất xa trong một ngôi làng ven núi về phía bắc kinh thành, Jochi cùng Thợ săn tìm đến một căn nhà lá của gia đình thuần voi nổi tiếng Đảo San Hô. Ngôi làng này, mỗi năm cung cấp đến cả trăm voi cho các mùa lễ hội và đua voi.

Vừa đến cổng nhà, đã nghe thấy tiếng voi rống đầy đau đớn. Thợ săn động lòng, chạy lên phía trước. Cảnh tượng trước mắt khiến trái tim Thợ săn như tan chảy. Hai người đàn ông, đang cưỡi trên lưng voi. Một người cầm một cây gậy sắt nhọn, đâm vào da voi; người ngồi phía sau dùng một cái búa lớn, đập mạnh vào mông con voi đực. Người này đâm xong, người kia lại đập búa. Cứ thế, buộc con voi phải tiến về phía trước. Nhưng không thể tiến xa, vì bốn chân nó đã bị xích lại bằng những xiềng sắt lớn. Đột nhiên, voi đực gồng mình kêu rú, đập vòi xuống đất, kéo đứt hai sợi dây xích phía chân trước, rồi hất tung hai người quản tượng.

Thợ săn và Jochi nhanh chóng nhảy lên cứu lấy hai người đàn ông đang kinh hãi vì bất ngờ. Thợ săn kêu lớn "Mang nước!". Voi trở nên bớt hung dữ khi Thợ săn đổ ập mấy thùng nước lên đầu nó. Rồi Thợ săn nhảy lên đầu voi đực, đưa tay xoa dịu dọc sống mũi và kêu người mang thức ăn cho voi. Voi bắt đầu trở nên hiền dịu, uốn nhẹ chiếc mũi dài và chịu cho Thợ săn đưa thức ăn vào mũi. Mọi người bấy giờ ai nấy đều thở phào.

"Con voi đang ở thời kỳ động dục. Rất dễ nổi điên và tấn công người khác. Lúc này cần có chế độ chăm sóc đặc biệt cho nó. Hãy giao nó cho ta."Thợ săn nói cùng hai người quản tượng.

Hai người chắp tay lên ngực, nhìn Thợ săn, gật đầu.

Mặt trời đã lên cao phía đỉnh núi. Ngày giải cứu Hoàng thân không còn xa.

...

Trở lại Hoàng cung Kyoto trên ĐảoVua, Hoàng thân Akito cùng phu nhân dạo bước trong vườn thượng uyển.

"Vậy là chàng quyết định phải đi sao?" Phu nhân lên tiếng.

"Ta không còn sự lựa chọn tốt hơn. Nàng thấy rồi đấy. Ngay trong Hoàng cung là nhà, chúng ta cũng đâu còn có tự do. Tai mắt của Park Hwa ở khắp mọi nơi. Đến Hoàng thượng cũng đâu thể nào tự quyết. Giờ hắn lại âm mưu lật đổ ngai vàng. Một khi đám quân ô hợp của Park Hwa tràn vào cung, cả Hoàng cung sẽ chìm trong biển máu. Đó còn chưa kể đám quân ô hợp ấy sẽ làm nên những chuyện nhuốc nhơ gì. Tiên hoàng đã sắc phong ta làm Thái tử. Bao nhiêu hy vọng đặt để vào ta. Nhưng bao nhiêu năm qua, ta thế lực mỏng manh, không làm được gì. Park Hwa thì luôn cho người theo dõi ta rất sát. Ta ở trong cung như trong một cái cũi lớn. Giờ là cơ hội cho ta được thoát ra ngoài, tự do mưu đồ việc lớn. "Bão tố đại dương, thuyền xô sóng vỡ. Nhưng một con cá voi có thể đưa thuyền cập bến." Ta muốn thử làm một con cá voi của đại dương, đưa triều đình Kyoto vượt qua cơn bão tố này. Chỉ tội nghiệp cho nàng và hài nhi. Một khi ta thoát được ra ngoài, Park Hwa chắc sẽ gây khó dễ cho nàng. Nhưng ngày nào triều đình Kyoto và Hoàng thượng vẫn còn, hắn sẽ không thể nào danh chính ngôn thuận tra tấn hay làm hại nàng. Ta đã có cuộc trò chuyện bí mật với Hoàng thượng. Hoàng thượng tính tình tuy nhút nhát, nhưng lại cứng rắn bảo vệ người nhà. Hoàng thượng sẽ bảo vệ nàng và hài nhi. Hãy bảo trọng, thay ta chăm sóc hài nhi. Cầu tổ tiên nhà Kyoto phù hộ. Rồi chúng ta sẽ thoát khỏi kiếp nạn này."

Phu nhân không nói tiếng nào, bàn tay nắm chặt tay của Hoàng thân. Akito ngắt một cành đào bên lối đi, trao cho vợ.

"Đời người như hoa cỏ, sớm nở tối tàn. Thà sống một cuộc đời như sakura (tên gọi khác của hoa anh đào), tận hiến vẻ đẹp cho đời, chết không hối hận. Đã đến lúc nhà Kyoto phải tiếp tục tận hiến cho sứ mệnh bảo vệ và khôi phục Đảo San Hô."

...

Đó có lẽ là đêm hè tĩnh mịch nhất của Tây cung. Hoàng thân Kyoto trằn trọc hoài, không sao chợp mắt. Ngày mai sẽ là ngày Hoàng thân sẽ rời xa cung điện. Bao nhiêu bồi hồi, bao nỗi nhớ mong và niềm âu lo về tương lai của triều Kyoto và Đảo San Hô cứ rối bời tâm trí. Phu nhân nằm bên cạnh, nghe rất rõ từng tiếng thở dài, dù Hoàng thân cố nén trong lòng ngực. Gà gáy canh ba. Hoàng thân thức dậy, bước ra phía ban công nhìn ra biển lớn. Cơ đồ mấy trăm năm của nhà Kyoto đang ở ngay trước mặt. Từng hòn đảo như từng nắm thịt, là máu và công lý, là bản trường ca anh hùng của lịch sử triều Kyoto và Đảo San Hô. Phu nhân lặng lẽ đến bên, ôm lấy Hoàng thân, rưng rưng hai hàng nước mắt. Hoàng thân dìu phu nhân bước vô phòng, nhẹ nhàng đến bên chiếc giường của cậu con trai đang say giấc, khẽ hôn lên vầng trán thơ dại của cậu bé và nói:

"Thị vệ Daishi sẽ là người bảo vệ của thế tử. Ta đã sắp xếp để Daishi sẽ vào Tây cung vào sáng nay. Hãy vững lòng! Chớ rúng động! Tổ tiên nhà Kyoto sẽ ở cùng chúng ta."

Trời dần sáng. Có tiếng rao từ dưới cầu thang.

"Hoàng thượng giá đáo!"

Hoàng thân đặt thế tử xuống nôi, rồi cùng phu nhân vội vàng bước xuống lầu.

"Bái kiến Hoàng thượng! Hoàng thượng vạn tuế, vạn vạn tuế!"

Nhà vua vội vàng đến chỗ Akito, đỡ Akito và phu nhân đứng dậy.

"Hoàng huynh và Hoàng tẩu hãy bình thân."

Nhà vua ra hiệu cho tất cả lính và hầu gái ra ngoài. Căn phòng trở nên rất riêng tư. Phu nhân như hiểu ý, cũng xin phép Hoàng thượng lui về phía tầng lầu. Không gian tĩnh lặng, chỉ còn lại hai anh em nhà Kyoto. Đột nhiên, Vua Atsuo quỳ gối dưới chân Hoàng thân Akito.

"Hoàng huynh, hãy nhận lấy một lạy này của đệ."

Hoàng thân Akito hốt hoảng chạy lại, đỡ Hoàng thượng đứng dậy.

"Hoàng thượng, Hoàng thượng, xin đừng làm vậy. Hoàng thượng là vua của một nước, là Hoàng đế của Đảo San Hô. Thần đây chỉ là bề tôi của Hoàng thượng."

"Không, Hoàng huynh. Lẽ ra ngôi Hoàng đế phải thuộc về Hoàng huynh. Hoàng đệ chưa bao giờ muốn làm một Hoàng đế. Số phận trêu người. Triều đình Kyoto phải đến cảnh này. Thật Hoàng đệ không biết phải nói gì khi gặp lại tổ tiên. Nay, Hoàng huynh ra đi, tìm đường cứu quốc. Triều đình Kyoto chỉ trông cậy vào Hoàng huynh. Một lạy này, coi như ta thay mặt cho ba mươi triệu người Đảo San Hô, chúc Hoàng huynh lên đường may mắn, hoàn thành đại nghiệp, khôi phục giang san. Lần gặp mặt này, không biết đến khi nào huynh đệ ta mới lại trùng phùng. Cầu tổ tiên nhà Kyoto bảo vệ Hoàng huynh. Ta đây, dùng tính mạng này để bảo vệ Hoàng gia và thế tử. Hãy mau trở về, đừng để Hoàng tẩu và mọi người chờ lâu."

Hoàng thân Akito ôm chầm lấy Hoàng thượng. Cả hai huynh đệ dầm dề nước mắt. Hoàng thượng như sực nhớ ra điều gì quan trọng, cho tay vào túi áo, lấy ra tấm thẻ kim bài.

"Hoàng huynh hãy giữ lấy thứ này. Thấy kim bài như thấy Hoàng thượng. Ít ra ta cũng giúp được Hoàng huynh trong lúc bị giữ trong Hoàng cung này. Và còn việc này rất quan trọng. Park Hwa đã biết Hoàng huynh sẽ đến đền Kumano hôm nay. Chắc hắn sẽ cho cao thủ hộ tống. Hoàng huynh hãy cẩn thận."

Hoàng thân Akito gật đầu, nhận lấy thẻ kim bài, cho vào túi áo.

Đã đến giờ phải lên đường. Hoàng thượng vội vàng trở về Đông cung. Hoàng thân ôm chặt phu nhân và thế tử một lần sau cuối. Thế tử vẫn ngủ ngon trong vòng tay của mẹ. Phu nhân mím chặt môi, không dám cho mắt lệ chảy thành dòng. Hoàng thân cố giữ vẻ bình tĩnh, bước ra khỏi cửa, rồi leo lên lưng ngựa.

"Đến đền Kumano!" Hoàng thân phán.

...

Đền Kumano, quang cảnh vẫn yên tĩnh như mọi ngày, chỉ có điều hôm nay có khá đông binh lính. Tướng quốc đã sắp xếp thêm thị vệ "hộ tống" Hoàng thân trong chuyến dâng hương này.

Thời tiết Đảo San Hô trưa hè thật oi bức. Những tán cây rừng không đủ che hết ánh mặt trời đang đốt cháy đám lính canh. Bỗng từ xa, có tiếng leng keng của xe ngựa, rồi một ông lão phu xe xuất hiện với cái mũ lụp xụp, râu cằm dài, đôi mắt ti hí, nhưng giọng nói còn rất khỏe.

"Ho Ho Ho!" Ông lão kéo xe ngựa dừng lại.

Một đám lính canh chạy đến.

"Này, ông lão kia. Mắt ông mù sao? Không thấy bảng cấm vào ở đằng trước à? Khu vực này hôm nay không dành cho dân thường."

Ông lão lật đật nhảy xuống khỏi lưng ngựa.

"Thưa đại gia, lão nô có biết. Nhưng lão nô được lệnh mang nước và đồ ăn cho Hoàng thân Akito. Nghe nói Hoàng thân có thể qua đêm tại chùa. Sư thầy không được báo trước, nên đã cho người bảo chủ nhân của lão nô chuẩn bị buổi tối cho Hoàng thân và tùy tùng."

Một tên lính ra hiệu cho tên bên cạnh vào trong xem xét. Tên lính canh chạy đi, rồi trở lại với cái gật đầu.

Ông lão lại lật đật mở cửa xe ngựa, rồi nói cùng đám lính.

"Xin giúp tôi đưa mấy thứ này vào nhà bếp. Và đây, tôi có mang theo rất nhiều nước mát cho quý đại gia. Xin hãy dùng tùy ý. Thời tiết nắng nóng thế này. Mấy đại gia cũng cần nước mát lắm. Nào, nào, hãy đến đây."

Cả đám lính ùa đến. Chỉ có vài ba tên khệ nệ khiêng đống rau cải vào cửa bếp. Chúng chuyền nhau những ca nước mát và cười ha hả vì sảng khoái. Rồi một lát sau, một... hai... ba... rồi gần như cả đám lính kêu lên "bụng tôi đau quá!". Một số ôm bụng, kéo nhau đi nhà xí. Một số lính khác còn trụ nổi, túm lấy lão phu xe, kề gươm vô cổ. Trong lúc lão phu xe còn đang ú ớ, thì một tiếng "rầm" phát ra từ phía đền thờ. Cánh cửa chính đền thờ mở toang. Một thanh niên tóc đen dài, bịt mặt, bước ra khỏi cửa; một tay ghì chặt lấy Hoàng thân Akito, tay kia kề kiếm ngay cổ Hoàng thân.

"Bỏ lão già ra! Hoặc các ngươi phải trả giá bằng mạng của Hoàng thân Akito. Để xem các ngươi trả lời thế nào với Hoàng thượng của các ngươi."

Cả đám lính dang ra xa, nhường bước cho người bịt mặt. Lão phu xe thoát khỏi lưỡi kiếm của mấy tên lính canh, vội vàng leo lên lưng ngựa. Trong phút chốc, cả hai người đàn ông cùng Hoàng thân và cỗ xe biến mất khỏi sân đền.

Cả đám lính hốt hoảng, hè nhau đuổi theo. Tiếng ngựa phi vang trời. Tiếng hò hét của quân lính "Cứu lấy Hoàng thân!".

Đột nhiên, từ trong đám thị vệ, một tên cao thủ bay về phía trước, chiếm lấy một trong những con ngựa đầu đàn, phóng như bay về phía xe ngựa. Những mũi tên bay tới tấp về phía cỗ xe ngựa và lão phu xe. Người bịt mặt xé bỏ chiếc áo bên ngoài, để lộ một bộ áo bằng rơm khô, rồi bay lên nóc cỗ xe ngựa. Những mũi tên bắn trượt dính vào áo rơm. Thế là áo rơm trở thành chỗ cung cấp tên cho người bịt mặt. Tên cao thủ dẫn đầu bực tức, rút lấy thanh kiếm sau lưng, đứng lên lưng ngựa, tìm cách bay qua cỗ xe. Bỗng từ phía một lùm cây bên đường, một con voi lớn kêu rống lên, rồi xông vào đám lính. Con voi chia cắt cỗ xe ngựa với quân lính triều đình. Một người bịt mặt khác, thân hình cao to, tóc vàng, bắn tên liên tục về phía quân lính. Mười phát như mười. Đám quân triều đình ngã xuống khỏi lưng ngựa. Tên lính dẫn đầu, cố xoay người né những mũi trên bằng đá nhọn, trong lúc cố gắng tiến lại gần con voi. Nhưng con voi vô cùng hung dữ, quay vòi quất ngã những ai dám đến gần. Tên dẫn đầu ra hiệu cho tất cả quân lính còn lại bắn tên vào người bịt mặt. Nhưng người bịt mặt di chuyển trên lưng voi như đi trên đất liền, dễ dàng tránh né đám mưa tên. Và rồi, "xoẹtttt..." tiếng thứ gì xé tan trong gió. Một lưỡi dao hình tròn như bánh xe, với các khắc bén nhọn bay ra, cắt đứt các chân ngựa. Cả đoàn ngựa cùng đám lính ngồi trên lần lượt ngã nhào. Tên dẫn đầu kịp bay ra khỏi lưng ngựa, rồi biến mất bên bìa rừng. Người bịt mặt quay voi, đuổi theo cỗ xe.

Cả núi rừng trở lại yên tĩnh...

Tướng quốc đập tay xuống mặt bàn, mặt giận dữ.

"Thật là tức quá đi mất. Chỉ là một lão già và hai tên vô lại. Thế mà cũng không lo xong."

"Hai tên đó võ công rất cao cường, thưa Tướng quốc. Nhất là tên tóc vàng. Tài bắn tên của hắn xưa nay chưa từng thấy. Chưa kể đến sức bắn và những mũi tên bằng đá nhọn, mức đả thương khá cao. Và tài bắn tiêu của hắn..." Tên lính dẫn đầu quỳ gối, ngập ngừng lên tiếng.

"Tài bắn tiêu của hắn làm sao?"Tướng quốc lườm mắt hỏi.

"Tài... bắn tiêu của hắn... không hề... thua kém... tướng quốc."

Tướng quốc nhìn tên dẫn đầu một lúc, rồi gằn giọng nói.

"Được rồi. Ta tha chết cho ngươi lần này. Hãy lập công chuộc tội. Dầu có lật hết Đảo San Hô này, cũng phải tìm ra tung tích bọn chúng. Ba tháng trước là tên Mochi. Bây giờ lại đến Hoàng thân Akito. Bọn chúng đang có âm mưu gì? Thế lực nào đứng sau lưng hai tên vô lại đó?"

Tên dẫn đầu đa tạ Park Hwa, rồi vội đứng dậy.

Park Hwa quay sang một gia nhân bên cạnh, là tên Jochi đã bắt gặp lần trước tại Vương Thành.

"Hãy mau sắp xếp chuyến hàng tiếp theo từ Otilia. Ta sẽ đích thân đến gặp quân áo đen trong lần chuyển hàng tới. Mọi thứ phải hết sức cẩn thận, không được để xảy ra sơ suất."

"Tuân lệnh, Tướng quốc." Tên gia nhân rụt rè đáp.

Tướng quốc "ừm" một tiếng, rồi đưa tay nâng chén trà thơm lên miệng.

...

Trong căn nhà lá đơn sơ của người thuần voi Đảo San Hô, hai cha con nhà Aqua cùng cả gia đình người quản tượng quỳ gối dưới chân Hoàng thân Akito.

"Bái kiến Hoàng thân! Xin Hoàng thân tha tội cho thần đã mạo phạm." Jochi cúi rạp người, lên tiếng.

"Các ngươi hãy bình thân. Tất cả các ngươi đều là những người con trung hiếu của Đảo San Hô. Triều đình Kyoto nợ các ngươi một sự giải cứu." Hoàng thân Akito ân cần đỡ mọi người đứng dậy.

Người quản tượng vẫn cúi đầu, thưa với hoàng thân.

"Thưa Hoàng thân, nhà Kyoto đã cai trị Đảo San Hô hàng trăm năm. Nếu không có nhà Kyoto, tổ tiên chúng tôi chắc đã bị bắt làm nô lệ cho nước Zinka."

Hoàng thân khẽ gật đầu, rồi quay sang Thợ săn đang ngồi khuất bên cửa sổ.

"Đa tạ người anh hùng đã giải cứu ta."

Thợ săn bước đến chỗ Hoàng thân, mỉm cười.

"Hãy đa tạ Nữ hoàng Clementine của South Monia. Nào, chúng ta phải mau lên đường trước khi trời tối." Thợ săn vừa nói, vừa giục mấy cha con nhà Aqua.

Xong rồi quay sang ba cha con nhà quản tượng, Thợ săn nói.

"Ta trả lại voi đực cho các ngươi rồi nhé. Hãy nhớ, cẩn thận khi voi đang thời kỳ động dục."

Lúc này, người quản tượng già hơn bước về phía trước.

"Thưa ân nhân, nếu không có ân nhân, hai cha con nhà tôi đã bị voi quật chết. Con voi này rất có duyên với ân nhân, gia đình tôi xin tặng nó cho Ngài."

Thợ săn quay sang nhìn Hoàng thân, rồi nói cùng người quản tượng.

"Con voi đó rất hợp với một Hoàng đế... Ý ta là... một người Hoàng gia. Hãy tặng nó cho Hoàng thân của các ngươi. Nhưng chúng ta hiện phải rời xa Đảo Vua, không thể mang nó theo được."

Người quản tượng quỳ gối dưới chân Hoàng thân Akito.

"Nếu Hoàng thân cho phép, bề tôi nguyện chăm sóc cho voi tử tế, đợi Hoàng thân trở lại."

Hoàng thân Akito khẽ gật đầu. Mọi người chia biệt, đi về hướng Đảo Quạ.

Chương 23:
KHIÊU CHIẾN THỦ THÀNH

Một mùa hè nắng cháy trên South Monia. Trên những ngọn đồi của núi King's Hills, ngàn hoa sim tím ngất trời.

Cung điện Mùa hè nằm yên tĩnh giữa những bức tường thành trắng toát, bao bọc bởi những cánh đồng hoa hướng dương và những căn nhà bằng đá vôi có mái hiên đặc trưng của người dân Vương Thành.

Đền thờ Thủy thần nằm ngay ở cổng thành phía nam. Lá cờ đen chết chóc vật vờ trên tháp nhọn. Trong căn phòng lập loè ánh đuốc của đại tế sư, Otilia mặc tấm áo choàng đen bằng lụa mỏng, miệng đang lầm bầm mấy câu thần chú trước một thau nước bằng vàng.

Đột nhiên, nước trong thau bắt đầu chuyển động, và chuyển sang màu đỏ như màu máu. Otilia lấy nước trong thau, phân phát cho mấy nam nữ tế sư, rồi trở về cung điện. Đó là thánh lễ hàng tuần khi các môn đồ nhận nước thánh từ nữ đại tế sư.

Vừa đặt chân đến ngạch cửa phòng Aetius, Otilia đã nghe tiếng nhà vua quát lớn.

"Lại là Pride Lands! Rõ ràng vua Henry muốn chống nghịch ta. Hãy gửi thư cho hắn. Yêu cầu Pride Lands ngay lập tức chấm dứt mọi quan hệ với Agina và tuyệt đối không can thiệp vào việc của nhà Ward. Nếu không, hãy chuẩn bị nghinh chiến."

Đại học sĩ cúi đầu vâng lệnh, bái kiến Otilia khi Vương hậu bước vào phòng, rồi quay gót bước ra khỏi cửa.

“Bệ hạ, đã xảy ra chuyện gì?” Vương hậu cất tiếng hỏi nhà vua.

Aetius, mặt vẫn đỏ ngầu, đáp lời Vương hậu.

“Tin tình báo từ Thủ Thành. Vua Henry chuẩn bị gửi thêm tàu chiến và vũ khí cho Agina. Còn nàng thế nào? Việc với Đảo San Hô đến đâu rồi? Ta không đợi lâu nữa được đâu.”

“Thưa Bệ hạ, mọi việc vẫn tiến triển tốt đẹp. Và… thiếp có tin vui cho Ngài.”

Vương hậu tiến lại gần Aetius, vươn cái cổ dài, thì thầm vào tai vua. Chẳng biết Vương hậu nói gì, nhưng nhà vua sáng bừng nét mặt, rồi cười ha hả “Giấc mơ làm vua thế giới Đại Dương của ta sắp thành hiện thực rồi”.

Vương hậu mỉm cười, ôm lấy Aetius.

Mùi hoa ly thơm dịu cả căn phòng...

...

Nơi Biệt ngục, Rồng đen Saphiro vẫn bị xích chặt trong hầm đá . Đôi mắt lim dim và thân hình đầy những vết thương...

...

Bên kia Đại Dương, về phía Tây Bắc, Pride Lands đang hưởng những ngày nắng đẹp.

Vua Henry tựa cửa sổ, trông về hướng Đông Nam. Nhà vua nhắm mắt lại, nhìn thấy những cơn sóng dữ trùng trùng đang cuốn lấy một con tàu; mặt trời tối om, rồi chiếc tàu tan nát cùng biển cả. Biển muôn đời vẫn vậy, khi hiền hòa, lúc dữ tợn; khi xanh thẳm màu hy vọng, lúc xám xịt màu tối tăm.

Và đã 19 năm trôi qua. 19 năm! Một người đã ra đi, không trở lại... 19 năm! Trái tim nhà vua vẫn tràn ngập nỗi nhớ mong. 19 năm, cứ đến ngày này mỗi năm, nhà vua lại đến đây, nhìn về hướng biển... Biển vẫn còn đó, tình yêu đong đầy... Nhưng người thương, giờ không biết nơi đâu?

"Thưa Bệ hạ! Thừa tướng xin yết kiến."

Một trên lính xuất hiện ngay cửa, cắt ngang dòng cảm xúc của nhà vua. Nhà vua yên lặng bước về Điện Mặt Trời.

Thừa tướng Williams đang ở trong Điện Mặt Trời, gương mặt âu lo, vẻ căng thẳng lộ rõ trên vầng trán rộng.

"Bái kiến Bệ hạ. Có tin từ Vương Thành. Aetius muốn khiêu chiến Pride Lands. Đây, Bệ hạ hãy xem."

Thừa tướng vừa nói, vừa trao cho nhà vua một phong thư. Nhà vua đọc xong phong thư, liền phán.

"Triệu tập các Archon!"

Các Archon cai quản 15 Kora trong cả nước, được triệu tập khẩn cấp về Thủ Thành. Cuộc họp tối cao của những người cai quản Pride Lands kéo dài hai ngày vẫn chưa đưa ra quyết định đối phó South Monia. Hơn một nửa các Archon đồng ý cắt đứt mọi viện trợ cho Agina, nhằm ngăn chặn một cuộc chiến không cần thiết. Trong lúc đó, vua Henry và những Archon còn lại, bày tỏ quan ngại về một cuộc chiến vẫn có nguy cơ xảy ra, ngay cả khi Pride Lands rút khỏi hợp tác với Agina.

Ngày thứ ba của cuộc họp, không khí căng thẳng bao trùm cả căn phòng rộng lớn của Điện Các Ngôi Sao. Ai nấy cũng hồi hộp đợi chờ quyết định cuối cùng của nhà vua.

Vua Henry yên lặng nhìn đảo khắp căn phòng. Nét suy tư ẩn dưới vẻ mặt luôn trầm lặng của nhà vua. Nhà vua gật đầu, ra hiệu cho quan thư ký đọc chiếu chỉ. Quan thư ký chậm rãi tiến về trước ngai vua, mở cuộn chiếu chỉ trong tay, rồi tuyên đọc.

"Hỡi các Archon của vương quốc Pride Lands vĩ đại, các cánh chim vững chãi của nhà Foreman. Tổ tiên ta lập quốc trên những vùng đồng bằng bất tận, những dải rừng già linh thiêng của phương Bắc và đường biển dài nối các hải cảng sầm uất của phương Tây. Há có vua nào xưa nay dám uy hiếp Đại bàng của nhà Foreman, mà lớn tiếng xưng uy "Nếu Thủ Thành không phục, thì hãy chuẩn bị cho chiến tranh!"? Aetius là ai mà dám uy hiếp Pride Lands vĩ đại? Ta há để cho một kẻ phản thần chiếm ngôi vua, ngông cuồng can thiệp việc triều chính của nhà Foreman? Một kẻ ngông cuồng và tham vọng như vậy, ắt có ngày hắn sẽ tìm đến đây, ngang nhiên gây sóng gió trên bờ biển ngoài Thủ Thành. Không phải vì chúng ta có quan hệ với Agina hay Công chúa Clementine, người thừa kế hợp pháp của nhà Ward; ấy là vì đất, vì nước, vì vàng và vũ khí.

Vậy, ta kêu gọi hết thảy các Archon của các Kora, hãy tăng cường cảnh giác, củng cố quân đội, dự trữ lương thảo và chuẩn bị mọi thứ cần thiết cho một cuộc chiến không hẹn trước với South Monia.

Về vấn đề với Agina, ta tự đã có cách. Hãy tin ta, như các ngươi vẫn tin vào sự dẫn dắt của chim đầu đàn. Vì ta là Đại bàng của nhà Foreman. Sứ mệnh của ta là dẫn dắt Pride Lands đến nơi tốt đẹp nhất, an toàn nhất và dư dật nhất. Ta, Đức vua Henry Foreman của Pride Lands vĩ đại."

Các Archon đồng loạt đứng dậy, lớn tiếng hô vang.

"Đức Vua vạn tuế! Pride Land vạn tuế! Đại bàng của nhà Foreman vạn tuế!"

...

Agina, mặt trời đã lên cao phía ngọn dừa. Cuộc họp của Hội đồng nghị sự và Công chúa Clementine đã kéo dài hơn bốn tiếng. Hè đến, nghĩa là Aetius sẽ đến. Cần có kế hoạch phòng thủ và chiến đấu, kể cả nếu phải rút sâu vào rừng để bảo vệ an toàn cho hơn 10,000 dân thường và bảo toàn lực lượng chiến đấu của 5,000 lính.

"Thưa Công chúa, thần cảm thấy có điều gì đó bất thường ở đây. Chúng ta đã qua hết hai mùa xuân kể từ ngày quân Aetius thua trận. Thời tiết có thể nói là thuận lợi nếu Aetius đem thủy quân và tàu chiến tấn công chúng ta lần nữa. Nhưng cảm ơn Tạo Hóa, Agina đến giờ vẫn bình yên. Không biết thám tử của ta có tin gì cho Công chúa hay chăng?" Quan Asher cất tiếng hỏi.

"Cảm ơn Tạo Hóa. Agina vẫn bình yên. Đúng là Aetius không có động thái điều tàu và lính. Điều này rất lạ. Trừ khi Aetius có một lý do nào đó, không muốn hoặc không cần phải tiêu diệt Agina lúc này. Không biết tướng quân thấy sao về việc này?" Công chúa âu lo nhìn tướng quân Elishua.

"Người đi biển thường có câu "Vùng có sóng là vùng an toàn. Vùng sóng lặng mới là vùng nguy hiểm." Ắt hẳn Aetius đang chuẩn bị một điều gì đó. Một âm mưu! Một kế hoạch thôn tính! Dù đó là gì, thì chúng ta vẫn càng phải nâng cao cảnh giác, kiên trì tập luyện và sẵn sàng ở vị trí chiến đấu mọi lúc, mọi nơi. Ta nghĩ chúng ta cần xây thêm các trạm gác và đài quan sát. Có thể phải đi Thủ Thành một chuyến trong thời gian sớm nhất. Cần xác nhận khi nào Vua Henry sẽ cho chuyển số tàu và binh khí như đã nói. Cần yêu cầu các thám tử của ta tại Vương Thành theo dõi sát sao mọi tin tức từ Chính Điện, đồng thời phải theo sát mọi hành động của Otilia. Con người này không hề đơn giản. Ả ta là dạng rắn độc. Miệng lưỡi giả dối. Mưu kế thâm sâu. Lại có tài dụ dỗ Aetius và có cả thế lực của quân Thủy thần yểm trợ. Hãy hết sức theo dõi con rắn độc này." Tướng quân nói với hội đồng, nét tư lự hằn rõ trên gương mặt rám nắng.

Công chúa nhích người trên chiếc ghế phủ lông thỏ rừng, giọng thanh rõ.

"Ta sẽ sắp xếp đi Thủ Thành trong vài ngày đến. Tướng quân hãy cùng với Thợ săn lên kế hoạch tấn công và phòng bị cho Agina. Tình hình tài chính và lương thảo của chúng ta có vấn đề gì không, quan Asther và quan Aquila?" Công chúa tiếp lời, quay sang quan tài chính và quan thủ kho.

"Thưa Công chúa, về lương thảo, chúng ta vẫn ổn. Thần đã kêu gọi các hộ dân tăng cường dự trữ đồ khô. Hơn nữa, năm nay, tôm cá được mùa. Ngô khoai trên đồi cũng thu hoạch tốt. Đây là báo cáo lương thảo và dự trữ của Agina. Công chúa có thể xem qua." Quan Aquila vui vẻ chuyển cuộn giấy cho Công chúa.

Công chúa vui mừng nhìn qua bản báo cáo. Quan tài chính Asher gằn cổ họng, nhìn vào cuộc giấy chi chít số, rồi ngước đầu thưa với Công chúa.

“Thưa Công chúa, tình hình tài chính của chúng ta không được tốt lắm. Chúng ta đã chi một khoản lớn để mua vũ khí từ Vùng Đất Sắt, và một khoản khác để mua lương thảo trước mùa đông năm ngoái. Số còn lại có thể chỉ đủ cung ứng cho các nhu yếu phẩm, nhưng nếu cần trang bị thêm vũ khí cho binh lính, thần e là chúng ta không thể lo được.”

Công chúa chống tay dưới cằm, nhìn chăm chăm xuống cuộn giấy của quan tài chính. Cả hội đồng bỗng nhiên yên lặng. Cùng lúc, một tên lính chạy vào bẩm báo.

“Bái kiến Công chúa. Là người của vua Henry Foreman xin diện kiến.”

Công chúa và hội đồng ngạc nhiên nhìn tên lính. Xong, Công chúa phán.

“Cho mời!”

Một người đàn ông tuổi ngoài ba mươi, mái tóc uốn vàng được buộc gọn gàng sau gáy, bước vào, lịch thiệp cúi đầu thưa.

“Thần là Oliver Lester, thư ký của Tổng quản nội vụ Pride Lands, xin bái kiến Công chúa Clementine Ward, người thừa kế South Monia và Đảo chủ Agina. Thần nhận lệnh đức vua đến đây để trao cho Công chúa phong thư này. Đợi câu trả lời của Công chúa là thần phải đi ngay.” Vị quan Pride Lands nói xong, liền mở túi áo, lấy ra một phong thư đã được niêm cẩn thận trao cho Công chúa.

Công chúa nhận lấy phong thư giữa bao nhiêu ánh mắt lo lắng của hội đồng. Công chúa mở vội phong thư, đọc xong, Công chúa ngước nhìn vị quan, từ tốn đáp như một Nữ hoàng.

“Ta đã biết cần phải làm gì. Hãy chuyển lời ta đến nhà vua. Agina sẽ giữ lời hứa của mình. Còn quan Lester, nếu có thể nán lại, hãy để Agina gửi đến nhà vua chút quà.”

Công chúa nói xong, ra hiệu cho Madena đến gần, nói nhỏ gì đó vào tai Madena, rồi quay sang truyền lệnh cho quan Kefa.

“Quan Kefa, hãy chuẩn bị những đặc sản ngon nhất của

Agina, gửi tặng đến Đức vua và Vương hậu đáng kính của Pride Lands. Madena sẽ đi cùng Ngài. "

Quan Kefa cúi đầu vâng lệnh, rồi cùng Madena và vị quan Pride Lands rời khỏi Trại chỉ huy.

Cả hội đồng nhìn sang Công chúa, hồi hộp đợi chờ Công chúa chia sẻ những gì viết trong thư. Tướng quân Elishua sốt ruột hỏi.

"Công chúa, có chuyện gì quan trọng đến mức Vua Henry phải cử thư ký của quan nội cung mang thư đến, thay vì gửi chim như thường lệ?"

Công chúa không trả lời, trao phong thư cho Tướng quân.

Tướng quân đọc xong phong thư, trầm giọng:

"Trong thư không nói gì nhiều. Vua Henry tạm thời chưa thể chuyển số vũ khí và tàu chiến cho Agina. Nhưng đức vua lại yêu cầu Agina tập trận chung ngay khi có thể. Dường như có điều gì đó đang diễn ra..."

"Điều gì đó đang diễn ra..." Công chúa lặp lại lời tướng quân, đưa mắt nhìn hết thảy các thành viên hội đồng nghị sự.

Tướng quân cầm lá thư, suy nghĩ một hồi, rồi lên tiếng.

"Công chúa, khi nào Thợ săn sẽ trở về?"

"Hai tuần nữa."Công chúa trả lời.

"Được rồi. Thần nghĩ vậy để mình thần đi Thủ Thành trước. Dù sao cũng cần bàn kế hoạch tập trận với Pride Lands. Công chúa hãy ở lại, lo vấn đề phòng thủ cho Agina. Có Thợ săn về, thần cũng an tâm hơn rất nhiều."

Công chúa gật đầu, yên lặng nhìn ra hướng biển.

Ngoài kia, những con sóng vẫn dâng cao. Sóng bạc đầu vỗ xô bờ đá.

Chương 24:
ĐẢO NGỌC

Không có mùa hè nào đẹp như mùa hè Đảo San Hô. Trời xanh. Mây trắng. Mặt biển trong veo màu ngọc bích. Jochi thỏa sức vẫy vùng giữa lòng đại dương. Từ nhỏ, quản gia đã dạy Jochi học lặn, ngày nào cũng luyện tập, phải trở thành kình ngư giỏi nhất của Đại dương. Mới đó, đã gần 20 năm rồi. Thời gian như gió thoảng. Quản gia đã không còn. Nhưng mỗi lần nhớ đến quản gia, hay có niềm tâm sự, Jochi lại tìm đến sâu thẳm của đại dương. Ở dưới này, nhìn thấy vẻ đẹp muôn màu của biển cả, những rặng san hô nhấp nhô cùng sóng biển, những đàn cá vô tư bơi lượn, tự nhiên, Jochi thấy mình giống như đứa trẻ, phút chốc quên hết mọi sự trên đời.

Nhưng hôm nay thì lại khác. Mùa này thường là mùa lặn tìm ngọc trai của người dân Đảo San Hô. Jochi tranh thủ lặn kiếm những viên ngọc quý giá để dâng lên hoàng thân. Jochi cảm thương vô cùng khi nhìn hoàng thân bao đêm trằn trọc bên ngọn đèn dầu. Tóc ông đã bắt đầu điểm bạc. Bao nhiêu nỗi âu lo hằn sâu trên gương mặt trầm lặng. Một lần, Jochi thấy hoàng thân thức thâu đêm, loay hoay vẽ tấm bản đồ và chi chít các con số về tiền.

Nhiều tráng sĩ khắp nơi nghe tin hoàng thân về Đảo Quạ, đã tụ họp về, nguyện sống chết cùng hoàng thân và Đảo San hô. Nhuệ khí thì nhiều, nhưng họ chẳng có gì ngoài những thanh kiếm cũ, những bữa ăn đơn sơ từ các cuộc đi săn, hay những lần kéo lưới.

Hai mươi tuổi. Jochi hiểu rất rõ sức mạnh của đồng tiền.

Jochi lách mình qua những rặng san hô, chăm chỉ gỡ những con trai sần sùi bám vào các tảng đá. Quả đúng như phụ thân đã nói, Đảo Quạ là nơi có trữ lượng trai lớn nhất Đảo San Hô, nhưng hiếm người biết đến. Phụ thân Jochi chính là người đã phát hiện ra những rặng san hô đầy trai này, sau khi đội kình ngư của triều đình trở về từ một đợt khám phá, và đã khuyên Tiên hoàng lên kế hoạch bảo tồn nó. Giờ đây, nó đang trở thành một kho báu giúp hoàng thân phục quốc. Jochi lờ mờ hiểu ra, tại sao quản gia luôn nói "Jochi Aqua phải là kình ngư giỏi nhất Đại Dương tinh."

Gần nửa ngày bơi lặn, Jochi đã thu được cả một túi to. Chàng trai trẻ hớn hở vác bao trai trên vai, chạy vào bờ.

"Phụ thân ơi, phụ thân! Ra mà xem này. Hãy xem con tìm được bao nhiêu trai cho hoàng thân và cha hôm nay."

Quan Mochi bước ra từ căn nhà lá bên bờ biển. Đôi mắt ti hí nhíu lại vì nhăn. Nụ cười móm mém vì những cái răng trước đã không còn, từ sau những trận đòn của đám lính Park Hwa.

"Bịch!" Jochi vứt mạnh chiếc bao vải xuống bãi cát, rồi lon ton chạy vào nhà, lấy ra mấy con dao nhọn.

"Đây này, phụ thân hãy giúp con. Đúng như phụ thân nói. Vùng biển này nhiều trai lắm phụ thân ạ. Tối nay, con sẽ làm món cháo trai cho hoàng thân và phụ thân tẩm bổ nhé."

Quan Mochi cũng mừng ra mặt, cầm lấy con dao, cặm cụi ngồi mở từng con trai với Jochi. Bỗng Jochi thích thú reo lên, chìa con trai vừa tách vỏ cho cha xem.

"Phụ thân xem này. Là ngọc trai. Là ngọc trai đấy cha. Phụ thân đã nói đúng. Chúng ta sẽ có tiền, rất nhiều tiền. Phen này hoàng thân không phải lo lắng nữa."

Mochi mỉm cười hiền lành nhìn Jochi.

"Hãy giữ bí mật về điều đó, con trai. Nếu không vì đại nghiệp của hoàng thân, thì đến chết, ta cũng không cho ai biết điều này, kể cả con." Mochi dí tay vào trán Jochi.

Cả hai cha con cùng cười. Tiếng cười giòn tan vang trong gió. Gió mùa hè mặn chát.

...

Cách xa kinh thành Đảo Vua, ánh trăng hè lẻ loi thoát ẩn thoát hiện trên những ngọn dừa bên ngoài cổng phủ tướng quốc. Mấy tên lính gác đi qua đi lại, không hề hay biết một bóng người nhẹ nhàng di chuyển qua các mái ngói của dãy nhà sau. Bóng người dừng lại trên nóc phòng ngủ của Park Hwa, rồi khẽ dỡ một miếng ngói, quan sát bên dưới. Bên chiếc bàn gỗ sáng bóng đến mức có thể soi mặt được, Park Hwa đang chăm chú viết gì đó trên một cuộn giấy. Ngọn đèn le lói soi bóng người đàn ông nửa trai nửa gái di chuyển đến một góc phòng. Bức tường đằng sau bức tranh sơn thủy bỗng mở ra, rồi đóng lại im ỉm. Bóng người trên mái ngói kiên nhẫn đợi chờ. Đôi mắt màu xanh lá lập lòa giữa ánh đêm. Một lát sau, bức tường lại mở. Park Hwa trở về giường, tắt đèn, nằm xuống.

Bóng người trên mái ngói lại di chuyển về phía nhà sau. Bóng người phi nhanh xuống phía hiên, như một con sóc, chộp lấy một ngọn đuốc đang thắp sáng phía sân ngoài, rồi phóng nó về phía nhà chứa củi. Ngọn lửa bùng cháy mạnh. Cả đám lính nhốn nháo chạy về phía đám cháy. Vừa chạy, vừa la: "Cháy! Cháy! Mau dập lửa! Mau dập lửa!"

Park Hwa bật mình dậy, chạy ra phía hành lang. Bóng người nhanh chóng nhảy xuống phòng ngủ Park Hwa, cầm lấy cây đèn trên bàn, lẹ làng tiến về bức tranh sơn thủy. Ánh đèn soi rọi gương mặt người đàn ông, không ai khác, chính là Janus. Janus đưa tay ấn nhẹ ngọn núi trên bức tranh sơn thủy. Vị trí tường chỗ bức tranh nặng nề dịch chuyển ra sau. Janus lách mình qua lối đi, bước vào căn phòng bí mật của Park Hwa. Dưới ánh sáng lập lòe của ngọn nến, Janus kinh ngạc nhìn thấy các vật dụng trong căn phòng. Một áo hoàng bào được đóng lại cẩn thận, treo trên bức tường phía trước. Một mão miện được đóng khung, đặt trên chiếc bàn nhỏ bên cạnh. Năm thanh trường kiếm, vỏ bọc còn khá mới, treo trên bức tường bên phải. Dưới đó là hai thùng sắt to, không biết đựng những gì. Chính giữa căn phòng có một cái bàn lớn. Trên bàn có nhiều chai lọ bằng đồng và các cuộn giấy. Có vài phong thư đóng bụi nằm trong một hộp gỗ nhỏ. Janus lại gần chỗ chiếc bàn. Vừa tính mở các cuộn giấy, thì nghe tiếng bước chân sột soạt bên ngoài. Mười mấy năm được huấn luyện trên Đảo Agina, Janus có thể nghe được các tiếng động từ rất xa. Nét mặt vẫn điềm tĩnh. Janus mở vội các cuộn giấy và mấy phong thư. Đột nhiên, đôi mắt màu xanh lá bỗng mở to, dán vào một phong thư trước mặt. Nét chữ trên thư đã ố vàng, nhưng vẫn còn đọc rõ "Mọi thứ đã sẵn sàng. Ta cần Ngài đến Vương Thành một chuyến. Rồng đen Saphiro và vua Abbas đang đợi Ngài. Y hẹn mồng 5 tháng 10. Ký tên, Otilia Chad."

Janus bỏ phong thư vào túi áo, cẩn thận chỉnh sửa các cuộn giấy trên bàn và các phong thư trong hộp gỗ, rồi nhẹ nhàng phóng lên mái ngói, biến mất giữa màn đêm.

Cánh cửa bí mật lại mở. Park Hwa xuất hiện với ngọn đèn dầu. Lão Tướng quốc đã nhanh chóng nghi ngờ sự bất thường của đám cháy, nên vội vàng quay về căn phòng bí mật. Hắn kiểm tra các cuộn giấy, hai thùng sắt đầy vàng và yên tâm nhìn thấy mọi thứ vẫn y nguyên.

Ngọn đèn dầu trong căn phòng Park Hwa đã tắt. Phủ tướng lại chìm trong màn đêm yên tĩnh.

Khi bình minh vừa hé trên mặt biển, chiếc thuyền con đã đưa Thợ săn cập bến Đảo Quạ yên tĩnh và hoang sơ. Chẳng có gì ngoài căn nhà lá hai gian của Hoàng thân Akito và hai cha con nhà Aqua, và một trại lính tạm bợ làm chỗ che thân cho các tráng sĩ.

Jochi đang cùng cha ngồi tách các con trai bên chum nước cạnh căn nhà lá.

Vừa thấy dáng Thợ săn đi đến, Jochi mừng rỡ, chạy ra đón.

"Là Thợ săn đấy, phụ thân!"

Quan Mochi cũng lật đật chạy theo con.

"Chào Thợ săn! Ngài vẫn mạnh giỏi chứ? Ta tưởng Ngài đã về Agina từ hai tuần trước."Jochi cất tiếng hỏi.

"Không, ta được lệnh của Công chúa theo dõi Park Hwa. Có tin cho ngươi và hoàng thân đấy. Hãy vào trong, ta cùng nói chuyện."

Đặt chén trà nóng xuống chiếc bàn tre mộc mạc, Thợ săn lên tiếng.

"Park Hwa sẽ chuyển chuyến vũ khí cuối cùng từ Vương Thành về Đảo San Hô vào ngày 15 tháng 9. Ta phải về Agina hôm nay. Ngươi ở lại, tiếp tục theo dõi Park Hwa. Nếu có gì quan trọng, lập tức gửi tin cho Công chúa."

"Cảm ơn tin tức của Ngài, Thợ săn. Ta sẽ làm theo lời Ngài căn dặn. Nhân tiện, Hoàng thân có chút quà muốn gửi biếu Công chúa. Ta định mang đến Agina trung tuần sau, nhưng nhân tiện có Ngài về, xin hãy chuyển giúp cho Công chúa. Ta sẽ ở lại thực hiện nhiệm vụ Công chúa và Ngài giao phó. Hãy lên đường bình an. Cầu Chúa Tạo Hóa ở cùng Ngài."

Jochi nói xong, đem đến cho Thợ săn một túi vải, và còn cẩn thận bỏ thêm mấy miếng chuối khô và cá khô cho Thợ săn đi đường.

Mặt trời lên cao phía ngọn dừa. Thợ săn chào hai cha con nhà Aqua, rồi giương buồm về hướng Agina. Từng cơn gió nhẹ thổi căng cánh buồm màu trắng. Sóng biển hiền hòa, đẩy thuyền xa khơi.

Chương 25:
KẺ GIẾT VUA

Một ngày nắng đẹp trên Đảo Agina. Từng cơn gió mơn man những tán dừa và những tàu lá chuối. Clementine dáng vẻ bồn chồn dưới mái hiên Trại chỉ huy. Nỗi nhớ thương Janus đong đầy trong ánh mắt. Gương mặt ấy, nụ cười ấy, và hơi ấm trong lòng Janus buổi đầu gặp mặt, cứ luẩn quẩn trong đầu Công chúa. Nhưng vì thể diện hoàng triều, Công chúa vẫn cất giữ mối tình đơn phương, và vì sứ mệnh "hồi hương, phục quốc" luôn trĩu nặng trong lòng, như người mẹ đang ẵm bồng đứa con bệnh tật.

Dầu vậy, có lúc Công chúa vẫn thầm ước mong, mong ngày trở lại Vương Thành, được cùng Janus bước lên Chính Điện của ngày đăng quang. Rồi như bao nhiêu người vợ khác, Công chúa sẽ sinh cho Janus những đứa con xinh đẹp, những đứa con trai sẽ tài giỏi như chàng. Chúng nó sẽ cai trị South Monia vững bền và thịnh vượng...

Đang miên man giữa những dòng suy tưởng, trái tim Công chúa bỗng nhảy loạn xạ khi thấy chiếc thuyền con cập bến và bóng dáng người thương đang di chuyển về phía Trại chỉ huy.

"Bái kiến Công chúa! Công chúa vẫn khỏe chứ?" Thợ săn cất tiếng khi bước lại gần Công chúa. Nụ cười ấm áp và mái tóc hoe vàng lất phất bay.

"Ta vẫn khỏe. Cảm ơn Thợ săn. Mọi việc ổn chứ? Có tin tức gì mới từ Đảo San Hô không?" Công chúa mỉm cười, bước vào trong Trại chỉ huy.

"Có đấy, Công chúa. Nhưng trước hết, hãy nhận quà của Công chúa đây. Là Hoàng thân Akito gửi biếu Công chúa."

Thợ săn nói, rồi trao cho Công chúa cái túi vải. Công chúa đón lấy, đặt lên bàn. Thợ săn rón rén lại gần, khẽ nói.

"Cái này, ta thấy rất hợp với Công chúa, nên đã mua nó. Hy vọng Công chúa thích." Thợ săn mở túi áo, chìa ra một chiếc hộp gỗ xinh.

Công chúa cầm lấy chiếc hộp gỗ, cảm giác tay mình run run. "Là chàng đã nhớ đến ta sao?" Công chúa thẹn thùng, mở chiếc hộp trên tay. Bên trong chiếc hộp là một chiếc cài tóc bằng sao biển, có đính mấy viên ngọc trai đủ màu. Công chúa "ồ" lên thích thú, rồi kẹp lên mái tóc bồng bềnh màu hạt dẻ.

"Công chúa trông rất đẹp!" Thợ săn ngắm nhìn.

"Cảm ơn Thợ săn! Ta rất thích." Công chúa mỉm cười, đôi mắt long lanh.

Họ trao nhau ánh nhìn yêu thương. Chẳng ai nói thêm câu nào, nhưng nụ cười và ánh mắt có sức mạnh hơn ngàn câu nói.

Công chúa lại mở cái túi vải trên bàn, rồi bất chợt thốt lên, "Ôi Chúa ơi, sao nhiều ngọc trai vậy?"

"Đảo San Hô được mệnh danh là Đảo Ngọc đấy Công chúa. Chắc là Jochi đã lặn tìm được. Nói về tài lặn, thì Đại dương này, khó tìm ra người hơn hắn." Thợ săn vừa nói vừa cười.

"Cảm ơn Tạo Hóa! Đúng là sự tiếp trợ diệu kì. Chúng ta đang cần mua thêm quân trang cho 2000 binh sĩ mới tuyển mộ. Thật tuyệt vời!" Công chúa vui mừng nói, rồi mở phong thư kèm theo trong túi vải.

"Hoàng thân Akito của Quốc đảo San Hô, xin kính chào Công chúa Clementine của Vương quốc South Monia vĩ đại, người thừa kế hợp pháp của nhà Ward, Chủ nhân của "Cây gậy của người chăn bầy", người bảo hộ của thuyền nhân và Đảo chủ Agina.

Trước hết, ta muốn bày tỏ lòng biết ơn sâu sắc đến cùng Công chúa, vì đã giúp ta thoát khỏi gọng kìm của gian thần Park Hwa.

Ta, nay thân thể tự do, nhưng lòng dạ rối bời. Vận nước lâm nguy. Tính mạng của Bệ hạ, và nhà Kyoto vẫn như cá trong chậu nước.

Nhưng Đảo San Hô xưa nay là xứ của anh hào. Các anh hùng khắp nơi được tin ta về Đảo Quạ, đã tìm đến để cùng ta chiến đấu.

Ta được biết Vương hậu hiện nay của South Monia, Otilia Chad đang âm mưu cấu kết cùng gian thần Park Hwa. Hai kẻ phản thần ngồi lại với nhau, ắt mưu đồ việc lớn. Nếu rắn đã có hai đầu, thì ta cũng nên có hai tên.

Vậy nên, ta viết thư này, kêu gọi Agina hãy liên minh cùng Đảo San Hô. Chúng ta ai cũng cần tướng tài binh giỏi. Vì binh giỏi mà không có tướng tài thì vũ khí cũng bằng không. Tướng tài mà binh không đủ, thì sao thắng nổi cuộc chiến lâu dài. Nếu chúng ta có thể liên minh quân đội, cùng nhau đối đầu với kẻ thù chung, thì tin chắc một ngày, cả Otilia và Park Hwa chỉ có một con đường để đến. Đó là sự chết và đền tội.

Ta gửi Công chúa món quà nhỏ từ Đảo San Hô. Những viên ngọc là sự ban cho của Tạo Hóa. Và ta cũng tin rằng, liên minh Agina – Đảo San Hô là một kế hoạch tuyệt vời của Tạo Hóa. Mọi việc trên đời đều có lý do. Và lý do của liên minh đã bắt đầu khi Công chúa cứu ta ra khỏi kinh thành.

Mong đợi hồi âm sớm của Công chúa.

Kính thư,

Hoàng thân Akito của Đảo San Hô, Thái tử và người thừa kế hợp pháp của triều Kyoto."

Công chúa đọc xong bức thư, trầm ngâm một lúc, rồi quay sang hỏi Janus.

"Theo Thợ săn, Hoàng thân Akito là người thế nào?"

"Nếu là vua thì là một minh quân. Nếu bạn, thì là người đáng tin cậy. Còn nếu là đồng minh thì cũng không tồi." Janus trả lời.

Công chúa cầm lá thư của Hoàng thân Akito, trao cho Janus. "Đây này, Thợ săn hãy xem qua."

Janus được xong lá thư, liền cho tay vào túi áo, lấy ra một phong thư khác.

"Công chúa hãy xem qua thư này. Ta đã tìm được nó trong một căn phòng bí mật của Park Hwa."

Công chúa đón lấy phong thư từ tay Janus. Bỗng bàn tay Công chúa run lên đến mức đánh rơi bức thư xuống sàn lúc nào không hay, đôi mắt đỏ hoe... Công chúa không kiềm được nước mắt.

"Ngày mồng 5 tháng 10? Là ngày mồng 5 tháng 10 sao?"

Thợ săn đứng bên, nghe lòng mình quặn đau. Chưa bao giờ chàng thấy Công chúa đau buồn đến vậy. Cảm giác như một nỗi đau muôn trùng đang đè nặng trên nàng Công chúa trẻ. Thợ săn đến gần bên Công chúa, giọng nhỏ nhẹ lo âu.

"Công chúa, người vẫn ổn chứ?"

Công chúa không trả lời. Nỗi thổn thức bật lên thành tiếng. "Ôi, Phụ hoàng! Là ngày mồng 5 tháng 10 sao?"

Đang lúc Janus vô cùng bối rối, không biết phải làm sao an ủi Công chúa, thì Tướng quân Elishua bước vào. Vừa nhìn thấy Công chúa, tướng quân lo lắng hỏi:

"Công chúa, đã xảy ra chuyện gì? Thợ săn, chuyện gì đã xảy ra cùng Công chúa?"

Thợ săn nhặt lấy phong thư, trao cho Tướng quân.

"Là cái này, Tướng quân."

Tướng quân Elishua đọc xong bức thư, đôi mắt như có lửa.

"Mồng năm tháng mười!" Tướng quân khẽ nói, buông lá thư xuống bàn. Vết sẹo trễ dài trên gương mặt.

"Chuyện gì đã xảy ra vào mồng 5 tháng 10?" Thợ săn bối rối hỏi.

"Là đêm Phụ hoàng của Công chúa bị sát hại." Tướng quân buồn bã trả lời. Rồi quay sang nói với Công chúa. "Vậy là rõ rồi, Công chúa. Otilia là kẻ chủ mưu giết chết Tiên hoàng. Nhưng Park Hwa thì có liên quan gì chứ? "Rồng đen Saphiro và vua Abbas đang đợi Ngài, Otilia muốn nhắn gì với Park Hwa?"

Janus bấy giờ lại lên tiếng.

"Theo tin tức Jochi và ta thu thập được từ Đảo San Hô, Otilia là người cung cấp vũ khí cho Park Hwa để lật đổ Vua Atsuo. Và để trả công cho Park Hwa, vì đã làm một việc gì đó rất quan trọng cho bà ta. Vậy việc đó là gì? Việc gì có thể khiến cho một người như Otilia sẵn sàng chi trả một giá quá đắt và nguy hiểm như vậy chứ? Chẳng lẽ...?"

Janus chưa nói hết thì Tướng quân Elishua đã ngắt lời.

"Việc đó chính là giết hại Tiên hoàng, chiếm đoạt ngai vua." Tướng quân đập tay xuống bàn. Máu dồn về hai mắt.

Janus lại tiếp tục cất tiếng nói.

"Như vậy, kẻ trực tiếp ra tay giết hại Tiên hoàng Abbas, không ai khác, chính là Park Hwa. Tên hoạn quan này..." Janus nghe mặt mình nóng lên.

Bấy giờ, Công chúa Clementine bèn đưa lá thư của Hoàng thân Akito cho tướng quân Elishua. "Đây này, thúc phụ hãy xem. Hoàng thân Akito đã gửi thư mời chúng ta liên minh chống lại Park Hwa và Otilia."

Tướng quân đọc xong lá thư, cuộn lại đưa cho Công chúa, rồi trầm giọng nói.

"Có lẽ đây là cách tốt nhất để điều tra về cái chết của Tiên hoàng và tìm ra những kẻ liên quan. Bọn chúng ắt hẳn phải có một âm mưu lớn hơn. Hoàng thân Akito nói đúng lắm "Hai kẻ phản thần, ngồi lại với nhau, ắt mưu đồ việc lớn ". Ta vừa trở về từ Pride Lands là đến đây ngay. Có điều gì đó đang xảy ra. Thủ Thành và các Kora của Pride Lands đang tăng cường phòng vệ. Thủy quân được điều động về canh giữ Bức tường bờ biển khá đông. Kế hoạch tập trận chung với Agina đã được Vua Henry phê duyệt, chỉ còn chờ Công chúa xem qua, là chúng ta có thể điều binh Agina đến Thủ Thành hai tháng nữa. Ta lo rằng Đại dương phen này chắc sẽ có cuồng phong."

Thợ săn nghe tướng quân nói xong, vẻ mặt đầy lo lắng.

"Lẽ nào Pride Lands đang chuẩn bị cho chiến tranh? Một cuộc xâm lược? Là vương quốc nào? Từ ngày nhà Foreman canh giữ vùng đất Tây Bắc Đại Dương, chưa hề có thế lực nào dám dẫn quân xâm lược Thủ Thành? Tướng quân có nghe ngóng được tin tức gì khác không?"

"Không."Tướng quân lắc đầu, để ý vẻ bất thường trên gương mặt Janus và đôi mắt màu xanh lá nhấp nháy như muốn che đậy những nỗi buồn bí ẩn.

Thợ săn nhìn Công chúa, hối thúc.

"Vậy, Công chúa hãy mau xem qua kế hoạch tập trận. Rồi chúng ta sẽ bắt đầu huấn luyện thủy quân ngay."

Tướng quân Elishua đặt tấm bản đồ lên bàn, và nói.

"Đây này, Công chúa. Thần đã cùng với đại tướng quân của Pride Lands va`Vua Foreman lên kế hoạch này. Công chúa hãy xem."

Nói rồi, tướng quân nhìn sang, thấy Công chúa vẫn đang còn bần thần vì những câu chữ trong bức thư của Oltilia. Tướng quân Elishua bước đến, đặt bàn tay chai sần của mình lên tay Công chúa, rồi nhìn vào mắt Công chúa nói.

"Công chúa, hãy nghe thần. Chắc chắn chúng ta sẽ điều tra ra được cái chết của Tiên hoàng. Hãy căn dặn thám tử của ta tại Vương Thành tập trung điều tra Otilia. Cũng hãy sai Chim Sẻ lục soát nhà Philitas và Đền thờ Tạo Hóa. Hy vọng Philitas sẽ có đôi điều nói với chúng ta. Đôi khi, người chết có thể nói nhiều hơn người sống, và luôn thành thật."

Công chúa hít một hơi dài, lấy lại bình tĩnh rồi nói với giọng cương quyết.

"Chắc chắn ta sẽ tìm ra kẻ sát hại Phụ hoàng và phá tan âm mưu của bọn chúng, dù đó là gì."

Tướng quân siết chặt tay Công chúa. Công chúa yên lặng, nhìn ra cửa sổ. Thợ săn tựa cửa, trông về hướng biển. Biển ồn ào vỗ xô bờ đá. Trời đổ nắng như lửa đốt.

Chương 26:
HOÀNG TỬ PRIDE LANDS

Mặt trời lên cao phía đại dương. Từng cơn gió mát lạnh thổi căng những cánh buồm kiêu hãnh của Agina. Clementine đứng tựa vào thành tàu, đôi mắt dõi theo những đàn hải âu bay tít tắp. Thỉnh thoảng, Công chúa lại hít thật sâu mùi gió biển. Ai nói biển mặn? Với Clementine, biển bao giờ cũng ngọt ngào như mùi sim rừng trên đồi King's Hill. Lâu lắm rồi, lại được hòa mình giữa bao la biển cả. Cảm giác thật tuyệt vời! Clementine nhắm mắt lại, thưởng thức vẻ yên bình trong từng cơn gió mát. Bảy ngày tập trận với Pride Lands, Công chúa đã học hỏi thật nhiều. Gương mặt trời và thang đổ bộ của học sĩ Assi quả thật là những phát minh vĩ đại. Thật đáng ngưỡng mộ những con người tài năng của "xứ sở tự hào".

Bên kia boong tàu, Janus đứng lặng yên, mắt không thôi nhìn về hướng Thủ Thành. Dường như chàng đang có nhiều tâm sự. Từ ngày gặp chàng, chưa bao giờ Clementine thấy chàng trầm tư như thế.

Thình lình, tiếng kèn hiệu lệnh vang ra từ tàu của Herodotus. "Có biến!" nghĩ rồi Công chúa tiến nhanh về trước mũi tàu. Khoảng hơn 20 tàu chiến đang tiến gần về phía tàu Agina. "Lẽ nào lại là tàu South Monia?" Công chúa chưa kịp lên tiếng, thì Janus đã đến kế bên. "Là tàu South Monia. Công chúa hãy cẩn thận!"

Những mũi tên bắt đầu bay rào rào trên mặt biển. Sáu tàu lớn của South Monia tiến gần về mạn trước của tàu Agina . Những tàu còn lại nhanh chóng tản ra hai bên, tìm cách bao vây hai bên mạn sườn. Các thủy binh Agina có chút bất ngờ và bối rối, nhưng đã kịp bố trận theo lịnh của phó tướng Herodotus. Janus phóng mình nhảy qua một tàu chiến của Agina đang cập gần tàu buồm Công chúa, rồi liên tục bắn tên về phía tàu chỉ huy của địch. Tình thế đầy hiểm nguy cho Agina, khi số lượng tàu South Monia áp đảo, lại được trang bị máy bắn đá. Những viên pháo đá đầu tiên đã bắn trúng hai tàu Agina. Trong lúc Janus cùng với các thủy binh Agina đang tìm cách bắn tốp lính trấn giữ nòng pháo, thì những mũi tên bay vèo trong gió, nhắm vào Clementine. Janus hét lên "Công chúa!" Rồi phóng mình như bay về hướng Clementine. Những mũi tên như xé gió, cắm phập vào lưng Janus. Nhưng chàng thợ săn chẳng hề nao núng, xoay người bắn hạ mấy cung thủ của South Monia. Những mũi tên lại tới tấp bay đến. Janus ôm lấy Clementine, chuyền mình tránh làn mưa tên, đưa Công chúa xuống dưới boong tàu. "Xin lỗi đã mạo phạm, Công chúa. Nhưng Công chúa hãy ở đây. Bên ngoài rất nguy hiểm." Thợ săn vừa dứt lời, liền phóng mình ra bên ngoài. Công chúa gọi với theo "Thợ săn, lưng ngươi đang chảy máu." "Ta không sao!" Tiếng Thợ săn đáp lời trong tiếng gió.

Tình hình càng lúc càng nguy hiểm cho Agina. Các tàu South Monia đã bao vây tứ phía. Trong lúc ai nấy đều vô cùng lo lắng, thì bất ngờ từ phía đằng sau, những con tàu South Monia bắt đầu náo loạn. Một đoàn tàu chiến khác đang tấn công các tàu của South Monia.

Các thủy binh Agina nhìn thấy lá cờ hình đại bàng đang tiến lại gần, bèn lớn tiếng reo lên.

"Là Pride Lands! Chúng ta được cứu rồi!"

Hóa ra vua Foreman đã lường trước được khả năng Aetius sẽ tấn công Công chúa Clementine và thủy binh Agina trên đường trở về từ Pride Lands, nên đã bí mật điều một số tàu chiến được ngụy trang như tàu chở hàng, mang theo các tàu chiến cơ động nhỏ, theo sau Agina, giữ một khoảng cách an toàn để không bị phát hiện. Các tàu chiến cơ động của Pride Lands là loại tàu có thân dài, bọc thép, hai mũi tàu đều được thiết kế bằng thép nhọn, có thể dễ dàng đâm thủng tàu địch, phá vỡ đội hình của đối phương. Trên mỗi tàu chiến lớn của Pride Lands, đều được lắp một thang đổ bộ Assi, một phát minh mới của đại học sĩ Assi. Đó là một loại thang gỗ dài, được hạ xuống bởi hệ thống ròng rọc và được lắp một cọc thép nhọn ở đầu thang. Khi thang Assi được hạ xuống đột ngột, cọc thép của nó sẽ đâm thủng boong tàu đối phương, kết nối chắc chắn hai tàu với nhau, để quân Pride Lands có thể dễ dàng tràn qua tàu địch. Khi đó trận hải chiến sẽ nhanh chóng biến thành trận đánh của bộ binh. Và nói về bộ binh, không vương quốc nào có thể qua mặt bộ binh của Thủ Thành.

Trước sức mạnh của các tàu chiến Pride Lands, cộng với bị tấn công bất ngờ, quân South Monia nhanh chóng bỏ chạy.

Clementine vội vã chạy lên boong tàu, đi tìm Janus. Janus nghe tiếng Công chúa gọi, vừa kịp thốt lên hai tiếng "Công chúa" đã buông cánh cung, ngã quỵ xuống boong tàu. Công chúa hốt hoảng, chạy đến bên Janus.

Chỉ huy của tàu Pride Lands lại gần Công chúa.

"Bái kiến Công chúa! Xin lỗi vì đã đến chậm."

"Đa tạ các ngươi đã ứng cứu. Nào, hãy mau cứu lấy người này. Máu ra nhiều quá."Công chúa vừa nói, vừa đỡ lấy đầu Janus đang bất tỉnh.

Vài tên lính chạy lại, định khiêng Janus xuống boong tàu, thì Công chúa khoát tay ngăn lại.

"Hãy khoan, hãy cầm máu cho hắn trước!"

Xong rồi, Công chúa đưa tay lên miệng huýt sáo. Phút chốc, trên bầu trời, một con chim khổng lồ xuất hiện.

"Là Kim phụng! Kim phụng!" Các thủy binh của tàu Agina kêu lên. Trong lúc các thủy binh của Pride Lands há hốc nhìn.

Kim phụng nhanh chóng đáp xuống boong tàu, bên cạnh Công chúa. Công chúa ra lệnh cho mấy tên lính đặt Janus lên lưng Kim phụng, rồi cùng Janus và Kim phụng bay cao về phía bầu trời.

...

Cung điện của vua Foreman ngả bóng bên dòng sông mùa

thu lá đỏ. Công chúa cho Kim phụng đáp xuống ngay tại cửa chính Hoàng cung. Mấy tên lính thị vệ tò mò chạy đến, rồi hốt hoảng nhìn thấy Công chúa và Janus người bê bết máu. Công chúa rút thẻ bài ra, nói cùng đám lính.

"Ta là Công chúa Clementine. Hãy mau bẩm báo với nhà vua."

Một tên lính chạy đi, rồi mau chóng quay lại cùng vài tên lính khác với một cái cáng khiêng.

Chúng đem Janus đến một căn phòng trong khu hậu sảnh. Không lâu sau, một thái y hối hả bước vào.

"Bái kiến Công chúa! Thần là thái y Daniel, được lệnh của đức vua, đến chữa trị cho người của Công chúa."

"Nào, mau, hãy xem. Hắn đã cầm máu. Nhưng vẫn còn mê man." Công chúa giục.

Thái y bước đến bên giường, vừa nhìn thấy gương mặt Janus, liền khựng người bối rối.

"Không thể nào!" Thái y buột miệng lên tiếng, rồi vạch chiếc áo đầy máu trên người Janus.

"Không thể nào!" Thái y lại nói. Gương mặt đầy kinh hãi.

"Có chuyện gì vậy, thái y? Hắn ta ổn chứ?" Công chúa lo lắng hỏi.

Thái y cố giữ vẻ bình tĩnh, trả lời Công chúa.

"Vết thương khá nặng. Có lẽ là kịch độc của phương Nam."

Công chúa nghe xong, tay chân rụng rời, cố vịn tay vào vách tường cho khỏi ngã.

"Kịch độc của phương Nam!" Công chúa thốt lên. "Là kịch độc của phương Nam sao? Otilia, ngươi thật là độc ác. Là chàng đã thay ta chịu chết sao?... Không, Janus! Chàng không thể chết!" Công chúa kêu lên, rồi chạy lại bên giường Janus.

"Janus? Công chúa vừa nói Đức ngài đây là Janus?" Thái y thất thần nhìn Công chúa. Đôi mắt run lên, cùng đôi tay cứng lại.

“Ta... ta...”, Công chúa biết mình đã lỡ miệng, bối rối không biết đáp lời làm sao, bèn nắm tay Janus gọi.

“Thợ săn của ta, chàng không được chết.” Hai hàng nước mắt ướt đẫm bờ mi cong.

Thái y quay người, nhìn chăm vào Janus.

...

Phía Hậu cung, Vương hậu Catherine ngồi trầm ngâm bên cửa sổ, mắt dõi theo những cánh chim đang bay về biển lớn. Kể từ ngày Thái tử bị cuồng phong cuốn đi trên biển, chiều nào Vương hậu cũng ngồi đây, ngóng trông về phía chân trời và cầu nguyện cho Thái tử được bình an. Ai cũng nói Thái tử sẽ chẳng bao giờ trở lại. Chỉ mình Vương hậu luôn đợi chờ và hy vọng.

“Thưa Vương hậu! Thái y Daniel xin tiếp kiến.” Một cung nữ lom khom chạy vào.

“Cho vào!” Vương hậu trả lời buồn tẻ.

Thái y Daniel, mồ hôi ướt đẫm trên vầng trán, lật đật chạy đến bên Vương hậu.

“Thưa Vương hậu, Thái tử đã trở về.”

Vương hậu sững sờ nhìn vào mắt thái y, giọng nói run run, nghẹn trong từng câu chữ.

“Ngươi... vừa... nói... gì...?”

“Vâng, thưa Vương hậu. Thái tử Janus của chúng ta đã trở về. Thần đã nhìn thấy cái bớt đỏ trên lưng Ngài.” Thái y nói, giọng buồn buồn chậm rãi.

Vương hậu bước xuống khỏi chiếc ghế đu, đến bên Daniel, cầm đôi tay run run của vị quan già.

“Thái y Daniel, ngươi vừa nói Janus bé nhỏ của ta đang... ở... đây, trong cung điện của chúng ta? Mà bây giờ, chắc Janus đã là chàng trai khôi ngô, tuấn tú rồi còn gì? Hãy mau, mau đưa ta đến gặp Thái tử. Bệ hạ đã biết rồi phải không?”

Vương hậu nở nụ cười thật to, vội vàng bước ra khỏi cửa. Không gì có thể diễn tả được nỗi vui mừng bừng trên gương mặt sáng ngời của Vương hậu. Mười mấy năm trông ngóng đợi chờ. Ngày tuyệt vời ấy cuối cùng đã đến.

"Khoan đã, thưa Vương hậu." Thái y buồn bã gọi với theo.

Vương hậu quay lưng, lo lắng nhìn vào gương mặt đẫm nước mắt của vị quan già.

"Có chuyện gì sao, quan Daniel? Thái tử vẫn bình an chứ?"

Thái y ngước mắt nhìn vương hậu. Đôi mắt nhăn nheo hằn lên niềm thống khổ.

"Xin Vương hậu hãy đi với thần. Thần vẫn chưa bẩm báo việc này với Bệ hạ."

Vương hậu chắp hai tay trước ngực, thầm nguyện gì đó, trong lúc theo gót thái y về phòng Janus.

Vừa nhìn thấy Janus nằm bất động trên giường, hai hàng lệ Vương hậu tuôn dài như dòng suối.

"Con trai của ta! Ôi, Janus bé bỏng của ta! Đúng là con thật rồi."

Vương hậu xoa xoa hai bàn tay trên mặt Janus, không kiềm được xúc động.

"Quan Daniel, chuyện gì đã xảy đến với Thái tử?"

"Thưa Vương hậu, Thái tử đã bị trúng độc của phương Nam. Là loại cực độc. Thần tài mọn, e là không cứu được Thái tử." Thái y nói đến đây, đầu cúi xuống, hai bờ vai run lên.

Vương hậu bàng hoàng nhìn Thái tử. Vết máu sau lưng đã dần chuyển sang màu đen. Vương hậu quét máu vào tay mình, thẫn thờ nhìn, rồi nói.

"Là kịch độc của phương Nam? Không, Janus! Ôi, Janus của ta."

Vương hậu xúc động mạnh, nhưng một lát sau, quay sang nhìn thái y, giọng nói điềm tĩnh lạ thường.

"Thái y, hãy nhớ lại. Ngươi đã cứu Thái tử thế nào khi Thái tử vừa chào đời. Cuồng phong trên biển còn không giết được Thái tử. Cực độc phương Nam thì đã sao? Con trai ta sẽ sống. Chúa Tạo Hóa sẽ cứu nó."

Vương hậu lau ráo nước mắt, yên lặng nhìn Thái tử.

Thái y Daniel bồi hồi nhớ lại một đêm hè của gần ba mươi năm về trước. Lúc đó, gần nửa đêm, cung nữ Amber chạy đến phòng thái y.

"Thái y Daniel, xin ngài hãy đến. Vương hậu đang chuyển dạ. Vẻ đau đớn lắm."

Thái y đã tức tốc đến hậu cung. Vương hậu Catherine nằm trên chiếc giường bọc vàng chính giữa căn phòng ngủ rộng lớn. Gương mặt tái nhợt vì những cơn đau hành hạ. Nhà vua đã ở ngay đó, bên cạnh giường Vương hậu, nắm tay Vương hậu, lo lắng khôn nguôi. Thái y vẫn nhớ, cơn đau sản phụ của Vương hậu kéo dài một ngày một đêm, bao nhiêu là đau đớn. Cuối cùng, đứa trẻ được trông đợi nhất Pride Lands đã chui đầu ra khỏi lòng mẹ. Nhưng sau đó lại đột ngột tuột vô trở lại. Thái y đã tìm mọi cách để đưa thái tử ra ngoài. Nhưng thái tử quá to, lại bị kẹt vai nơi xương chậu, nên không cách nào ra khỏi. Vương hậu đã ra máu nhiều đến mức ngất đi. Còn nhà vua lo sợ cái chết đang rình rập, bèn bảo thái y tìm mọi cách cứu sống Vương hậu. Trong lúc đối mặt giữa sự sống và cái chết, Vương hậu đã nắm chặt tay thái y, thì thào, "Nếu phải chết, hãy để ta chết thay. Thái tử của Pride Lands phải sống." Thái y vẫn còn nhớ rõ, những giọt nước mắt nóng hổi lăn tròn trên má Vương hậu, nhà vua và những người có mặt trong căn phòng đêm hôm ấy. Những tiếng cầu nguyện vẫn còn râm ran bên tai. Đại tư tế đã dâng hương cầu nguyện cho Thái tử liên tục một ngày một đêm. Cuối cùng, những lời cầu nguyện đã được nhận lời. Những giọt nước mắt đã thành những nụ cười biết ơn. Cả cung điện reo mừng "Thái tử đã chào đời!". Đó là đứa trẻ khôi ngô nhất thái y đã nhìn thấy trong cuộc đời thầy thuốc của mình. Mái tóc lấp lánh như những sợi chỉ vàng tinh xảo của quan kim hoàn Peter. Đôi mắt màu xanh lá phản chiếu những đồng cỏ xanh rì của Pride Lands.

Đôi vai căng rộng như cánh chim đại bàng. Và đôi chân vững chãi của các anh hùng nhà Foreman. Đại học sĩ Assi đã phải thốt lên khi lần đầu nhìn thái tử, "Thái tử của chúng ta sẽ là vị anh hùng vĩ đại nhất của Đại Dương."

Mới đó mà đã gần ba mươi năm. Đại dương đã mang Thái tử đi gần hai mươi năm. Hôm nay, thái tử lại trở về trong tình trạng này. Tạo Hóa đã thử thách nhà Foreman quá lớn.

Thái y Daniel lại gần bên Thái tử. Gương mặt Thái tử vẫn ấm nồng và sáng láng như lúc mới sinh. Thái y nắm bàn tay lạnh ngắt của Thái tử, thì thầm, "Vương hậu nói đúng. Thái tử của chúng ta là một người đặc biệt. Tạo Hóa sẽ cứu Thái tử. Hãy để thần đi báo tin cho Bệ hạ."

Vương hậu yên lặng gật đầu. Mắt vẫn không ngưng nhìn Thái tử.

Clementine quá kiệt sức nên thiếp đi bên giường Janus lúc nào không hay. Lúc Công chúa giật mình mở mắt, ngạc nhiên nhìn thấy Vương hậu ở kế bên, đang nắm chặt tay Janus.

"Vương hậu Catherine?" Công chúa buột miệng hỏi, đôi mắt nâu đen đầy bối rối.

Vương hậu trìu mến nhìn Công chúa, rồi nói.

"Cảm ơn Công chúa đã chăm sóc con trai ta."

"Con trai?" Công chúa lại càng thêm bối rối, "Vương hậu vừa nói Thợ săn đây là con trai Vương hậu, Thái tử của South Monia?"

"Đúng vậy. Đây là Janus Foreman, con trai duy nhất của ta, Thái tử của hoàng triều Pride Lands. Người đã mất tích gần hai mươi năm trước. Cảm ơn Tạo Hóa. Hôm nay Ngài đã mang con trai ta trở về."

Clementine đi từ kinh ngạc này đến kinh ngạc khác. "Thái tử của Pride Lands? Janus không phải là chàng thợ săn trên Đảo Agina hay sao?" Công chúa đưa mắt nhìn Thợ săn, rồi nhìn Vương hậu. "Hai mẹ con trông có nhiều điểm giống nhau. Nhất là chiếc mũi thanh cao và đôi mắt to dài như biết nói. Chỉ là mắt Vương hậu không có màu xanh lá. Màu xanh lá là đôi mắt của Vua Henry." Nghĩ đến đây, Công chúa dường như đã thuyết phục được mình. Công chúa nhìn Vương hậu, nhỏ nhẹ nói.

"Cầu xin Tạo Hóa chữa lành cho Thái tử!"

Chương 27:
PHÉP LẠ CỦA TÌNH YÊU

Đã ba ngày ba đêm, Vương hậu ra lệnh không một ai được vào phòng Thái tử. Chỉ một mình Vương hậu, không ăn không uống, quỳ gối bên cạnh giường Janus, khóc lóc cầu xin cùng Tạo Hóa. Vua Henry vô cùng xúc động, khi biết tin Thái tử đã trở về. Ngày nào cũng vậy, cứ vài canh giờ, nhà vua lại đến phòng Thái tử, đứng ngóng vào trong. Hơn ai hết, vua hoàn toàn hiểu được nỗi đau đớn đang tràn ngập trong trái tim Vương hậu. Vì cũng chính nỗi đau ấy, đang chiếm hữu trái tim mạnh mẽ của người đàn ông quyền lực nhất Bắc Đại Dương. “Ôi, Tạo Hóa! Sao Ngài thử thách nhà Foreman quá lớn? Ngài đã cất con trai yêu dấu của chúng con đi gần 20 năm, đã giấu nó ở một nơi bí mật của Đại Dương mà con không tìm được? Sao lại đem nó trở về hôm nay trong tình trạng này? Ngài thật vĩ đại và huyền bí thay! Kế hoạch Ngài lớn lao hơn tất cả suy nghĩ của con người! Và quyền năng Ngài vượt trên tất cả! Lạy Chúa Tạo Hóa, hãy cứu lấy đứa con tội nghiệp này! Và nếu phải chết, hãy để con được chết thay nó!” Nhà vua chắp tay nguyện cầu, hai dòng nước mắt lăn tròn trên gò má.

Khuất cao trên phía tầng thượng cung điện, Clementine thẫn thờ dựa vào ban công, nhìn xuống dòng sông Omega, đôi mắt buồn dịu vợi. Công chúa còn chưa hết ngạc nhiên khi biết được Janus là Thái tử của Pride Lands, con trai duy nhất và người thừa kế ngai vàng của Vua Henry Foreman. Bao nhiêu câu hỏi cứ rối bời tâm trí. Kể từ ngày gặp chàng, Công chúa chưa từng nghe chàng kể chuyện về Pride Lands, về Nhà vua, Vương hậu hay chỉ đơn giản là về cha mẹ mình. Chàng cũng chẳng bao giờ nói với Công chúa, chàng từ đâu đến và sẽ đi về đâu. Đến cái tên Janus, cũng chỉ có Công chúa và sư phụ chàng biết được. "Tại sao? Tại sao Janus phải che giấu thân phận thật của mình và không muốn trở về Pride Lands? Cho dẫu ngôi vị Thái tử của nhà Foreman và ngai báu của vương quốc giàu có nhất Đại Dương không làm chàng ham thích, thì lẽ nào chàng lại không hiểu được nỗi đau mất con hằng ngày giày xéo trái tim của Phụ hoàng và Mẫu hậu? Lẽ nào sự mất tích của chàng có nhiều uẩn khuất? Hay sự trở về của chàng lại càng uẩn khuất hơn?"

Công chúa nhắm mắt lại, đặt bàn tay lên miệng, nghe tiếng gió thổi xì xào. Gương mặt Janus hiện ra giữa bầu trời xanh thẫm, đôi mắt xanh biếc như màu biển, nụ cười tỏa sáng như ánh mặt trời lấp lánh trên dòng sông Omega. Trong giây phút, Công chúa bỗng thì thầm, "Thức dậy đi, hoàng tử của ta."

...

Hôm nay đã là ngày thứ bảy Vương hậu chẳng ăn uống gì. Cánh cửa phòng Thái tử vẫn im ỉm đóng. Vương hậu gục đầu bên cạnh giường Thái tử, tay vẫn cầm chặt cuốn kinh cầu. Đúng là "bàn tay đưa nôi là bàn tay kiến tạo thế giới", và nếu có điều gì mạnh hơn sự chết, thì đó chính là tình yêu người mẹ.

Trong mơ hồ, Janus nghe tiếng gọi của mẫu thân "Janus, hãy chiến đấu cho sự sống của con. Mẫu hậu đợi con về." Tiếng gọi tha thiết vang trong cõi vô hình. Janus bắt đầu cảm nhận cơ thể mình ấm lên và sức lực dường như đang quay trở lại. Chàng cố mở mắt, quan sát mọi thứ trong căn phòng. Bóng dáng Vương hậu nhập nhòa qua làn mắt, làm Janus tưởng mình đang ngủ mơ. "Mẫu hậu!" Janus dùng hết sức lực cố bật ra thành tiếng. "Mẫu hậu!" Tiếng gọi khe khẽ, cũng đủ làm Vương hậu giật mình. Hai hàng nước mắt chảy dài nơi khoé mắt Thái tử, rồi lăn tròn trên bàn tay Vương hậu. Vương hậu ngồi bật dậy khỏi sàn nhà.

"Janus, Janus! Con tỉnh lại rồi. Cảm ơn Tạo Hóa. Là Mẫu hậu đây!"

Vương hậu vừa nói, vừa cầm chặt hai bàn tay Janus.

"Con thấy thế nào rồi, Janus? Ôi, con trai của ta! Con trai yêu dấu của ta!"

Vương hậu vui mừng, không cầm được nước mắt. Rồi vội gọi người hầu.

"Mau mau, hãy mời Nhà vua và thái y Daniel."

Janus cố gượng mình ngồi dậy, nói cùng Vương hậu.

"Mẫu hậu, hãy khoan. Hãy khoan cho mọi người biết con vẫn còn sống."

Vương hậu ngạc nhiên nhìn Thái tử. Cố dìu Janus dựa vào đầu giường, rồi dịu dàng nói.

"Nhà vua, ta, thái y Daniel và Công chúa Clementine đã biết hết rồi. Ta sẽ nói họ giữ bí mật chuyện này. Không sao. Hãy nghỉ ngơi cho khỏe. Chuyện gì rồi hãy bàn đến sau."

Janus cố gắng gật đầu, rồi nhìn Vương hậu. Đã gần 20 năm không gặp, trông Vương hậu già đi khá nhiều. Làn da căng hồng bắt đầu điểm những vết nhăn, nhưng vẻ ngọt ngào, nhỏ nhẹ và đôi mắt hiền từ ấy, nụ cười hiền từ ấy, vẫn dường như sống mãi với thời gian. Những ngày tháng tha hương và huấn luyện trên Đảo Agina, những cơn sốt rét rừng như muốn giết chết Thái tử bởi cái lạnh buốt xương, những lần đánh nhau với cả hổ và sư tử, chưa bao giờ Janus dễ dàng bị đánh ngã. Bởi vì, chính nụ cười và ánh mắt ấm áp ấy là lý do Thái tử phải vượt qua sự chết để trở về. Nỗi nhớ mong Mẫu hậu và Phụ hoàng vẫn ngày ngày thấm sâu trong lòng Janus. Nhưng chàng không thể quay về Pride Lands, không thể về Thủ Thành. Bởi vì, như sư phụ đã nói "Con được lựa chọn để làm cứu tinh của Đại Dương! Nếu con quay về, không chỉ có Phụ hoàng con, Mẫu hậu con, mà cả Đại Dương tinh, triệu triệu người sẽ bị làm mồi cho thú dữ..."

Cánh cửa phòng Janus mở toang. Vua Henry vui mừng bước đến. Janus cố gượng người ngồi dậy bái kiến Phụ hoàng, nhưng nhà vua vội vàng chạy đến bên Thái tử.

"Con trai của ta! Hãy nằm đó. Ta biết con sẽ vượt qua được. Ta biết điều đó. Nhà Foreman xưa nay, chưa có ai từng chết vì chiến trận. Chúng ta là những chiến binh dũng cảm nhất của Đại Dương!" Nhà vua vừa nói, vừa cười sảng khoái.

Janus và Vương hậu cũng cười theo. Quả thật, không đâu như ở nhà. Và không gì bằng tổ ấm. Vua Henry ôm lấy Vương hậu và Janus, rồi cầu nguyện chúc phước cho Thái tử.

Chiều xuống, từng cơn gió mát thổi qua những khóm hoa bên cửa sổ. Và dòng sông Omega vẫn dịu dàng uốn lượn bên dưới cửa cung.

Từ tầng thượng cung điện, Clementine tần ngần nhìn xuống những con thuyền trôi nhẹ trên dòng sông Omega. Người ta thường nói, đời sống như con thuyền. Ai cũng muốn cập bến bình an. Nhưng con thuyền Clementine là một con tàu lớn, chở theo mấy chục triệu người South Monia và bao nhiêu hy vọng, di sản của nhà Ward. Nhiều lúc Công chúa thấy mình như đuối sức, tưởng không vượt qua được những bão tố của Đại Dương. Con đường phía trước thật mênh mông và dài hun hút. Và rồi, Janus đã đến như một phép màu, mang yêu thương lấp đầy trái tim Công chúa, cho Công chúa hy vọng và sức mạnh để lèo lái con tàu South Monia. "Nhưng sao hôm nay chàng lại nằm yên giữa cơn bão tố? Ta biết phải làm sao khi cuộc sống không có chàng? Chàng đã vì ta chịu chết! Sao ta có thể bước đi những ngày còn lại với nỗi đau này?"

Công chúa nghe tim mình đau nhói.

"Ôi, Tạo Hóa! Nếu Ngài đã định cho con gặp Janus, xin Ngài đừng cất chàng đi khỏi cuộc đời con. Xin hãy ban Janus cho con, làm ánh sáng và hy vọng, làm tình yêu và sức mạnh cho con bước tiếp những tháng ngày tiếp theo. Ngài biết con yếu đuối và Ngài biết con cần gì. Lạy Chúa Tạo Hóa, xin hãy nhận lời nguyện cầu của con!"

Công chúa quỳ gối, nhắm mắt kêu cầu.

Janus đã đứng ngay đó, mà Công chúa không hề hay biết. Trái tim Thái tử như thắt lại, khi nhìn thấy Công chúa khẩn thiết cầu xin. Công chúa mở mắt, đứng dậy, sững sờ nhìn Thái tử.

"Janus! Chàng...!"

"Là ta đây, Clementine! Tạo Hóa không muốn nàng đau khổ

và mất mát nhiều hơn nữa. Cửa Thiên Đàng đành phải đợi ta dịp khác thôi." Janus âu yếm nhìn Clementine, mỉm cười.

"Ta..." Công chúa bẽn lẽn nhìn Janus. Đôi má ửng hồng và gương mặt ngập tràn hạnh phúc. "Chàng đã sống!" Công chúa reo lên trong lòng.

Janus ngắm nhìn Công chúa với đôi mắt đầy ắp yêu thương, rồi chẳng nói câu nào, ôm chầm lấy Công chúa vào vòng tay. Ôi, một lần nữa, hơi ấm ấy, mùi hương ấy, cái cảm giác yêu thương tuyệt vời lại ùa về, tràn đầy trong trái tim Công chúa.

Công chúa đưa tay ôm chặt lưng Janus, dựa đầu vào ngực Thái tử. Rồi tự nhiên Công chúa khóc. Giọt nước mắt của niềm hạnh phúc vô biên. Thái tử lau nhẹ mấy giọt lệ long lanh dưới bờ mi, rồi hôn lên đôi môi căng tròn, mềm mại. Những cái hôn càng nồng cháy theo từng hơi thở. Ôi, tình yêu, làm sao giấu được?!

Ngày thứ mười lăm tại Thủ Thành, Janus hôn tiễn biệt Nhà Vua và Vương hậu, để cùng Clementine xuống thuyền về lại Đảo Agina. Vương hậu cứ bịn rịn, không muốn xa rời. Vua Henry ôm lấy vai vợ, động viên.

"Con đi, rồi sẽ trở về. Nhất định Tạo Hóa đã có một kế hoạch hoàn hảo cho con trai của chúng ta. Nếu 20 năm trước, cuồng phong và bão tố không giết được con trên biển, thì bao nhiêu năm nữa, chắc con sẽ được bình an."

Vua nói cùng Thái tử: "Hãy nhớ, con trai! Loài người nhìn thấy hiện tại. Nhưng Chúa Tạo Hóa nhìn thấy tương lai. Hãy bước đi vững vàng và tin cậy Đấng Tạo Hóa. Ta đợi con về để thay ta gánh vác Pride Lands."

Thái tử ôm vai cha, đáp lời: "Vâng, thưa Phụ hoàng!"

Vương hậu ôm chặt lấy Thái tử, vừa nói, vừa lau mấy giọt lệ trên khoé mắt.

"Hãy đi bình an, con trai của ta. Cầu xin Chúa Tạo Hóa sớm mang con trở lại. Ta vẫn ở đây, mỗi ngày cầu nguyện và đợi con về nhà."

Thái tử ôm hôn Vương hậu, rồi quay gót xuống thuyền.

Chiếc thuyền trôi nhẹ trên dòng sông Omega, mang Thái tử và Clementine xa dần cung điện của Thủ Thành. Mặt trời đã lên cao, soi nắng lấp lánh trên dòng nước. Thái tử ôm vai Công chúa, nói nhỏ.

"Nàng hãy nhớ nhé! Ta không phải là Thái tử Janus của nhà Foreman. Ta là Thợ săn của Đảo Agina."

Clementine gật đầu, tựa vào vai Janus.

Chương 28:
LÁ THƯ CỦA NGƯỜI CHẾT

Vương Thành, những ngày thu u ám. Từng góc phố buồn hiu hắt gió heo may. Đền thờ Tạo Hóa vắng tanh, không một bóng người. Đám lính canh đã kéo về dự lễ dâng hương ở Điện Thủy thần. Một bóng người nhanh nhẹn, lách qua mấy bụi hồng, tìm cách đột nhập vào bên trong Đền thờ Tạo Hóa.

Chút ánh sáng len lỏi qua từng ô cửa đầy bụi, soi rõ cảnh điêu tàn của trung tâm thờ phượng một thời lớn nhất South Monia. Người bịt mặt lục soát khắp các ngăn bàn và tủ sách, dường như đang kiếm tìm một thứ gì rất quan trọng. Trong lúc đang loay hoay kiểm tra các sổ tay ghi chép, người bịt mặt giật mình nghe tiếng cửa động mở toang, sau khi lỡ tay đẩy mạnh một cuốn sổ trên ngăn tủ. Bên dưới cửa động là một dãy cầu thang dài bằng đá, dẫn xuống một căn phòng nằm sâu dưới tầng hầm. Chính giữa căn phòng có một bàn thờ nhỏ và một phòng cầu nguyện đặc biệt dành cho tu sĩ. Sau một hồi vất vả tìm kiếm, người bịt mặt tìm thấy một chiếc hộp nhỏ, được chôn giấu cẩn thận trong phòng cầu nguyện. Bên trong chiếc hộp, là một cuộn giấy được niêm phong. Người bịt mặt cẩn thận mở cuộn giấy và kinh hãi nhìn thấy bức tranh đang bày ra trước mắt. Bức tranh vẽ cảnh một vị vua nằm sóng soài trên sàn nhà, bên cạnh một con rồng đang ngủ. Tay vị vua nắm chặt một bông hoa loa kèn đầy máu. Bên dưới ghi dòng chữ “mồng 5 tháng 10”.

Những giọt nước mắt rơi lã chã xuống sàn nhà. Người bịt mặt dụi tay lên hai mắt, cẩn thận cho cuộn giấy vào túi áo, rồi nhanh chóng theo lối cửa sau hang động, bươn qua mấy con suối, biến mất giữa khu rừng.

Trời tờ mờ sáng, Clementine đã thức dậy, đứng tần ngần bên lan can lều trại. Những cơn gió se lạnh, mang theo mùi biển mặn hôn lên mái tóc nâu vàng xõa ngang vai. Suốt đêm, Công chúa không tài nào chợp mắt. Gương mặt Phụ hoàng hiện về trong những giấc mơ, đánh thức nỗi đau tận cùng trong trái tim Công chúa. Công chúa tựa lưng vào thành cửa, mắt trông về hướng South Monia. Những ngày tháng tươi đẹp tại Vương Thành, nụ cười hiền từ của Mẫu hậu và vòng tay ấm áp của Phụ hoàng cứ như đang hiện ra trước mặt. Nhưng rồi những câu chữ trong bức thư của Otilia đã phá tan mọi thứ. Công chúa thấy rồng đen Saphiro hiện ra trong đau đớn và tuyệt vọng.

Bình minh bắt đầu ửng hồng phía chân mây. Những tia sáng ban ngày đang đẩy lùi tăm tối của bóng đêm. Tiếng chim cu bắt đầu kêu rúc rích. Tiếng sáo du dương của Janus lại vang vọng núi đồi. Bao giờ cũng vậy, là tiếng sáo ấy mang đến cho Công chúa sự bình an và làm cho núi rừng Agina như bừng tỉnh. Tiếng mấy người dân chài lua khua bên sườn đồi, chuẩn bị cho một ngày đánh lưới. Và tiếng chân rầm rập của quân lính tập hợp ngoài trại quân.

Madena đẩy cửa, thưa cùng Công chúa: “Chào buổi sáng, Công chúa. Đêm qua Công chúa ngủ ngon giấc chứ ạ? Thần đã pha trà xong cho Công chúa.”

Clementine gật đầu, yên lặng bước vào trong. Một lát sau, có tiếng gõ cửa. Một tên lính đến thưa với Công chúa có tin từ thám tử Vương Thành. Công chúa đặt chén trà xuống bàn, vội vàng tiến về Trại chỉ huy. Tướng quân Elishua đã có mặt bên trong. Một tên lính lạ mặt bái kiến Công chúa, rồi trao cho Công chúa một ống tre.

“Thưa Công chúa, Chim Sẻ sai thần phải tận tay đưa thứ này cho Công chúa.”

Công chúa đón lấy ống tre, bên trong có một cuộn giấy. Công chúa hướng mắt nhìn Tướng quân, rồi hồi hộp mở cuộn giấy trong tay. Đột nhiên, nét mặt Công chúa biến sắc. Công chúa ngồi sụp xuống chiếc ghế gỗ sồi.

“Công chúa? Trong cuộn giấy nói gì?” Tướng quân nhíu

mày, hai đồng tử kéo lại gần nhau.

Bàn tay run run, Công chúa đưa cuộn giấy cho Tướng quân. Tướng quân mở cuộn giấy đọc, đôi mắt đỏ lên, trừng trừng nhìn vào những dòng chữ đang nhảy múa.

"Mồng 5 tháng 10! Quả đúng là Tiên hoàng và Rồng đen!"

Tướng quân gấp cuộn giấy lại, rồi nói cùng tên lính.

"Chắc Chim Sẻ đã cho ngươi biết trước. Một khi đã bước chân lên đảo, ngươi không được phép quay về lại Vương Thành?"

"Vâng, thưa Tướng quân. Thần đã sẵn sàng ở lại Agina và chiến đấu dưới cờ của Công chúa." Tên lính nhướn thẳng người, khép chân lại theo kiểu nhà binh.

"Tốt lắm, vậy hãy đến trại quân, gặp phó tướng Herodotus." Tướng quân ra lệnh.

Tên lính cúi đầu vâng lệnh, rồi nhanh chóng rời khỏi Trại chỉ huy.

Ngay khi tên lính vừa rời khỏi, Công chúa ôm mặt, khóc thật to.

"Là Phụ hoàng! Thật đúng là Phụ hoàng rồi, thúc phụ! Nhưng tại sao là hoa loa kèn đầy máu? Và Rồng đen Saphiro, sao nó lại nằm ngủ kia chứ? Nó không thể nào nằm ngủ khi Phụ hoàng bị giết hại!" Công chúa nhìn Tướng quân, đôi mắt bồ câu đã ráo hoảnh.

"Ta cũng có cùng câu hỏi như Công chúa. Sao lại là hoa loa kèn đầy máu và Rồng đen lại ngủ khi Tiên hoàng bị tấn công?" Tướng quân hít một hơi dài, rồi chăm chú nhìn vào bức tranh trên cuộn giấy.

"Otilia là một chuyên gia dùng độc. Việc này có thể liên quan đến một loại độc nào đó." Tướng quân phỏng đoán.

"Nhưng tại sao bà ta phải nhờ đến Park Hwa ở tận Đảo San Hô? Hắn có khả năng đặc biệt gì?" Công chúa trầm ngâm hỏi.

"Park Hwa! Park Hwa! Tên hoạn quan này vẫn còn nhiều bí ẩn." Tướng quân vừa nói, vừa cẩn thận gấp cuộn giấy lại, đưa cho Công chúa.

"Quan tư tế chắc đã phát hiện bất thường về sự ra đi của Tiên hoàng, nên đã âm thầm điều tra. Vì vậy, Aetius đã tìm cách giết đi, bằng cách ghép tội mưu phản. Một tội ác đê hèn, như hắn đã làm với ta." Tướng quân bóp chặt hai bàn tay. Hàm râu quai nón nhích lên cùng ánh mắt giận dữ.

Công chúa ngước nhìn Tướng quân.

"Quả đúng như lời thúc phụ đã nói "Người chết không nói dối". Vậy, ta hãy tìm hiểu về thứ hoa loa kèn đầy máu mà quan Philitas đã nói đến. Con sẽ ra lệnh cho Chim Sẻ theo dõi sát Aetius và Otilia. Đồng thời, sẽ nhờ Thợ săn đi Đảo San Hô tìm hiểu về Park Hwa."

Tướng quân vịn tay Công chúa, trầm tĩnh nói.

"Giấy không bọc được lửa. Mọi tội ác rồi sẽ phải bị lộ ra. Công chúa đừng quá đau buồn. Thần, dầu chết, cũng phải điều tra ra bí mật đằng sau cái chết của Tiên hoàng."

Công chúa đặt tay mình lên tay Tướng quân, yên lặng gật đầu.

Nắng đã lên cao phía hàng dừa. Những gì trong bóng đêm phải bày ra nơi ánh sáng.

Chương 29:
KÈN HOA CHƯỞNG

Đêm thu tĩnh lặng trên Đảo San Hô. Ánh trăng mờ soi bóng hai dáng người bịt mặt đang ẩn mình trên mấy ngọn cây um tùm, ngang sườn núi. Từ xa, tiếng vó ngựa hí vang, mỗi lúc một gần. Một tốp người mặc áo đen, che khăn mặt, chở theo một xe hàng, đang phi ngựa rẽ qua eo núi.

Thình lình, từ phía mấy ngọn cây, những mũi tên bằng đá bay ra liên tục, bắn ngã mấy tên ở cuối đoàn. Đám người áo đen bắt đầu nhốn nháo, nhìn quanh quất. Những mũi tên bằng đá lại tiếp tục bay ra, bắn ngã tên đánh xe hàng.

"Có mai phục! Hãy cẩn thận!"

Cả bọn bèn kêu lên hoảng hốt. Cùng lúc đó, từ trên sườn núi, hai người bịt mặt phi thân xuống, cướp lấy xe ngựa, phi như bay về phía con đường mòn trong núi.

Một bóng người áo đen đột ngột tách ra khỏi đoàn, thúc ngựa như bay, đuổi theo hai người lạ mặt. Đám người còn lại liền đuổi theo sau.

Tiếng ngựa rít vang giữa màn đêm tĩnh mịch. Tiếng quát lớn của tên dẫn đầu "Bắt sống hắn cho ta!"

Hai người đàn ông trên xe ngựa. Một người cầm cương, cố hết sức cho ngựa phi sâu về phía rừng già. Người còn lại ra sức tấn công đám quân áo đen bằng tên đá và phi tiêu.

Cuộc săn đuổi ngày càng gay cấn. Những mũi tên bắn từ quân áo đen, không những không làm đả thương người sau xe ngựa, lại bị dính vào chiếc áo rơm hắn đang mặc trên người. Tên dẫn đầu tức giận, phóng tiêu liên tục về phía hai người đàn ông. Nhưng tên phía sau, thân thủ lẹ làng, dùng kiếm đỡ văng các phi tiêu. Rồi lại dùng những mũi tên dính trên áo rơm bắn ngã nhiều binh lính áo đen. Tên dẫn đầu càng lồng lộn, khi những tên còn lại đi theo lần lượt ngã xuống trên đường. Hắn giật dây cương, thúc ngựa phi nhanh về phía trước, rồi phi thân qua chỗ xe hàng. Kỳ phùng địch thủ đọ sức nhau trên thùng xe ngựa.

Tên đánh xe quay đầu nhìn lại, quân áo đen vẫn còn khá đông, đang đuổi theo sau. Biết mình không còn con đường quay lui, hắn giật mạnh dây cương, hét lớn.

"Thợ săn, ta qua núi đây!"

Chớp mắt một cái, chiếc xe ngựa phóng qua một sườn núi cao chót vót. Phía dưới là dòng nước đang cuồn cuộn chảy mạnh. Thợ săn nhanh chóng tháo bỏ lớp áo rơm trên người, ném vào mặt tên dẫn đầu áo đen.

Quá bất ngờ, tên dẫn đầu mau chóng phi ngược người về bên này vách núi, trong khi đám áo đen đang phi nước đại, lần lượt bất ngờ ngã nhào xuống dòng nước đang chảy xiết. Tên dẫn đầu tức giận nhìn chiếc xe hàng và tên "Thợ săn" phóng mình về phía bên kia sườn núi.

Bỗng "Rắc! Rắc! Soạt! Soạt!" con ngựa đen, vì chở theo xe hàng quá nặng, không thể phóng hết mình qua vách núi. Nó quờ quạng hai chân sau, cố tìm một chỗ có thể làm đà, đẩy mạnh thân mình về đằng trước. Nhưng chẳng có gì, ngoài mấy viên đá sỏi vỡ vụn, rồi va vào vách núi. Tên đánh xe bắt đầu hốt hoảng, kêu lên.

"Thợ săn, ta không lên được!"

Nhanh như chớp, Thợ săn chạy đến chỗ xe hàng, dùng kiếm chặt đứt mấy dây xích nối thùng xe hàng vào thân ngựa. Chiếc xe hàng đứt ra, ngã nhào xuống dòng thác đang cuồn cuộn chảy. Con ngựa đen như được giải thoát, bám chặt hai chân trước, đẩy mạnh thân mình, phóng lên mặt đất.

Vừa lúc đó, tên dẫn đầu áo đen vung một chưởng mạnh vào

lưng người đánh xe ngựa. Người đánh xe ngựa la lớn lên, rồi ngã xuống trên mình ngựa. Thợ săn mau chóng nhảy lên lưng ngựa. Rút ra cây sáo, thổi một hơi dài. Rồi một tay giữ chặt người bị thương, một tay đánh ngựa về phía rừng già.

Tiếng vó ngựa kêu lốc cốc dưới ánh trăng mờ.

Đột nhiên, người bị thương tỉnh dậy, rút dao đâm mạnh vào bên hông Thợ săn. Thợ săn nhìn người bị thương, lắp bắp:

"Ngươi...? Jochi...?"

Không hề đáp lời, người bị thương tiếp tục đâm Thợ săn thêm nhiều nhát nữa. Máu bắt đầu chảy ra lai láng khắp bụng và hai bên sườn của Thợ săn. Thợ săn dùng chút sức lực còn lại, bóp mạnh cổ tay cầm dao của người bị thương, khiến hắn phải buông dao xuống đất. Nhưng không dừng ở đó, hắn tìm cách đẩy Thợ săn văng ra khỏi lưng ngựa. Dường như một sức mạnh kỳ bí nào đó đang cầm giữ hắn. Hắn mạnh lên hẳn. Không giống như một người vừa trúng chưởng.

Trong lúc hai người đàn ông đang giằng co trên mình ngựa, thì một mũi tên bay đến, cắm phập vào lưng Jochi. Hai người đàn ông khác, cưỡi một con voi to xuất hiện bên đường.

"Chúng ta đến vừa kịp lúc."

Họ nói với nhau, rồi nhảy xuống khỏi lưng voi. Hai người đàn ông khống chế Jochi, trói tay hắn lại, cột vào lưng ngựa. Xong, họ đưa Thợ săn lên lưng voi, tiến về một ngôi làng nằm sâu trong núi.

Mặt trời đã trên cao phía trên đồi cọ. Thợ săn và Jochi thức dậy trong căn nhà đơn sơ của gia đình thuần voi nổi tiếng Đảo San Hô, nhà Ito.

Jochi đưa tay xoa khắp hai bên thái dương và đỉnh đầu.

"Chuyện gì đã xảy ra tối qua? Sao đầu ta đau quá? Ta nhớ tên dẫn đầu áo đen đã cho ta một chưởng khá mạnh, làm ta ngã xuống và mê man."

Thợ săn trả lại chiếc khăn lau mặt cho Hiroki Ito, rồi quay sang Jochi.

"Jochi, hãy nhìn ta. Có thật ngươi không nhớ được chuyện gì đã xảy ra tối qua?"

Jochi nhìn Thợ săn, bối rối. Đôi mắt một mí nhíu lại như còn lim dim.

"Thật, ta không nhớ hết được. Đã có chuyện gì khác, ngoài chuyện chúng ta cướp xe vũ khí của Park Hwa và bị đuổi đến sườn núi hay sao? Theo kế hoạch, chúng ta sẽ đến sườn núi, sau đó sẽ cắt bỏ xe hàng, thả trôi theo dòng nước về hạ nguồn. Các quân sĩ của Thái tử sẽ đợi sẵn bên dưới hạ nguồn và chuyên chở số vũ khí vào kho. Còn ta và Ngài sẽ tự kiếm đường rút lui vào rừng, sau đó tùy cơ ứng biến. Nhưng lúc đến sườn núi, tên dẫn đầu đang chiến đấu với Ngài ngay trên xe hàng, đám quân của hắn thì đuổi sát theo sau. Ta bí quá, đành phải phóng luôn xe ngựa qua sườn núi. May mà lúc đó Ngài Thợ săn đây đã kịp cắt đứt xe hàng, nên ta mới phóng ngựa được lên mặt đất." Jochi nhớ lại.

"Đúng rồi. Và đây là cách ngươi đã trả ơn cho ta sao?"

Thợ săn nói xong, liền mở áo cho Jochi nhìn thấy những vết đâm đang còn đọng máu trên người.

Jochi tròn mắt kinh ngạc, nhìn vào những vết thương, miệng lắp bắp.

"Những... vết... đâm... này...? Ngài... nói... là... ta... đã... gây... ra?"

"Chẳng lẽ là một bóng ma nào khác, nếu không phải ngươi? Nếu hai cha con nhà Ito không đến kịp lúc, chắc ta đã bị ngươi làm mồi cho thú dữ trong rừng."

"Ta... ta... ta... không hiểu... Ngài đang nói gì. Nhưng sao đầu ta đau quá thế này?" Jochi ôm lấy đầu, nét mặt đầy âu lo, bối rối.

Vừa lúc đó, có tiếng chó sủa inh tai ngoài đầu làng. Con gái nhà Ito lo lắng chạy vào.

"Anh trai, không ổn rồi. Là quân của Tướng quốc! Bọn họ đang lục soát kẻ bắt cóc Hoàng thân Akito."

Cùng lúc, lão gia nhà Ito, Abe Ito, lật đật chạy đến.

"Mau, Hiroki, hãy đưa Ngài Thợ săn và Ngài Jochi đi khỏi ngay. Yua, con là y tá, có thể chăm sóc vết thương cho Ngài Thợ săn. Con cũng hãy đi cùng anh con. Nếu được, hãy đưa voi của Hoàng thân theo cùng. Sợ rằng, ta sẽ không thể tiếp tục chăm sóc nó được nữa."

"Cha! Nhưng mà..." Hai anh em nhà Ito ứa nước mắt nhìn cha.

Nhưng người cha đưa bàn tay lên, ra lịnh không được nói gì.

"Không "nhưng mà..." gì hết. Tổ tiên chúng ta nợ ơn nhà Kyoto. Đã đến lúc chúng ta phải báo đền. Đảo San Hô xưa nay là xứ của anh hào. Chúng ta thà chết, chứ không làm tay sai cho tên gian thần ngoại quốc. Huống hồ, cha và anh con còn nợ ơn cứu mạng của hai vị anh hùng đây.

Hãy nhớ! Dù bất cứ chuyện gì xảy ra với cha, không ai được phép quay trở lại. Nào, hãy đi mau! Đi mau!" Người cha thúc giục, gương mặt rám nắng đượm nỗi buồn chia ly, nhưng ánh mắt vô cùng cương quyết.

Hai anh em nhà Ito mau chóng thu xếp chút hành lý, rồi đỡ lấy Thợ săn, cùng Jochi, theo lối cửa sau, băng vào trong núi.

Tiếng chó sủa mỗi lúc một gần. Tiếng binh lính quát tháo "Tìm kiếm hết cho ta. Một tên đang bị thương nặng. Chắc chắn sẽ có vết máu." Rồi tiếng roi vọt, tiếng gươm dao, tiếng lão gia nhà Ito kêu vang trong gió "Đảo San Hô sống mãi! Nhà Kyoto sống mãi! Tiếng kêu oai hùng vang lên như tiếng của hồn thiêng non nước, rồi tắt lịm giữa mênh mang núi rừng.

Yua cắn chặt ngón tay trên miệng, nén nỗi đau không bật ra thành tiếng. Hiroki lau dòng nước mắt đang chảy dài trên gò má. Rồi tiếp tục thúc voi về phía bìa rừng.

Jochi và Thợ săn không nói tiếng nào, hai tay siết chặt cánh tay Hiroki.

Ngoài kia, mặt trời đã lên cao trên đỉnh núi. Đường về Đảo Quạ không còn xa.

...

Đảo Quạ. Các binh sĩ lũ lượt kéo về để chiến đấu dưới cờ của Đảo San Hô va`Hoàng thân Akito. Chuyến xe hàng cướp được tối qua từ tay Park Hwa làm các binh sĩ vô cùng phấn chấn.

Hoàng thân Akito xuất hiện trong bộ quân phục của triều đình Kyoto. Tay cầm tấm kim bài của Hoàng thượng, tiến về phía trước đám quân. Rồi cất tiếng.

"Hỡi các anh hùng, hào kiệt của Đảo San Hô! Hãy nghe ta nói!"

Cả đám quân im phăng phắc, hướng về phía Hoàng thân.

"Ta, Hoàng thân Akito Kyoto của Đảo San Hô. Như các ngươi đã biết, gian thần Park Hwa, từ lâu âm mưu đoạt chiếm ngai vàng, phế ngôi Thái tử, uy hiếp Hoàng thượng, giết hại trung thần, mua quan bán tước. Ta gần đây đã biết được, cái chết của Tiên hoàng Akihosa là do Park Hwa âm mưu dùng độc. Quan hộ bộ Mochi đã nhận được chỉ dụ của Tiên hoàng, điều tra Park Hwa. Vì vậy, cả gia đình đã bị ám hại, đến nỗi cận kề cái chết. Nói về tội ác của hắn ta, thì dầu bao nhiêu nước của Đảo San Hô cũng không hề rửa hết tội. Ta đây, vì cơ nghiệp ngàn năm của Đảo San Hô; vì Hoàng thượng đang bị uy hiếp nơi Hoàng cung; vì những trung thần vẫn ngày đêm quyết tâm bảo vệ công bình và bác ái; vì gia đình của chúng ta, những người mẹ, người vợ và con thơ cần một chốn bình yên để trở về; và vì một ngày mai tươi sáng, mặt trời mãi soi rọi trên những rặng san hô. Vì Đảo San Hô! Hãy chiến đấu!"

Tiếng Hoàng thân Akito vừa dứt, cả đội quân bèn hô vang.

"Vì Đảo San Hô! Hãy chiến đấu! Vì Đảo San Hô! Vì Hoàng thượng!"

Tiếng hô vang dội cả núi rừng. Tan vào trong gió. Cuốn đi bởi đại dương.

...

Thợ săn, Jochi và hai anh em nhà Ito vừa cập bến Đảo Quạ. Con voi đực mệt mỏi sau một chặng đường dài, nằm bệt xuống trên bờ cát. Quan Mochi suốt hai ngày trông ngóng. Vừa nhìn thấy bóng dáng Jochi, vui mừng chạy đến.

"Jochi, Jochi! Con đã trở về!"

Quan vẫy tay, gọi mấy binh sĩ đến dìu Thợ săn vào nhà. Rồi ra lệnh cho người chăm sóc voi.

Hoàng thân Akito cũng rời trại quân, đến căn nhà lá của Mochi.

Sau một hồi thuật lại cho Hoàng thân và cha toàn bộ câu chuyện của hai ngày qua, Jochi đưa mắt ái ngại nhìn Thợ săn, rồi quay sang nói cùng cha.

"Cha biết, con sẽ không bao giờ làm hại Thợ săn. Công chúa và Thợ săn là đại ân nhân của chúng ta. Nếu có thể dùng tính mạng con đây để tương cứu, con không bao giờ chần chờ hay nghi ngại. Sao con có thể tấn công Thợ săn đến nông nỗi này cơ chứ? Con thật không hiểu đã xảy ra chuyện gì? Con không thể nào nhớ được." Jochi tha thiết phân trần.

Quan Mochi ái ngại nhìn Thợ săn, rồi nhìn sang Hoàng thân Akito.

"Hoàng thân nghĩ thế nào?"

Hoàng thân trầm ngâm, nhìn Jochi, không nói.

Quan Mochi bèn quay sang hỏi Jochi.

"Con nói là con bị trúng một chưởng, rồi ngất đi. Sau đó đột nhiên tỉnh lại, không hề đau đớn và có sức mạnh để tấn công Ngài Thợ săn?"

"Vâng, thưa cha. Theo như lời Ngài Thợ săn kể lại, thì đúng là như vậy. Vì con không nhớ chuyện gì đã xảy ra lúc đó." Jochi đáp lời cha.

Lúc bấy giờ, Hiroki sực nhớ ra điều gì, bèn lên tiếng.

"À, thưa Hoàng thân và quan Mochi. Thần vừa nhớ ra một thứ."

Ai nấy đưa mắt, chăm chú nhìn Hiroki.

"Lúc hai cha con thần bế Jochi lên lưng ngựa. Có ngửi thấy một mùi hương rất lạ trên người Jochi. Giống như là mùi hoa loa kèn."

"Mùi hoa loa kèn?" Hoàng thân giật mình, nhìn thẳng vào mắt Hiroki.

"Vâng, thưa Hoàng thân. Thần nhớ là mùi hoa loa kèn."

"Hoa loa kèn!" Hoàng thân Akito bèn đứng dậy, bước lại gần bên Jochi.

"Jochi! Hãy mở áo của nhà ngươi lên, cho ta xem lưng của nhà ngươi."

Jochi nhìn hoàng thân, bối rối mở lưng áo cho mọi người cùng nhìn. Ai nấy kinh ngạc nhìn thấy một bông hoa loa kèn hiện ra mờ nhạt giữa một lớp bầm tím trên lưng. Nét mặt Hoàng thân tái nhợt đi, rồi buông giọng nói.

"Là Kèn Hoa Chưởng! Quả thật là Kèn Hoa Chưởng! Chẳng lẽ..."

Quan Mochi lo lắng nhìn Hoàng thân.

"Hoàng thân! Xin hãy nói với thần! Có gì bất ổn?"

Hoàng thân Akito bóp chặt hai bàn tay vào nhau, nhìn quan Mochi, rồi nói.

"Kèn Hoa Chưởng là một loại chưởng từ lâu đã bị thất truyền trong giới võ lâm phương Nam. Có nguồn gốc từ Nữ quốc Nam Phương cổ đại. Ai trúng phải Kèn Hoa Chưởng, trong vòng năm canh giờ, tâm thần phân liệt. Người bị trúng chưởng sẽ sống trong ảo giác và thực hiện các hành vi theo tiếng nói họ nghe được trong tâm trí của mình. Tiếng nói đó được tạo ra bởi một tần suất âm thanh mà chỉ có người ra chưởng mới có thể thực hiện được. Nó đại loại như một kiểu thôi miên."

Lúc bấy giờ, ai nấy cũng kinh ngạc nhìn Hoàng thân. Jochi kéo áo mình xuống, bối rối hỏi.

"Hoàng thân, có nghĩa là thần đã bị trúng Kèn Hoa Chưởng của tên dẫn đầu. Và đầu óc bị thôi miên. Tấn công Ngài Thợ săn theo mệnh lệnh từ tiếng nói trong tâm trí. Và tiếng nói ấy do tên dẫn đầu tạo ra bằng một tần suất âm thanh đặc biệt?"

"Đúng vậy!" Hoàng thân trả lời.

"Nhưng điều này có liên quan gì đến mùi hương hoa loa kèn?" Hiroki cất tiếng hỏi.

Hoàng thân ngồi xuống chiếc bàn tre bên cạnh, chầm chậm nói.

"Từ lâu, hoa loa kèn được mệnh danh là "hơi thở của quỷ", vì trong cây có chứa một loại độc dược có khả năng gây ảo giác, khi chất độc này đi vào cơ thể, chúng sẽ nhanh chóng đưa nạn nhân vào trạng thái vô thức. Nạn nhân có thể sẽ nghe, làm theo lời người đối diện một cách vô thức và khi hồi tỉnh, họ sẽ không nhớ những gì mình đã làm trước đó. Những bậc thầy luyện độc và luyện võ của Nữ quốc Nam Phương cổ đại đã kết hợp nó như thế nào đó, để tạo ra Kèn Hoa Chưởng. Nhưng loại chưởng này, chỉ có nữ giới mới tu luyện được. Và người tu luyện phải khắc khổ nung mình trong tinh chất kèn hoa được nấu nóng. Một khi đã luyện thứ chưởng này, thì suốt đời phải lệ thuộc vào nó. Vì nếu từ bỏ nửa chừng, thì da dẻ sẽ nhăn nheo, tóc sẽ bạc trắng và sức lực như bà lão ngoài trăm tuổi."

"Hoàng thân nói, người luyện Kèn Hoa Chưởng phải là nữ giới. Nhưng tên dẫn đầu tấn công thần không phải là một người nữ. Vậy thì..."

Jochi đang thắc mắc hỏi hoàng thân, thì Thợ săn bèn gượng mình ngồi dậy, lên tiếng.

"Thế thì, một người nửa trai nửa gái thì sao?"

Ai nấy trố mắt nhìn Thợ săn, rồi buột miệng kêu lên.

"Park Hwa???"

"Là hắn! Ta đã đấu với hắn một hồi lâu. Hắn là một tên ẻo lả như nữ giới. Võ công cao cường. Thân thủ linh hoạt. Người như thế ở Đảo San Hô, ta e rằng chỉ có Park Hwa." Thợ săn lại nói.

Hiroki đến bên giường, đỡ thợ săn ngồi dậy rồi nói.

"Là Park Hwa! Cũng may là hôm trước đó, Ngài Thợ săn đã đề phòng bất trắc, nên đến dặn cha con thần, tối mồng 10, phải đứng canh ở bìa rừng, nếu nghe tiếng sáo thổi làm hiệu, thì sẽ cùng voi đực ra ứng cứu. Nếu cha con thần không đến kịp, e rằng cả Ngài Thợ săn và Ngài Jochi đều đã bị Park Hwa giết mất. Thật là Tạo Hóa cứu người!" Hiroki chặc lưỡi.

Thợ săn vịn thân giường, cầm lấy thanh kiếm đứng dậy, nói cùng Hoàng thân và mọi người.

"Chúng ta đã cướp được xe hàng thành công, ngăn Park Hwa tấn công cung điện trong thời gian sớm nhất. Mọi việc coi như xong. Ta phải về lại Đảo Agina. Mọi người hãy bảo trọng."

"Nhưng Ngài trông còn yếu lắm. Hãy nghỉ ngơi vài hôm. Đợi vết thương lành hẳn rồi hãy về." Quan Mochi ái ngại lên tiếng.

Nhưng Jochi, vốn biết tính tình cương quyết của Thợ săn, bèn đứng dậy thưa cùng Hoàng thân.

"Thưa Hoàng thân, hãy cho phép thần đưa Ngài Thợ săn về Đảo Agina. Hai anh em nhà Ito xin gửi lại cho Hoàng thân. Lão gia nhà Ito là một bậc anh hùng. Đến phút cuối của cuộc đời, miệng vẫn hô vang "Đảo San Hô sống mãi! Nhà Kyoto sống mãi." Cầu mong Chúa Tạo Hóa ban ơn lành cho họ."

Hoàng thân Akito gật đầu. Jochi cúi đầu chào Hoàng thân, cha và hai anh em nhà Ito, rồi dìu Thợ săn bước ra bờ biển. Chiếc thuyền con trôi nhẹ giữa muôn trùng sóng biển. Hai người đàn ông, dựa lưng vào mạn thuyền, đôi mắt xa xôi, nhìn ra biển vắng. Mỗi người, một tâm tư...

Chương 30:
PHẢN THẦN

Một mùa thu nữa lại về trên Đảo Agina. Từng cơn gió mát lạnh thổi qua những tàu dừa xanh mướt. Clementine ngồi trên bờ cát bên biển vắng, cùng Kim phụng đợi chờ Janus. Công chúa xòe bàn tay đầy hạt ngô, cho vào miệng Kim phụng, vừa vuốt ve bộ cánh mềm mại, sặc sỡ sắc màu.

"Nầy ăn đi, Kim phụng. Tội nghiệp cho ngươi. Agina không có những bãi cỏ xanh mềm cho ngươi vui đùa. Chắc ngươi nhớ Vương Thành lắm phải không? Ta cũng vậy. Nhớ nhiều. Nhớ những buổi chiều lang thang trong vườn thượng uyển. Nhớ khu rừng tập kiếm, bắn cung. Nhớ những đồi cỏ non đầy gia súc, những đồi chè thơm lừng mỗi sáng thu. Và ta nhớ... Phụ hoàng và Mẫu hậu... nhiều lắm lắm."

Công chúa bắt đầu nghẹn ngào trong câu nói.

"Ngươi biết không, Kim phụng? Phụ hoàng đã bị người ta sát hại cách thê lương. Là phu nhân của bá phụ Aetius. Chắc bá phụ phải biết việc này, đúng không? Bá phụ đã tìm mọi cách truy giết ta đến cùng. Là bá phụ của ta đấy, Kim phụng! Lòng ta đau biết mấy. Làm người đã khó. Làm Công chúa càng khó hơn. Làm người nối dõi của nhà Ward càng khó gấp vạn lần. Đã nhiều lần, ta nghĩ mình không trụ nổi. Nhưng nghĩ đến cái chết tức tưởi của Phụ hoàng. Nghĩ đến thúc phụ Elishua. Nghĩ đến cơ đồ trăm năm mà ông cha ta gây dựng. Nghĩ đến những người dân South Monia phải chịu cảnh hiếp đáp, đoạ đày. Ta đây không cầm lòng.

Phụ hoàng và Mẫu hậu đã không còn. Ta giờ đây phải bước tới một mình thôi. Cảm ơn Tạo Hóa. Ta còn ngươi, còn thúc phụ, còn South Monia và còn... Janus. Chàng là ngọn nến soi trong nơi tối tăm, là hơi ấm cho cõi lòng lạnh lẽo. Ước mong ngày ấy sẽ đến thật gần. Chúng ta sẽ kết thúc những ngày tha hương, rồi ta sẽ mang ngươi về lại đồng cỏ của Vương Thành."

Kim phụng dường như hiểu được nỗi lòng "cô chủ", nghiêng cái cổ dài nép vô lòng Công chúa.

Bên ngoài biển, một chiếc thuyền con đang tiến lại gần. Công chúa ôm lấy đầu Kim phụng, hôn nhẹ lên chiếc mào đỏ tía, rồi nói.

"Nào, hãy bay đi!"

Công chúa đập nhẹ lên bộ cánh mềm. Kim phụng vỗ mạnh đôi cánh, sải bay cao về phía đỉnh núi.

Chiếc thuyền con cập bến. Jochi cột chặt dây neo, rồi đỡ Thợ săn bước xuống thuyền. Công chúa chạy đến, gương mặt đầy lo âu.

"Đã xảy ra chuyện gì, Jochi? Sao Thợ săn lại bị thương thế này?"

Thợ săn mỉm cười quay sang nhìn Công chúa.

"Ta không sao! Công chúa đừng lo. Là chút vết thương ngoài da thôi. Hãy về Trại chỉ huy, ta có chuyện nói cùng Công chúa."

Công chúa đến bên, đỡ lấy một tay Thợ săn, rồi cùng Jochi, dìu Thợ săn về Trại chỉ huy.

Tướng quân Elishua, nghe tin Thợ săn bị thương trở về, cũng vội vàng đến.

Nhẹ nhàng đặt Thợ săn ngồi xuống chiếc ghế dừa. Công chúa nóng ruột, quay sang hỏi Jochi.

"Nào, Jochi! Đã xảy ra chuyện gì?"

"Thưa Công chúa, là chuyện về Kèn Hoa Chưởng!" Jochi chùng giọng nói.

"Kèn Hoa Chưởng? Ngươi vừa nói là Kèn Hoa Chưởng?" Công chúa bối rối hỏi.

Bấy giờ, Jochi và Thợ săn thuật lại cho Công chúa toàn bộ câu chuyện về Park Hwa và Kèn Hoa Chưởng.

Công chúa nghe xong, ngồi thừ người xuống chiếc ghế gỗ sồi ở đầu bàn, ra chiều suy nghĩ.

Tướng quân Elishua đưa tay vào túi áo, lấy ra cuộn giấy, quay sang hỏi Jochi.

"Có phải là hình hoa loa kèn này đã ở trên lưng ngươi?"

"Chính là nó, thưa tướng quân!" Jochi kinh ngạc nhìn vào cuộn giấy.

"Vậy là đúng rồi, thưa Công chúa!" Tướng quân thở mạnh. "Bí ẩn về cái chết của Tiên hoàng đã được giải đáp. Otilia đã lén mời Park Hwa đến Vương Thành, lợi dụng Kèn Hoa Chưởng, tấn công Tiên hoàng và Rồng đen. Điều đó giải thích tại sao, đêm hôm đó, lúc ta tìm thấy Rồng đen trong khu biệt ngục, mắt nó lừ đừ, như bị đánh thuốc mê. Quan tư tế Philitas đã phát hiện hình hoa loa kèn trên người Tiên hoàng, nên đã bí mật điều tra về nguyên nhân cái chết. Kết cục đã bị Aetius và Otilia phát hiện, lập mưu, ghép vào tội chết. Hai kẻ gian tà này, đã có âm mưu tạo phản từ lâu. Đợi thời cơ chín mùi, liền ra tay sát hại. Đúng là nghịch thần, nghịch tử! Tổ tiên ta ba đời nay, nổi tiếng anh hùng. Nay sinh ra một kẻ tiểu nhân. Kẻ tiểu nhân, lòng đại gian tà!" Tướng quân Elishua đập mạnh tay xuống bàn, nghiến chặt răng, nhìn ra hướng biển.

Công chúa Clementine nhìn tướng quân, yên lặng một hồi, rồi cất tiếng.

"Ta đã quyết định rồi. Phải liên minh với Hoàng thân Akito, tiêu diệt Park Hwa và Otilia. Không chỉ để trả thù cho Phụ hoàng, mà vì South Monia, vì Đại Dương tinh. Nếu người công bình không cai trị, thì kẻ ác sẽ làm vua. Là đại họa!" Công chúa khẳng khái nói, rồi quay sang Jochi. Vẻ cương nghị của vua Kunj Ward I phảng phất trên gương mặt.

"Jochi, hãy mau mang thư của ta, gửi đến Hoàng thân Akito. Agina đã sẵn sàng cho một cuộc chiến lớn hơn."

Thợ săn không nói gì, chỉ yên lặng nhìn ra biển lớn. Lời của sư phụ văng vẳng bên tai.

"Vì một cuộc chiến sẽ nổ ra trên biển

Chúng sẽ đến như châu chấu

Tranh giành sự hư không..."

...

Trở về Đảo San Hô, Jochi giật mình nhìn thấy từng tốp lính đang duyệt binh trên bờ biển. Bên ngoài, mấy chiếc thuyền lớn đang căng buồm chờ ra khơi. Jochi vội vã chạy vào nhà.

"Phụ thân, phụ thân! Đã xảy ra chuyện gì? Quân lính đang chuẩn bị lên thuyền ra khơi."

Quan Mochi lật đật chạy đến, nắm chặt tay Jochi, miệng móm mém trên gương mặt đầy vẻ âu lo.

"Park Hwa đang dẫn quân về Kinh thành. Không biết khi nào sẽ tấn công Hoàng cung. Hoàng thân đang đưa quân về Hoàng cung cứu giá."

"Về Hoàng cung? Với số binh lính của chúng ta, sao địch nổi đội quân của Park Hwa? Chưa kể đến đám quân thị vệ phần lớn đều là tay sai của hắn! Về Hoàng cung, có khác gì đâm đầu vào chỗ chết!

Nhưng mà con tưởng, chúng ta đã cướp được xe hàng. Kế hoạch tấn công Hoàng cung của hắn phải đợi lại chuyến hàng sau." Jochi thở dài, đưa mắt nhìn cha.

"Chúng ta đều tưởng như vậy. Nhưng hắn ta đã tương kế tựu kế, biết chúng ta không ngờ đến và cũng không đủ khả năng chống trả lúc này, nên bất ngờ ra tay. Cái này gọi là "công kỳ vô bị[5]..." Thật là nguy biến, nguy biến!" Quan Mochi đưa hai tay, chắp mặt lên trời, "Cầu tổ tiên nhà Kyoto phù hộ".

Jochi sốt ruột vớ lấy cái túi vải trên bàn, rồi tạm biệt cha.

"Con phải đi tìm Hoàng thân." Jochi nói xong, chạy về khu trại lính.

---

5 Trích "Binh pháp Tôn Tử".

Khu trại lính ồn ào tiếng quân sĩ đang tập họp để lên tàu. Hoàng thân Akito đang làm lễ dâng hương bên trong trại chỉ huy. Mái tóc búi cao trên gương mặt cương nghị đượm vẻ u hoài. Jochi đứng đợi hoàng thân làm lễ xong, liền rón rén lại gần.

"Thưa Hoàng thân, hãy nghe thần nói. Công chúa Clementine đã nhận lời liên minh cùng Hoàng thân. Công chúa hiện đang có hơn 15,000 quân tinh nhuệ. Nếu có thể lên đường hai hôm nữa, thì nội trong năm ngày, hy vọng quân Agina sẽ cập cảng Đảo Vua. Để thần gửi chim báo tin trước cho Công chúa, rồi sẽ tức tốc lên đường đến Đảo Agina. Xin Hoàng thân cho thần biết kế hoạch để thưa cùng Công chúa. Và đây là thư của Công chúa gửi Hoàng thân." Jochi nói xong, trao cho hoàng thân phong thư của Công chúa Clementine.

Hoàng thân đọc xong phong thư, liền vội vã bước lại chiếc bàn dừa. Bản đồ kinh thành và Hoàng cung đang bày ngay trước mắt. Hoàng thân đưa ngón tay trên bản đồ, nói cùng Jochi.

"Theo tin do thám của ta, quân đánh thuê của Park Hwa đang di chuyển về hướng Tây Bắc. Ước tính có khoảng 5000 quân. Con đường này là con đường chính dẫn về Kinh thành. Nếu muốn di chuyển một đạo quân như vậy, ắt hẳn phải đi qua con đường này. Trừ khi hắn muốn chia quân làm hai ngã. Đây và đây - Thái tử chỉ tay theo tấm bản đồ. Quân ta cần đóng chặn ở ngã đường này. Ta chỉ có 1000 quân, 1 địch 5, không dễ dàng chút nào. Vì vậy, ta cần do thám ngay đây. Nếu hắn chia đôi quân lực thì ta sẽ đánh bên này trước. Đánh nhanh, rút gọn, ra tay bất ngờ, rồi chặn đám quân còn lại ngay trên con đường dẫn vào Hoàng cung. Nếu hắn đưa hết 5000 quân theo con đường chính, ta không thể đánh giáp lá cà, nhưng sẽ đặt các bẫy, tấn công bất ngờ.

Nhưng ta có hai nỗi lo, chưa giải quyết được. Một là, nếu ta vượt qua được ải thứ nhất, lúc gần đến Hoàng cung, quân ta đã gần như kiệt sức, khó mà thắng được đám quân thị vệ thân tín của Park Hwa, mặc dù chúng ta vẫn có một số lính trung thành nằm trong cung. Hai là, nếu ta rút binh, thì đám quân của phủ tướng quốc và đám lính đánh thuê sẽ còn được bao nhiêu và liệu ta có thoát ra được an toàn không? Quân đội của hắn ta, trong ứng ngoài hợp. Thật là chúng ta như cá bơi trong lưới.

Nhưng nếu ngươi có thể thuyết phục được Công chúa Clementine, gửi cho chúng ta 3000 quân tinh nhuệ, thì bài toán sẽ dễ hơn nhiều.

Chúng ta sẽ theo kế hoạch 1, nếu chúng chia quân làm hai, 1000 quân của chúng ta sẽ tấn công 2500 quân phía bên này. Chúng ta sẽ đánh theo lối du kích, vừa đánh, vừa cầm đường bọn chúng. Đợi khi quân Agina đến, sẽ bất ngờ tấn công chúng từ phía sau, rồi chúng ta sẽ cùng nhau đại thắng xông lên, truy quét đám quân còn lại. Bên trong Hoàng cung, sẽ có người của ta mở cổng thành. Đợi khi quân phủ tướng quốc đến, chúng ta sẽ tấn công chúng từ cổng thành và bắt sống Park Hwa, hoặc giết hắn nếu cần. Miễn là chúng ta có thể đến Hoàng cung trước Park Hwa thì quân thị vệ, không gì phải ngại. Kế hoạch 2, nếu 5000 quân của Park Hwa cùng tiến thẳng trên con đường chính, chúng ta sẽ giữ kế hoạch du kích ban đầu, đợi quân Agina đến, rồi tất cả cùng xông lên.

Kế hoạch này, phải hoàn toàn lệ thuộc vào ngươi và Agina."

Hoàng thân đưa cặp mắt nghiêm nghị nhìn Jochi.

"Nhưng quân đánh thuê của Park Hwa đã bắt đầu tiến về Kinh thành, sao chúng ta có thể đến con đường này trước hắn?" Jochi lo lắng hỏi.

"Ngươi quên mất, cha ngươi là Thượng thư hộ bộ Đảo San Hô sao? Nói về địa hình Đảo San Hô, Park Hwa biết một, cha ngươi biết mười. Chúng ta đã nói về điều đó. Quan Mochi sẽ dẫn chúng ta đi đường tắt về Kinh thành. Còn ngươi, hãy mau đi Đảo Agina. Hãy thuyết phục Công chúa Clementine gửi 3000 quân đến Đảo San Hô trong thời gian sớm nhất." Hoàng thân đặt tay lên vai Jochi. "Đi ngay, về sớm. Quân sĩ Đảo Quạ đợi ngươi trở về cùng với viện binh Agina."

Jochi đứng thẳng người, cúi đầu nhận lệnh.

"Tuân lệnh, Hoàng thân!" rồi thoáng cái, biến mất bên ngoài cửa trại.

Hoàng thân Akito cho gọi một tốp lính áo đen đến, dặn dò.

"Các ngươi đã sẵn sàng chưa? Hãy nhớ, nhiệm vụ chính của các ngươi là cứu giá Hoàng thượng, thế tử và phu nhân. Cho dù có bất cứ chuyện gì xảy ra, hãy luôn nhớ điều đó. Ta trông cậy vào các ngươi. Đã nhớ hết những gì ta đã căn dặn các ngươi?" Hoàng thân hỏi.

"Thưa Hoàng thân, chúng thần đã nhớ! Thề chết, bảo vệ Hoàng thượng, thế tử và phu nhân!" Cả tốp lính đồng thanh hô lớn.

Hoàng thân gật đầu, đưa tay ra hiệu cho tốp lính rời khỏi, rồi cho tấm bản đồ vào túi áo, cầm lấy thanh kiếm, nhanh chóng bước về phía bờ biển. Quan Mochi đã đợi sẵn bên những con thuyền, cùng đoàn lính. Hoàng thân bước lên boong thuyền, ra lệnh cho các con thuyền nhổ neo. Những con thuyền chở theo những anh hùng của Đảo San Hô, thề quyết một lòng tận trung báo quốc.

Đại dương, những cơn sóng vẫn dâng cao, mạnh mẽ và cuồn cuộn như khí phách bậc anh hùng.

Chương 31:
MÁU NHUỘM ĐẢO VUA I

Đường về Kinh thành, phải băng qua những chặng đường ngoằn ngoèo, xuyên qua những khu rừng sâu thẳm đầy cây cổ thụ. Đoàn quân áo đen của Park Hwa dừng chân đóng quân bên một khu rừng trúc. Trời chập choạng tối. Trong lúc chúng đang say sưa giữa những tiếng ca và tiếng reo hò, thì một người đàn ông hớt hải chạy về hướng doanh trại.

"Cứu tôi! Cứu tôi! Làm ơn cứu tôi!"

Phía sau lưng, một tên áo đen đang cưỡi ngựa, lăm le lưỡi kiếm rượt đuổi theo. Người đàn ông liền chạy vào doanh trại, trốn mình sau mấy tên lính gác. Tên áo đen kia đuổi đến cửa doanh trại, thấy vậy, liền phi ngựa bỏ đi. Một tên lính gác xốc lấy người đàn ông, kéo ra khỏi trại.

"Nhà ngươi là ai? Ai cho ngươi tự ý vào đây? Cút đi!"

Người đàn ông, quần áo bê bết máu, quỳ gối van xin tên lính gác.

"Xin đại gia hãy cứu tôi! Tôi chỉ là một tên nô tài của chủ điền. Vì lỡ tay làm chết con chó của cô chủ, mà lão gia sai người phải giết tôi đền mạng. Nếu bây giờ tôi ra khỏi chỗ này, tên áo đen kia sẽ giết tôi chết mất. Tôi còn mẹ già và con nhỏ đang đợi ở quê nhà. Xin cho tôi trú lại đây. Trước rạng sáng ngày mai, tôi sẽ lên đường ngay lập tức."

Hai tên lính nghe người đàn ông nói xong, bèn đưa mắt nhìn nhau. Một tên gật đầu. Tên kia đá mạnh vào hông người đàn ông và nói.

"Đứng lên! Để ta xem."

Người đàn ông cúi đầu đa tạ hai tên lính gác. Sau một hồi kiểm tra, không thấy gì khả nghi, tên lính gác đẩy người đàn ông vào phía trong cổng trại.

Màn đêm bắt đầu buông xuống trên Đảo Vua. Ánh trăng cuối thu lu mờ trên rừng trúc. Chút ánh sáng mờ ảo soi bóng một người đàn ông nhỏ gầy, đang loay hoay thám thính trại chỉ huy. Giọng tên chỉ huy trại nghe ồm ồm như cối xay lúa vẳng ra.

"Theo lời Tướng quốc, ta sẽ không chia nhỏ đội hình. Khi vào đến Hoàng cung, sẽ chia làm ba tốp tấn công. 1000 quân sẽ trấn giữ bên ngoài thành, đề phòng bất trắc. 2000 quân sẽ tấn công trực diện vào cổng thành. 1000 quân sẽ tấn công bờ thành phía Bắc. 1000 quân sẽ tấn công bờ tường phía Nam. Khi nghe chuông báo động, hãy tiến về Đông cung, vây hãm Vua Atsuo. Lúc đó, Tướng quốc và quân thị vệ sẽ bước vào, làm bộ cứu giá. Khi Tướng quốc bước vào Chính Điện, ta sẽ giết chết Vua Atsuo. Rồi nhanh chóng tiến về phủ Akito, giết chết phu nhân và thằng con nhỏ. Như vậy, Tướng quốc sẽ đường Hoàng ngồi lên ngai báu Đảo San Hô. Và chúng ta sẽ là những công thần khai quốc, tha hồ hưởng vinh hoa phú quý. Ha... ha... ha." Tên dẫn đầu thích thú cười to. Tiếng cười nghe ùng ục như tiếng kim loại đang sôi trong chảo thép.

Người đàn ông nắm chặt đôi bàn tay giận dữ, mau chóng lẻn ra phía sau trại quân, theo lối đường mòn nhỏ, biến mất giữa khu rừng.

...

Mặt trời đã lên cao hút trên những ngọn dừa. Đoàn quân áo đen tiếp tục hành quân. Chúng đi đến một cánh đồng lúa đang mùa nở rộ. Mặt trời đốt nóng những bước chân. Tên chỉ huy ra lệnh cho đoàn quân dừng lại bên đường. Chúng chuyền nhau những bình nước ít ỏi. Và ngồi bệt xuống hai bên đường.

"Đi thôi. Qua khỏi cánh đồng này, sẽ có một con sông. Tha hồ mà uống nước." Tên chỉ huy lên tiếng.

Đám quân lính lật đật ngồi dậy. Nhưng chưa kịp bước lên lưng ngựa, thì bỗng từ hai bên cánh đồng, những cuộn rơm lửa từ đâu lăn đến. Chúng giật mình, hét lên.

"Có mai phục!"

Ai nấy nhanh chóng nhảy lên lưng ngựa. Nhưng lửa đến quá nhanh. Thiêu cháy cả cánh đồng. Những con ngựa nhảy dựng mình, rít vang. Khói lửa bốc lên, nghi ngút cả một vùng trời. Nhiều tên lính chôn mình trong đám cháy. Những tên nào thoát được, hốt hoảng phi như bay, ra khỏi cánh đồng.

Đám quân lại tiếp tục đi về hướng bờ sông. Mệt lả người. Chúng vui mừng nhìn thấy một hàng nước phía trước mặt. Đám quân thúc ngựa về phía hàng nước. Chủ quán nước là một cô gái xinh đẹp, dịu dàng. Vừa thấy đoàn quân đến, đã vui vẻ tươi cười.

"Xin chào quý đại gia! Thời tiết nắng nóng. Mời vào! Mời vào!"

Chẳng một lời đáp lại, bọn lính ùa vào, tranh nhau từng chén nước. Chúng uống thỏa thuê, vứt lại một ít bạc, rồi lên ngựa phóng đi.

Đi được chừng canh giờ. Ai nấy kêu la vì đau bụng. Chúng dừng lại bên một cánh rừng, hối hả đi tìm bụi cây.

Bỗng đoàn quân của Hoàng thân bất ngờ ập đến. Tấn công đám quân lính, trong lúc nhiều tên còn mắc kẹt, chưa kịp kéo quần. Trận chiến diễn ra chóng vánh. Đoàn quân Hoàng thân giết được kha khá đám quân Park Hwa, rồi mau chóng rút binh về. Đám quân áo đen tức mình, liền đuổi theo. Chúng đuổi đến một con đường nhỏ bên sườn núi. Thình lình, những trận mưa tên từ trên đỉnh núi, xối xả bắn xuống, tiêu diệt vô số quân áo đen. Đoàn quân Hoàng thân như có phép lạ, biến mất giữa núi rừng. Đám quân áo đen biết mình đã trúng kế, tìm mọi cách quay đầu, thoát khỏi đoạn đường bị mai phục.

Chúng lại tiếp tục tiến quân về kinh thành.

...

Đảo San Hô về đêm. Ánh trăng mờ vắt trên những tán lá dừa. Hoàng thân trầm ngâm ngồi bên đóm lửa. Vầng trán rộng hằn những nếp nhăn. Đôi mắt nhỏ đăm chiêu nhìn vào ánh lửa bập bùng. Mochi rón rén lại gần, mời Hoàng thân một chén canh. Bàn tay năm ngón của vị quan già đã bị cắt đứt ba ngón tay bên trái.

"Hoàng thân hãy dùng chén canh này cho khoẻ. Sáng nay Eiji đã bắt được khá nhiều gà rừng, nên Yua đặc biệt chuẩn bị món canh này cho Hoàng thân."

Hoàng thân cầm chén canh từ tay Mochi, trầm giọng nói.

"Cảm ơn Yua và quan Mochi. Ta đang lo không biết Jochi có thuyết phục được Công chúa Clementine không? Dẫu biết Công chúa đã đồng ý liên minh, nhưng việc này quá sức đường đột."

"Công chúa Clementine là người khẳng khái. Ta tin Công chúa sẽ nhận lời." Quan Mochi an ủi.

Hoàng thân đưa mấy muỗng canh lên miệng. Làn khói nhẹ phả lên cùng với mùi thơm dìu dịu của sâm rừng và táo. Quan Mochi bỏ thêm mấy thanh củi vào đám lửa đang lạnh dần, nhướng cặp mắt nhăn ti hí nhìn Hoàng thân.

"Cầu xin tổ tiên nhà Kyoto phù hộ. Lần này, nếu quân Agina đến kịp, chúng ta sẽ giải cứu kinh thành. Rồi Đảo San Hô lại trở về những ngày tháng bình an."

Hoàng thân Akito đặt chén canh xuống đất, thở nhẹ.

"Cầu mong mọi việc như ta sắp đặt. Mặc dầu quân áo đen đã bị chúng ta tiêu diệt khá nhiều, nhưng quân số vẫn còn khá đông, cộng với đám quân phủ tướng quốc và đám thị vệ tay sai của hắn, 1000 quân của ta thật khó đương đầu, nếu không có quân Agina tiếp ứng." Hoàng thân buông giọng, rồi nhìn quan Mochi. Ánh mắt trìu mến, đan lẫn những trầm tư. Quan Mochi yên lặng đợi chờ những gì Hoàng thân sắp nói.

"Quan Mochi, ta nghĩ ngày mai ngươi hãy quay về Đảo Quạ cùng Yua. Chúng ta đã sắp đến kinh thành. Đường về cung điện không còn xa. Huống hồ, chúng ta đã đi trước đám quân áo đen một khoảng. Nhà ngươi không cần phải dẫn đường chúng ta. Hãy trở về. Ở đây hiểm nguy rình rập."

Quan Mochi đến ngồi kế bên hoàng thân, giọng khàn khàn chậm rãi.

"Cảm ơn Hoàng thân đã lo lắng cho thần. Thần năm nay đã gần đất xa trời. Sống chết có gì lo. Nhờ tổ tiên phù hộ, thần lẽ ra đã chết trong ngục giam của bộ hình, nay còn được sống để nhìn thấy Hoàng thân quang minh phục quốc, được nhìn thấy đứa con trai bé bỏng nay đã trưởng thành. Cuộc đời này của thần coi như mãn nguyện. Huống hồ, thần đã thề với Tiên hoàng, sẽ bảo vệ Thái tử của nhà Kyoto. Dẫu có chết, vẫn giữ trọn lời thề sắt son. Vì vậy, xin Hoàng thân hãy để thần ở lại. Tấm thân già này nguyện vì Đảo San Hô, vì Hoàng thân chung tay phục quốc."

Hoàng thân cảm động nhìn Mochi. Không nói câu nào, đặt tay mình lên bàn tay xương xẩu, nhăn nheo.

Mặt trăng đã lên cao phía đỉnh đầu. Những vì sao lấp lánh giữa bầu trời đêm tối. Ai đó đã nói rằng, những anh hùng khi chết sẽ trở thành những vì sao...

... và họ sẽ trở thành bất tử...

Đoàn quân của Hoàng thân Akito vẫn đóng trại bên một con suối cạnh bìa rừng, trên con đường trở về kinh thành Kyoto. Theo kế hoạch, họ sẽ tiếp tục trì hoãn đám quân này, đợi đến lúc quân Agina đến, thì hai bên sẽ tấn công thế gọng kìm.

Lần này các thám tử được lệnh cướp xe lương thực. Quân áo đen đã mấy lần bị mai phục, nên canh chừng vô cùng cẩn thận. Mọi lối ra vào đều tăng cường thêm lính gác.

Trời nhá nhem tối. Doanh trại lại ồn ào tiếng reo hò của những tên lính đánh thuê, sau buổi cơm chiều.

Bỗng đột nhiên từ phía khu lều bếp, những tiếng kêu thất thanh vang lên, át cả tiếng ồn ào của đám quân ngoài khu lửa trại.

"Cháy, cháy! Mau dập lửa! Mau cứu với!"

Khói bốc lên nghi ngút ở phía khu lều. Đám binh lính hè nhau về dập lửa. Cả doanh trại náo loạn. Mấy cô gái điếm cuống cuồng bỏ chạy. Hai người đàn ông bịt mặt lẻn vào khu giữ ngựa. Xe lương thực được canh giữ kế bên. Họ nhanh chóng ra tay hạ gục mấy tên lính canh, rồi gắn xe hàng vào lưng ngựa, phi ngựa như bay rời khỏi khu doanh trại.

Trời tờ mờ sáng. Một tên lính đi đến chuồng ngựa, hốt hoảng phát hiện chiếc xe hàng chứa quân lương đã hoàn toàn biến mất. Hắn hấp tấp chạy về trại chỉ huy báo tin. Tên chỉ huy, râu ria bờm xờm, nổi giận phừng phừng, đập tay xuống bàn, quát lớn.

"Tên chó nào sắp xếp ca trực tối qua? Gọi hắn đến ngay cho ta!"

Nói rồi, hắn lấy canh rượu ở cạnh bàn, uống ừng ực. Mùi rượu bốc ra nồng nặc trên khuôn mặt đỏ tía.

Một tên lính chạy đến, run cầm cập, hai hàm răng đánh vào nhau.

"Xin lỗi, trại chủ! Tối qua, lửa cháy, mọi chuyện rối bời. Mấy tên lính vòng ngoài bỏ đi chữa cháy. Xin trại chủ tha tội. Lần đến, nô tài sẽ dặn chúng kỹ hơn."

"Ngươi còn lần nữa sao?"

Tên trại chủ quát lớn, lưỡi kiếm trong tay hắn vung lên bóng loáng, rồi chặt đứt qua cổ tên lính đánh thuê. Máu bắn ra, văng vào mặt mấy tên lính đứng gần. Đám lính kinh hãi, mặt tái nhợt, không dám đưa tay lau vết máu. Tên trại chủ thản nhiên lau máu trên lưỡi kiếm, rồi lại nốc rượu vào miệng.

Một tên lính rụt rè bước vào cửa lều.

"Thưa... trại chủ, là người của... Tướng quốc đã... đến đầu doanh trại." Tên lính lắp bắp.

Tên trại chủ chưa bước ra khỏi cửa, thì một tên hoạn quan mặc áo dài trắng, đội mũ trắng, kiếm vắt ngang thắt lưng đã xuất hiện ngay trước mặt. Tên trại chủ chưa kịp chào, tên kia đã lên mặt.

"Các ngươi làm việc cái kiểu gì vậy? Theo kế hoạch, các ngươi phải vào thành từ hai bữa trước. Tướng quốc trông chờ, nóng ruột nên phải sai ta đến tận đây."

"Xin lỗi tướng gia! Bọn ta đã gặp nhiều mai phục trên đường đi. Xe lương thực đã bị cháy sạch. Ta đang tính cho người về báo tin cho Tướng quốc." Tên trại chủ bối rối trả lời.

"Cái gì? Bị mai phục? Lương thảo bị cháy sạch? Đúng là rách việc! Tướng quốc đã trả cho ngươi bao nhiêu là vàng. Vậy mà, đến lúc cần làm việc, các ngươi lại làm như vậy sao? Thật là tức quá, tức quá đi mất mà. Nhà ngươi coi chừng cái đầu đó! Đảo San Hô này, Tướng quốc muốn giết người nào, thì người đó có chạy đằng trời!" Tên hoạn quan quăng cặp mắt đỏ ngầu, nhìn trại chủ. Cái giọng the thé lại vang lên.

"Được rồi. Ta sẽ quay về xin Tướng quốc tha tội cho ngươi và gửi quân lương đến. Còn các ngươi, bớt rượu và đàn bà đi! Hai thứ đó chỉ làm các ngươi loạn trí."

Tên hoạn quan hất mạnh tà áo, quay gót bỏ đi.

Đoàn quân áo đen tiếp tục ở lại doanh trại trên một vùng đồng trống. Không có lương thảo, lại lo sợ bị mai phục trên đường, nên tên trại chủ quyết định ở lại đợi tiếp tế từ phủ Tướng quốc. Hoàng thân Akito điểm quân xong, kiên nhẫn đợi chờ viện binh Agina. Theo tin Chim sẻ mang về, quân Agina đã cập bến Đảo Quạ tối qua. Bây giờ chắc cũng đang sắp đến. Mặt trời lơ lửng trên đỉnh dừa. Jochi cuối cùng cũng về đến doanh trại của Hoàng thân. Mồ hôi nhễ nhại, Jochi tức tốc xuống ngựa, chạy về trại chỉ huy.

"Hoàng thân! Hoàng thân!"

Hoàng thân vội vàng chạy ra đón Jochi.

"Jochi! Tốt quá! Ngươi đã về! Quân Agina đã đến đâu rồi?"

"Đã đợi sẵn như kế hoạch, thưa Hoàng thân. Chúng ta lên đường thôi". Jochi mừng rỡ trả lời. Hơi thở hổn hển nơi lồng ngực.

Hoàng thân nghe xong, lập tức bước về khu trại lính.

"Nào, các anh hùng của Đảo San Hô! Quân tiếp viện Agina đã đến. Chúng ta hãy lên đường giành lấy lại quê hương! Vợ con chúng ta đang đợi chúng ta trở về trong chiến thắng! Nào, các anh hùng! Hãy sẵn sàng theo hiệu lệnh!" Tiếng Hoàng thân sang sảng trong tiếng gió.

Cả trại lính reo hò "Tất cả vì Đảo San Hô! Nhà Kyoto vạn tuế!" rồi nhanh chóng xếp hình theo hiệu lệnh.

Quân áo đen đã đói rã rời sau mấy ngày lương thực bị đánh cướp, và chịu nóng giữa cánh đồng khô cháy. Chúng đang trông ngóng từng giờ, đợi chờ Tướng quốc đưa lương thảo đến. Thình lình, quân Hoàng thân và quân Agina kéo đến bủa vây. Lá cờ Đảo San Hô và cờ Agina tung bay phất phới[6]. Phó tướng Herodotus dẫn đầu quân Agina, xông vào cánh đồng của trại lính. Quân Hoàng thân tràn vào từ cổng chính phía tây, rồi ùa vào doanh trại của quân áo đen. Đoàn quân Agina và Đảo San Hô cất tiếng reo hò. Tiếng đao kiếm choảng nhau. Khói lửa mịt mù. Tiếng kêu thất thanh của đám quân áo đen đang bại trận. Các lều và cổng trại ngã rạp dưới chân các anh hùng của Đảo San Hô và Agina. Đột nhiên, từ hướng kinh thành, một đoàn quân kéo lại. Hoàng thân Akito nhanh chóng nhận ra tên hoạn quan dưới cánh Park Hwa đang dẫn đầu đám lính. Hoàng thân cất tiếng cảnh báo đoàn quân "Là quân Park Hwa!" Quân Park Hwa kéo đến bao vây quân Hoàng thân. Quân Agina mau chóng tiêu diệt những tên áo đen còn lại, rồi tiến về hỗ trợ quân Hoàng thân. Cuộc chiến càng gay cấn. Quân Hoàng thân và quân Agina dần dần áp đảo trận chiến. Bỗng bất ngờ, từ phía đông, một đoàn quân đông đảo ùn ùn kéo đến. Tiếng rầm rầm của đoàn quân vang lộng cả vùng đồng bằng rộng lớn. Những cặp mắt kinh hoàng nhìn về hướng đông. Lá cờ South Monia tung bay lồng lộng trong gió. Phó tướng Herodotus của Agina hét vang.

"Hãy cẩn thận! Là quân South Monia!"

Lời Herodotus vừa dứt, quân South Monia đã xông vào, nhanh chóng bủa vây quân Agina và quân Hoàng thân. Quân Park Hwa lùi lại, hỗ trợ quân South Monia. Tình thế vô cùng nguy cấp.

---

6 Cờ Agina giống cờ South Monia, nhưng có thêm một lá cờ trắng đi kèm

Phó tướng Herodotus ra lệnh cho quân Agina thiết lập hàng rào sắt. Quân Hoàng thân cũng làm điều tương tự. Một hàng rào bằng khiên sắt nhanh chóng tạo thành lớp bảo vệ hình tròn. Nhưng sức mạnh quân số của South Moniavà quân Park Hwa khiến hàng rào sắt càng lúc càng bị đẩy nhỏ, đặt Agina và quân Hoàng thân vào tình thế hiểm nguy. Jochi quay sang nhìn phó tướng Herodotus. Họ dường như hiểu ý nhau nên cả hai cùng gật đầu. Bấy giờ, Jochi và Mochi vẫn chiến đấu bên cạnh Hoàng thân. Jochi quay sang nói với hoàng thân Akito.

"Hoàng thân, hãy nghe thần nói. Hoàng thân phải đi ngay trước khi quá muộn. Đảo San Hô trông đợi ở Người."

Hoàng thân chần chờ, quyết không bỏ lại các anh hùng ra đi. Quan Mochi thấy vậy, bèn lên tiếng.

"Jochi, con hãy đưa Hoàng thân ra khỏi đây ngay. Hoàng thân phải sống. Vì Đảo San Hô cần phải sống."

"Nhưng... còn cha..."

Jochi còn đang ngập ngừng, thì quan Mochi nghiêm giọng.

"Ta chưa từng yêu cầu con làm gì cho cha. Lần này, hãy vì ta. Phải sống và đưa Hoàng thân an toàn rời khỏi đây. Ta đã biết sẽ có ngày..., nên đã cẩn thận ghi chép lại một cuốn bản đồ chi tiết Đảo San Hô. Ta giấu nó trong chum gỗ trong phòng đọc sách. Hãy bảo quản nó và giao nó cho Hoàng thân. Nào, bây giờ hãy đi ngay. Thời gian không chờ đợi." Quan Mochi giục, trong lúc vẫn giữ chặt tấm khiên.

Jochi quay sang nhìn Herodotus, gật đầu ra hiệu. Herodotus ra lệnh cho đám quân mở đường máu. Một tốp lính xông lên, tiến thẳng vào quân địch, khi vòng tròn sắt vừa hé mở. Phó tướng Herodotus, cùng một tốp lính khác, xông lên mở đường cho Jochi và Hoàng thân thoát thân. Quân địch bắt đầu tràn vào, phá vỡ hàng rào sắt. Một đám quân khác rượt theo Hoàng thân và Jochi. Nhưng Hoàng thân và Jochi múa kiếm xông lên, thúc ngựa như bay ra khỏi trận chiến, trong lúc quân lính còn lại, dũng cảm xông lên, kiên cường dùng thân mình chặn đường đám lính đuổi theo Hoàng thân và Jochi.

Khói bụi mịt mù. Hoàng thân và Jochi quay đầu nhìn đám quân lần cuối, rồi tức tốc phi ngựa về hướng kinh thành. Phía sau lưng, quân South Monia và quân tướng quốc ùn ùn đổ lên như kiến. Những anh hùng Đảo Agina và Đảo San Hô lần lượt ngã rọp trên vùng đồng bằng đầy máu. Họ đã trở thành những vì sao bất tử!

Chương 32:
MÁU NHUỘM ĐẢO VUA 2

Kinh thành Đảo Vua rầm rầm tiếng ngựa phi trên những con đường sỏi đá. Hoàng cung Kyoto chìm trong khói lửa. Một đám quân áo đen khác của Park Hwa đang tấn công cổng chính. Quân lính khắp nơi tiến về bảo vệ hoàng cung. Park Hwa dẫn theo quân tướng phủ tiến về Đông cung "cứu giá". Các thám tử của Hoàng thân Akito đã đột nhập vào Đông cung thành công, nhưng chưa thể tiếp cận được nhà vua, vì quân thị vệ dày đặc. Họ đành đợi sẵn trên mái ngói. Bên dưới, Park Hwa ra hiệu cho quân tướng phủ vây quanh Vua Atsuo, rồi hô vang.

"Có phản! Mau cứu giá!"

Một tên lính chuẩn bị kề kiếm vào cổ nhà vua thì từ trên cao, một trong các thám tử của Hoàng thân Akito đã bắn tiêu, đánh bay lưỡi kiếm xuống sàn. Tên Park Hwa bất ngờ, nhìn lên mái ngói. Chưa kịp làm gì thì Otilia xuất hiện. Vương hậu vỗ tay khen ngợi Park Hwa, rồi cười ha hả.

"Khá lắm, Park Hwa! Nghiệp lớn đã thành! Thiên hạ Đảo San Hô giờ đã là của ngươi! Nhưng đừng quên ta đấy nhé. Giờ này, quân ta chắc đang giúp ngươi dọn sạch đám phản thần, không chừa một tên, kể cả đám lính tướng phủ."

Park Hwa tím mặt, nhìn Otilia, gầm giọng.

"Ngươi! Ả đàn bà rắn độc!", cố gắng kiềm chế cơn giận rồi tiến lại gần Otilia. Đám quân South Monia nhanh chóng cản đường.

Park Hwa dừng lại, nhướng đôi mắt xếch nhìn Otilia "Ngai báu South Monia vẫn chưa đủ cho nhà ngươi và Aetius sao? Sao phải tìm đến tận Đảo San Hô này? Uổng công ta đã giúp ngươi giết hại vua Abbas."

Otilia khoát mạnh vạt áo, tiến lại gần Vua Atsuo. Đám quân thị vệ lùi ra xa khi thấy đội quân đông đảo của South Monia đang đi sau Otilia.

"Hôm nay, ta đến đây, để giải cứu Đảo Vua và Vua Atsuo. Đồng thời, để báo cho nhà vua một việc quan trọng. Đó là, hôm nay, tên phản thần ngươi, sẽ giết vua để cướp ngôi Hoàng đế!" Otilia quăng cặp mắt sắc lạnh nhìn Park Hwa, rồi quay sang nhếch miệng cười với Vua Atsuo.

"Vua Atsuo thân mến, nếu bây giờ vua cho lính đến lục soát phòng ngủ của Park Hwa, sẽ tìm thấy chứng cứ tạo phản của tên hoạn quan này."

Vua Atsuo nãy giờ thất kinh, dính chặt người trên chiếc ghế trong thư phòng. Bấy giờ mới bình tĩnh, ra lệnh lục soát phủ tướng quốc. Quả như lời Otilia, binh lính tìm thấy Hoàng bào và mão miện cùng một chiếu chỉ đã viết sẵn về việc Park Hwa đăng ngôi, được đám gia nhân chuẩn bị sẵn sàng, chỉ chờ tin báo là đem vào Chính Điện cung Kyoto. Nhà vua lập tức ra lệnh chém đầu Park Hwa và đám gia nhân.

Nhưng Park Hwa cười ha hả, vung tay lên trời, lớn tiếng nói.

"Ta làm vua thì đã sao? Ta đây, văn võ song toàn, anh hùng mưu lược, xứng đáng làm vua một nước. Đảo San Hô sẽ bị lụi tàn trong tay một tên Hoàng đế yếu hèn như ngươi." Park Hwa chỉ tay về phía Vua Atsuo.

Vua Atsuo giận run người, bám chặt hai tay vào thành ghế, gằn giọng.

"Ngươi...!"

Rồi lập tức kêu lính bắt hắn đi hành hình. Nhưng hai tên lính vừa đến, đã bị Park Hwa tung chưởng vào trước ngực. Một mùi hương dìu dịu bốc lên. Otilia hét lớn.

"Kèn Hoa Chưởng! Lính đâu!"

Otilia mau chóng cho tay vào áo, lấy ra một dải lụa, trùm kín qua mũi, rồi ném một cái khác cho Vua Atsuo. Nhà vua không hiểu chuyện gì, cũng lập tức đeo vào. Trong lúc đó, đám quân Otilia nhanh chóng bao vây, dùng lưới khống chế Park Hwa. Xong, trói hắn lại, giải qua cho Vua Atsuo. Vua lập tức cho người hành hình Park Hwa.

Trước khi chết, Park Hwa nhìn Otilia, hét lớn.

"Ả rắn độc, là ta trúng kế nhà ngươi!"

Otilia nhìn Park Hwa, nhếch miệng cười thâm độc. Rồi quay sang, nói cùng nhà vua.

"Tốt rồi. Coi như tạm ổn. Nhưng Hoàng cung còn lắm kẻ mưu phản. Hãy để ta bảo vệ nhà vua."

Không cần Vua Atsuo trả lời. Otilia lập tức ra lệnh cho quân South Monia bao vây Hoàng cung.

"Hãy canh giữ cẩn thận! Một con ruồi cũng không thể chui qua."

Trên mái ngói, các thám tử của Hoàng thân Akito, nghe Vương hậu phán xong, liền lập tức di chuyển bí mật về Tây cung.

Trời chạng vạng tối. Bên ngoài cánh đồng diễn ra trận chiến, từng cơn mưa xối xả, như nước mắt quê hương tuôn dài trên ngổn ngang xác chết. Máu chảy thành sông.

Khi cơn mưa tạnh dần, một dáng người lòm còm chui ra từ đống xác chết. Là phó tướng Herodotus! Thân hình đầy máu. Một chân bị thương, không thể bước đi. Phó tướng xé vạt áo trên người, băng bó vết thương, rồi dùng kiếm làm gậy, cố dịch chuyển người về phía con ngựa gần đó, con ngựa đã được Jochi chuẩn bị cho phó tướng khi quân Agina cập cảng.

"Nầy, ngựa! Hãy dậy mau!"

Con ngựa dần dần hồi tỉnh, lắc lư cái cổ, khập khễnh đứng lên. Phó tướng Herodotus tì kiếm, trèo lên lưng ngựa. Con ngựa nặng nề chở theo phó tướng đang nằm lắc lư trên chiếc lưng đầy máu. Hoàng hôn lụi tàn giữa bóng đêm u sầu, quạnh quẽ.

...

Phía Hoàng cung, thị vệ Daishi cùng các thám tử của Hoàng thân Akito vừa đưa phu nhân và thế tử Akio thoát ra cổng chính hoàng cung. Đám quân Otilia rượt đuổi theo sau. Tiếng vó ngựa cày xéo con đường sỏi đá của kinh thành. Con chiến mã nhà Akito, như hiểu được sứ mệnh của mình, phóng nhanh hết cỡ, đưa Daishi, phu nhân và thế tử về phía cổng thành.

Bỗng, "xoẹt", "xoẹt", hai mũi tên xé gió từ sau bay đến, cắm phập vào lưng phu nhân Akito. Phu nhân buông tay khỏi Daishi, ngã nhào xuống con đường đá sỏi.

Daishi kêu lên thất thanh.

"Không! Phu nhân!" rồi ghìm ngựa quay đầu.

Nhưng quân Otilia đã đuổi theo khá sát. Daishi bắn cung tới tấp, hạ được vài tên phía trước. Mấy thám tử của Hoàng thân vất vả cầm cự với đám quân còn lại. Tiếng ngựa hí vang trời. Tiếng đao kiếm choảng nhau khét lẹt. Tiếng người dân hai bên đường la hét, bỏ chạy.

Phu nhân cố gượng mình ngồi dậy, vươn cánh tay yếu ớt, ra hiệu cho Daishi đừng quay lại. Gương mặt hiền lành, lại thêm niềm thống khổ. Nước mắt chan hòa những giọt máu hồng tươi, phút chốc đã nhuộm đỏ chiếc áo choàng. Phu nhân rút cây trâm cài tóc trên đầu, ngước mắt nhìn Daishi và thế tử, lấy hết bình sinh, cất tiếng lớn.

"Daishi, mau đưa thế tử đến chỗ Hoàng thân. Hãy thay ta chăm sóc Hoàng thân và thế tử."

Nói xong, phu nhân âu yếm nhìn về thế tử, nước mắt tuôn dài, giọng đau đớn, ngắt ra từng quãng.

"Akio,... hãy bay xa và can đảm. Mẹ... sẽ gặp lại... con. Mẹ yêu con!"

Phu nhân nói xong, gắng hết sức mình, đâm mạnh mũi trâm

vào ngực.

Daishi hét lên thảm thiết.

"Khô-ô-ô-n-g...!" rồi ôm chặt Akio nhảy xuống khỏi lưng ngựa.

"Không... phu nhân! Sao phu nhân lại làm vậy?"

Daishi vừa khóc, vừa rút cây trâm ra khỏi người phu nhân, tìm cách cầm máu cho vết thương. Nhưng phu nhân ngăn lấy tay Daishi, cố buông từng câu yếu ớt.

"Nếu ta không chết ở đây... ngươi chắc chắn sẽ mang ta theo... Như vậy, sẽ vô cùng... nguy hiểm. Chết... có gì... đáng sợ. Hãy... bảo... vệ... thế tử... bằng mọi giá. Thế... tử... là... hậu duệ... duy nhất... của nhà... Kyoto..."

Thế tử Akio ôm lấy tay mẹ, khóc nức nở.

"Mẹ ơi! Mẹ ơi! Xin đừng bỏ con!"

Nhưng phu nhân đã lịm đi, buông đôi tay đầy máu trên nền đá sỏi lạnh tanh.

Vừa lúc đó, có tiếng ngựa hí vang phía cổng thành. Hoàng thân Akito cùng Jochi xuất hiện. Daishi vui mừng, hét lên.

"Hoàng thân đã về! Phu nhân hãy gắng lên!"

Chớp mắt, Hoàng thân Akito đến kế bên, vội vã phóng mình khỏi lưng ngựa.

"Phu nhân! Ta đã về!"

Nói rồi, Hoàng thân ôm lấy phu nhân, đặt lên lưng ngựa.

"Daishi, hãy đưa thế tử đi trước! Jochi, hãy tiếp ứng cho các thám tử!"

Xong, Hoàng thân thúc ngựa như bay ra khỏi cổng thành.

"Phu nhân, hãy gắng lên. Ta sẽ đưa nàng đi tìm thầy thuốc. Nàng không được bỏ lại ta và Akio. Cố lên nàng ơi!"

Hoàng thân vừa giật dây cương, vừa ôm chặt phu nhân vào

trước ngực. Con Phi Mã phi nhanh như gió về phía ngôi làng ven biển, phía đông kinh thành.

Trời về đêm, càng trở lạnh. Sương thấm vào con tim tan nát của Hoàng thân. Một buổi chiều, hơn 4000 quân đã ngã xuống vì mảnh đất San Hô. Và bây giờ, người vợ yêu mến của Hoàng thân đang mập mờ giữa hai bờ sống chết. Nỗi buốt giá len qua từng thớ thịt, từng hơi thở, làm nghẹn cứng con tim. Hoàng thân đưa mắt nhìn lên bầu trời đầy sao. Những ngôi sao gợi nhớ những anh hùng. Bỗng cảm giác như một ngôi sao vừa bay vút qua đầu, rồi biến mất giữa muôn vàn tinh tú. Hoàng thân giật mình, ôm lấy phu nhân.

"Phu nhân! Là ta đây! Chúng ta sắp đến chỗ thầy thuốc Itsuki."

Nhưng phu nhân không hề động đậy. Thân thể cứng đờ, lạnh ngắt giữa vòng tay hoàng thân. Hoàng thân vội vàng đưa tay lên mũi phu nhân. Hơi thở đã lìa khỏi phu nhân tự lúc nào. Hoàng thân Akito ghì chặt phu nhân vô lòng, xót xa hét lớn.

"Phu... nhân!"

Tiếng hét vang vào trong núi, dội ra âm vang nỗi đau vô bờ bến. Bầu trời San Hô như xa xầm trước mặt. Tiếng phu nhân như văng vẳng giữa bao la núi rừng. "Thiếp đợi chàng về! Chàng nhất định phải bình an!"

Hoàng thân thả lỏng dây cương, hai tay ôm chặt phu nhân, áp vô lòng.

"Phu nhân ơi, ta đã trở về đây."

Từng giọt lệ nhỏ dài trên gương mặt hiền lành, bê bết máu của phu nhân. Chẳng phải máu và nước mắt làm nên những bản trường ca? Và bản trường ca của Đảo San Hô lại do nhà Kyoto viết tiếp.

Chương 33:
NHỮNG NGƯỜI CÒN Ở LẠI

Chiều buồn trên Đảo San Hô. Từng đàn chim dáo dác bay trên bầu trời mây xám. Sóng biển nhấp nhô, xô bờ cát trắng, cố bám những con tàu bỏ lái, chơ vơ. Bên trong căn lều gỗ của trại chỉ huy Đảo Quạ, Hoàng thân Akito và Jochi ngồi thừ người bên hai cỗ quan tài bằng gỗ khối, kết những nhánh lan rừng. Hai anh em nhà Ito và Daishi lặng im trong bộ áo đen sầu thảm. Họ rót dầu vào một ống tre dài, rồi cẩn thận cột một vòng lan màu tím sậm chung quanh ống tre. Thế tử Akio cặp mắt sưng đỏ, vì đã khóc suốt hai ngày ròng, ôm chặt cánh tay Hoàng thân, mắt đăm đăm nhìn vào thân mẫu. Bên ngoài cửa trại, vài ba tên lính đứng ôm kiếm trông vào. Hiroki cất tiếng, phá tan sự im lặng.

"Thưa Hoàng thân, đã đến giờ tiễn biệt phu nhân và quan thượng thư hộ bộ!"

Chẳng ai nói câu nào. Tất cả cùng theo mấy tên lính khiêng quan tài, bước ra bờ biển.

Sóng biển ầm ầm, như tiếng kêu thét gào của Đại Dương. Hiroki trao cho Hoàng thân ống tre dài. Hoàng thân đổ dầu trong ống tre tẩm ướt phu nhân và quan Mochi, rồi nghẹn ngào lớn tiếng.

"Kiếp sinh, kiếp tử, thảy đều do Tạo Hóa. Sống nhục, sống vinh, bởi con người lựa chọn. Phu nhân Muna Kyoto và quan Mochi Aqua đã sống một đời anh hùng, đầy ý nghĩa. Chúng ta có mặt hôm nay để tiễn biệt những anh hùng của chúng ta về cõi vĩnh hằng. Ký ức về họ sẽ sống mãi trong trái tim của những người còn lại. Vì Muna Kyoto, vì Mochi Aqua và vì tất cả các anh hùng đã ngã xuống trong trận chiến Đảo Vua, chúng ta - những người còn ở lại sẽ tiếp bước sứ mệnh giải cứu Đảo San Hô, để sự hy sinh của họ không bao giờ vô nghĩa."

Nói rồi, Hoàng thân cầm lấy hai ngọn đuốc từ tay Hiroki, đặt xuống quan tài của phu nhân và quan Mochi. Hai ngọn đuốc bắt lửa, cháy phừng phừng, mùi hoa lan tỏa ra thơm dịu. Vài tên lính bước lại, đẩy quan tài ra biển. Hai chiếc quan tài rực lửa, theo sóng biển, trôi vào đại dương. Hãy để Đại Dương đưa họ vào cõi vĩnh hằng, nơi không còn tranh đấu, khóc than.

Hoàng thân, Jochi và những người còn lại, mắt vẫn dõi theo hai cỗ quan tài cho đến khi chúng biến mất giữa muôn vàn cơn sóng.

...

Thu vàng ảm đạm trên Đảo Agina. Từng hàng cây xơ xác phía lưng đồi. Công chúa Clementine và tướng quân Elishua sốt ruột chờ tin Đảo San Hô nơi Trại chỉ huy. Công chúa đi qua đi lại dưới mái hiên, hai tay xoa vào nhau, giọng bồn chồn.

"Đã mười ngày rồi, không có tin tức gì từ Đảo San Hô. Không biết trận chiến thế nào. Thật lo lắng quá!"

Tướng quân đứng tựa vào lan can, mắt trông về hướng biển, buông giọng buồn rầu.

"Thần cũng lo chuyến này lành ít dữ nhiều. Lẽ ra phó tướng hoặc Jochi phải gửi chim báo tin cho ta từ hai bữa trước. Nhưng đến nay vẫn bặt vô âm tín."

Cùng lúc đó, một tên lính hớt hải chạy vào.

"Bái kiến Công chúa! Phó tướng Hetodotus đã trở về. Nhưng bị thương rất nặng. Lính canh đang đưa phó tướng về Trại chỉ huy."

"Chỉ có một mình phó tướng về thôi sao?"Công chúa lo lắng, tròn mắt hỏi tên lính.

"Vâng, thưa Công chúa. Chỉ một mình phó tướng." Tên lính rụt rè trả lời.

Công chúa nghe xong, liền cùng tướng quân bước nhanh ra

khỏi Trại chỉ huy. Và kìa, hai tên lính gác đã dìu phó tướng vào đến nơi. Công chúa lập tức ra lệnh cho mời thầy thuốc Adonis. Herodotus vừa nhìn thấy Công chúa và tướng quân, liền quỳ gối xuống, cố dùng chút sức lực còn lại, thốt lên vài tiếng.

"Xin Công... chúa và... Tướng quân... tha tội. Thần...", rồi ngã quỵ trên sàn, ngất lịm.

Công chúa ra lệnh cho lính khiêng Herodotus về trại, tay vịn vào chiếc bàn gỗ dừa, cố giữ bình tĩnh ngồi xuống, nhìn Tướng quân.

"Thúc phụ, 3000 quân của chúng ta, sao lại chỉ có một mình Herodotus trở về?"

Tướng quân Elishua nhìn Công chúa, trầm giọng.

"Đợi Herodotus tỉnh lại, xem thế nào..."

Công chúa nén từng hơi thở, đan chặt hai tay vào nhau, thất thần nhìn ra biển lớn. Tướng quân Elishua không nói tiếng nào, ghì tay vào thanh kiếm, mím chặt môi, nhìn ra quân trại. Các binh lính vẫn kiên trì luyện tập, nhưng đội hình hôm nay đã thưa thớt khá nhiều. Bỗng dưng, từng gương mặt, từng nụ cười của những người lính bỏ mình nơi chiến trận ùa về trong ký ức Tướng quân. Tướng quân quay người tránh không cho Công chúa thấy, cố giấu dòng lệ đang trào ra nơi khoé mắt. "Phải nói gì với người thân của những người nằm xuống?" Nhiều người trong số họ đã theo Tướng quân từ thuở thiếu thời. Tướng quân hít một hơi dài, đứng lên, cúi chào Công chúa, rồi bước ra bờ biển. Biển chiều nay thật buồn. Từng cơn gió quạnh hiu thổi qua mấy tán dừa, xào xạc một điệu buồn vô tận. Xa xa, bên triền núi, vài người mẹ ẵm con, đứng đợi chồng về. Cuộc đời là những chuyến đi. Sẽ thế nào khi những người ra đi không bao giờ trở lại?...

Tin tức về những người lính không trở về đã lan truyền khắp Đảo Agina. Công chúa đã kêu gọi một đêm tưởng niệm những anh hùng nằm xuống. Cuộc họp khẩn cấp của Hội đồng nghị sự diễn ra giữa bầu không khí căng thẳng trong Trại chỉ huy.

Tướng quân Elishua mở tấm bản đồ bố binh trên chiếc bàn dừa, nhìn sang Công chúa.

"Otilia đã biết được chúng ta liên minh cùng Hoàng thân Akito, và tổn hại của chúng ta trong trận chiến Đảo Vua. Với tính cách của Aetius, hắn sẽ nhân cơ hội này, dốc một đòn mạnh, tiêu diệt Agina. Chúng ta cần nhanh chóng vực lại lòng quân, chuẩn bị sẵn sàng nghinh chiến Aetius. Ta cần quân đội chia làm bốn nhóm. Nhóm thứ nhất, sẽ tấn công tàu địch tại bờ núi phía đông của đảo, bằng máy bắn đá và cung tên. Tạm thời sẽ do phó tướng Herodotus chỉ huy. Nếu tình hình sức khoẻ của phó tướng không cho phép, Balam sẽ chỉ huy nhóm lính này. Nhóm thứ hai sẽ canh giữ bờ núi phía nam của đảo, không cho quân địch tràn lên bờ biển. Nhóm này sẽ do Thợ Săn chỉ huy. Nhóm thứ ba là dân quân tự vệ, phục kích trong rừng. Nếu cần, sẽ lui về trú ẩn trong hang động cùng các thường dân. Joshua sẽ dẫn đầu nhóm này. Nhóm thứ tư là nhóm quan trọng nhất, gồm những thủy binh thiện chiến nhất của Agina, sẽ canh giữ mặt trận phía trước, là mặt trận chính của trận chiến. Nhóm thứ tư có nhiệm vụ phòng thủ, không cho tàu South Monia tiến gần bờ Agina, đồng thời tìm cách chia nhỏ đội hình địch, đưa tàu South Monia vào tầm ngắm của máy bắn đá. Ta sẽ chỉ huy nhóm thứ tư. Trong trường hợp nhóm thứ tư cần hỗ trợ, nhóm thứ hai sẽ xông lên mặt trận chính. Ngay hôm nay, chúng ta cần tăng cường thêm lính canh, cũng phải đề phòng nội gián.

Phương châm của chúng ta kỳ này là "cố nhử, cố thủ", làm quân địch tiêu hao. Tuyệt đối không được tự ý xông lên, phá vỡ hàng phòng vệ."

Công chúa nghe tướng quân nói xong, gật đầu đồng ý, yêu cầu Tướng quân bắt đầu triển khai lực lượng, đồng thời ra lệnh cho quan Asher và quan Aquila lên kế hoạch sơ tán thuyền nhân. Các thám tử của Công chúa ở Vương Thành cũng được lệnh theo dõi sát sao mọi tin tức từ Chính Điện.

Nắng chiều buông dài trên những dãi cát vàng của Agina. Tiếng quân lính rập ràng theo hiệu lệnh. Công chúa Clementine đưa mắt nhìn về hướng South Monia, đôi mắt thâm quầng ánh lên vẻ cương nghị. Bên kia những con sóng, là quê hương, là nhà. Một ngày nào đó, những con tàu đầy lính và vũ khí, sẽ từ đó tiến về Agina. Họ đều là những người con của South Monia, theo lệnh Aetius đến giết người anh em mình. Nghĩ đến đây, Clementine nghe lòng mình đau nhói. Hai trăm năm nhà Ward trị vì, những anh hùng South Monia đã kề vai nhau bảo vệ từng nắm đất, ngọn cây, khỏi bao nhiêu quân thù dòm ngó. Giờ đây, giữa lúc hòa bình, họ lại tự làm nên chiến tranh. Ôi, tham vọng! Lòng tham của con người thật đáng sợ. Nó được thêu dệt bằng những thứ mỹ miều, những hương thơm, mật ngọt, rồi biến thành thứ độc dược vô hình lúc nào không hay. Thứ độc dược giết dần yêu thương, làm gia tăng lòng đố kị và khát khao chiếm hữu, thứ độc dược làm tâm hồn con người ta tàn úa, và trái tim càng nhuốm màu tối tăm. Thứ độc dược mà Otilia đã bỏ vào tim Aetius nhân danh hai chữ "tình yêu".

...

Bên kia bờ biển về hướng đông nam trên Đảo Quạ, trại lính của Hoàng thân Akito chìm trong yên ắng và nỗi nhớ chơ vơ. Daishi đã lên đường đi chiêu quân ở các đảo, đồng thời tìm cách liên lạc với các quan trấn thủ địa phương. Thế tử Akio còn say giấc trong căn nhà lá. Tối qua, thế tử cứ nằm nhớ mẹ, không tài nào chợp mắt. Hoàng thân Akito mấy hôm rồi thức trắng đêm. Sáng sớm, đã sửa soạn lên rừng tập kiếm. Jochi lặng lẽ bước vào. Gương mặt phờ phạc, hai mắt hóm sâu, nhẹ nhàng thưa.

"Thưa Hoàng thân, Hoàng thân cho gọi thần."

Hoàng thân quay lưng nhìn Jochi, rồi bước lại chỗ chiếc bàn tre.

"Qua đây, ngồi xuống với ta."

Jochi cúi đầu vâng lệnh, rồi chậm rãi bước lại chỗ chiếc bàn mộc mạc.

"Là lá chè xanh. Yua mới vừa mang đến. Hãy uống một chút cho ấm bụng." Hoàng thân trìu mến nói.

Jochi khẽ cúi đầu, rót một chén chè nóng hổi. Hoàng thân cũng nhấp một ngụm chè, rồi nhìn Jochi.

"Ngươi thấy Yua thế nào?" Hoàng thân hỏi.

Jochi há hốc mồm, cổ họng nghẹn cứng, không thốt nên lời, nhưng ánh mắt loé sáng từ hai đồng tử đã trả lời hộ Jochi.

"Ta thấy Yua là một cô nương tốt. Ta muốn ban hôn cho hai ngươi." Hoàng thân nhấp thêm một ngụm trà, rồi nói tiếp. "Cha ngươi giờ đã không còn. Cha Yua cũng vì Đảo San Hô mà hy sinh. Hai ngươi cũng đã đến tuổi lập thất rồi. Nếu ngươi ưng thuận, ta sẽ nói chuyện với Hiroki, rồi lựa ngày lành tháng tốt để hai ngươi nên vợ thành chồng."

Jochi nghe Hoàng thân nói đến đây, gương mặt bỗng sáng bừng. Những u buồn hằn sâu trong đáy mắt được khỏa lấp bởi một nụ cười.

"Thần... xin đa tạ Hoàng thân đã ban ơn." Jochi gập đầu, vui mừng nói.

Hoàng thân mỉm cười.

"Được rồi. Giờ hãy thu xếp đi Agina ngay. Công chúa Clementine đang đợi tin tức từ chúng ta." Nói đến đây, Hoàng thân không nén được tiếng thở dài. Ông nhìn ra cửa sổ, gương mặt lại hằn sâu những suy tư.

Bỗng từ dưới bờ biển, một tên lính gác hớt hải chạy đến.

"Thưa Hoàng thân, phát hiện một thuyền nhỏ đang tiến về Đảo Quạ."

"Một thuyền nhỏ?" Hoàng thân chau mày nhìn tên lính, rồi ra lệnh. "Đánh kẻng cảnh giác các binh sĩ. Tăng cường tuần tra bờ biển. Có gì bất thường, lập tức báo tin."

Tên lính vâng lệnh, đánh kẻng báo hiệu, rồi trở về trạm gác. Hoàng thân cùng một tốp lính tiến ra bờ biển. Chiếc thuyền con dần hiện ra giữa lớp sương mờ. Lá cờ Đảo San Hô bay phập phồng trong gió. Trước mũi thuyền, một tên lính trong trang phục Thủy binh South Monia đang phất cờ trắng, là dấu hiệu của đầu hàng và bình an. Hoàng thân ra lệnh cho binh lính không tấn công thuyền lạ. Chiếc thuyền cập bến Đảo Quạ, tên lính trên thuyền, hai tay giương cao một phong thư, lật đật chạy đến chỗ hoàng thân. Hoàng thân ra hiệu cho lính gác lui ra, để tên lính lại gần.

"Bái kiến Hoàng thân. Hoàng thân thiên tuế, thiên thiên tuế. Nô tài là Heiji Mori, người hầu của Hoàng thượng. Nô tài vâng lệnh Hoàng thượng đến đây, vì có vật quan trọng cần giao cho hoàng thân."

Hoàng thân Akito tiến lại gần, nhận ra tên lính vẫn thường đứng hầu quạt bên Vua Atsuo. Hoàng thân tra kiếm vào vỏ, ra lệnh cho tên lính đứng lên, rồi cầm lấy chiếc phong thư từ tay tên lính. Bấy giờ, tên lính mới bình tĩnh nói tiếp.

"Bộ quân phục này là nô tài ăn cắp được của một tên lính South Monia. Hoàng thượng đã lệnh cho nô tài phải chuyển thư này đến tận tay Hoàng thân bằng mọi giá."

"Hoàng thượng thế nào rồi?" Hoàng thân vội hỏi khi bước vào trại lính. Gương mặt không bao giờ cười và đôi mắt nhỏ u buồn của Vua Atsuo bỗng hiện ra trong tâm trí Hoàng thân. Hoàng thân nghe tim mình đau nhói khi nghĩ đến cảnh quân South Monia hoành hành trong cung điện. Bản tính Hoàng thượng lâu nay yếu đuối. Hết Park Hwa, rồi lại Otilia. Không biết hoàng thượng phải sống làm sao. Hoàng thân thở dài, rồi ngồi xuống chiếc bàn dừa trong doanh trại.

Tên lính rón rén lại gần, đặt lên bàn một chiếc hộp bằng vàng khảm ngọc, rồi buồn bã trả lời.

"Không biết phải nói làm sao, thưa Hoàng thân." Tên lính chùng giọng xuống. "Khắp Kinh thành đâu đâu cũng toàn quân lính South Monia. Hoàng thượng muốn đi đâu phải đợi tên tướng quân Moab cho người sắp đặt và hộ tống. Đội thị vệ hoàng cung đã bị giải tán. Mấy ngày rồi, Hoàng thượng chẳng màng đến ăn uống. Nô tài lo lắm." Nói đến đây, tên lính bỗng nghẹn ngào. Hai hàng nước mắt rưng rưng.

"Mấy thứ này, là Hoàng thượng phải giả bịnh bất ngờ, để nô tài lại gần, rồi trao cho nô tài và căn dặn phải đến Đảo Quạ bằng được, giao chúng cho Hoàng thân. Nay nhiệm vụ đã hoàn thành.

Nô tài xin phép về lại hoàng cung, để hầu Hoàng thượng."

Hoàng thân nhìn thấy chiếc hộp, đã biết được bên trong đựng gì. Tự nhiên, cảm thấy bồn chồn không yên, ruột gan như đốt cháy. Hoàng thân ra lệnh cho tên lính nán lại, rồi một mình bước ra bờ biển.

Lá thư của Vua Atsuo vẫn còn niêm dấu đỏ. Hoàng thân chần chừ, chưa dám mở phong thư. Đôi mắt xa xăm, nhìn về hướng kinh thành, nghe lòng nặng trĩu gánh nợ nước non. Cơn gió biển thổi xoà vào mặt mặn chát. Hoàng thân hít một hơi dài, rồi mở con dấu đỏ.

"Kinh thành Đảo Vua, một ngày u ám. Lúc Hoàng huynh nhận được thư này, thì có lẽ Hoàng đệ đã về với tổ tiên nhà Kyoto. Ba mươi lăm năm sống ở trần đời. Gần hết cuộc đời như sống trong ngục giam không kỳ hạn. Thân thể héo mòn, nhưng lòng càng héo mòn hơn. Có lúc Hoàng đệ tự hỏi chính mình, có thể nào ta được quyền tự quyết cho số phận? Số phận đã chọn đệ làm con trai của Hoàng đế Đảo San Hô, nhưng ai đã chọn đệ cướp ngôi Thái tử, làm vua một nước, mà đến người nhà còn không thể bảo vệ được? Lẽ nào cũng là số phận, hay chỉ do đệ quá sức yếu hèn, không dám chống lại một tên hoạn quan ngoại quốc, để đến nỗi phải đẩy nhà Kyoto đến cảnh ly tán, suy tàn, đến nỗi một chốn riêng tư ở Hoàng cung, cũng không còn chỗ cho nhà Kyoto. Có lẽ Park Hwa nói đúng. Đảo San Hô sẽ suy tàn trong tay một Hoàng đế như đệ. Thôi thì, hãy để đệ một lần được lựa chọn tự quyết cho cuộc đời mình. Đệ sẽ kết thúc những tháng ngày bị giam giữ ở trần gian. Giải thoát cho chính mình khỏi những dày vò, đau đớn và cho Đảo San Hô một cơ hội phục hồi. Hoàng huynh, hãy quay về, hồi phục Đảo San Hô. Đệ để lại cho huynh con dấu của vương triều Kyoto, thứ bao lâu nay vốn thuộc về Hoàng huynh. Cầu tổ tiên nhà Kyoto ban phước. Cầu Tạo Hóa ở cùng Hoàng huynh, giúp Hoàng huynh lấy lại kinh thành và tất cả những gì thuộc về Đảo San Hô và nhà Kyoto. Vĩnh biệt Hoàng huynh! Đệ sẽ đi đến gặp Tiên hoàng chịu tội. Ký tên, Hoàng đệ tội nghiệp Atsuo."

Hoàng thân đọc xong lá thư, hai dòng lệ tuôn chảy như mưa.

Hoàng thân khóc... Tiếng nức nở, nghẹn ngào tự trong lồng ngực bật ra đầy oán thán, như tiếng kêu gào của cõi lòng tan vỡ.

"Atsuo! Tại sao? Tại sao đệ lại làm như thế?" Hoàng thân hét lên giữa muôn vàn tiếng sóng. Sóng và gió, cũng mạnh như bão tố cuộc đời. Nhưng đâu phải cứ gặp bão tố là để sóng gió cuốn đi. "Sao không hãy một lần cùng ta chiến đấu, chống lại kẻ hung tàn? Chết là hết. Cuộc đời này đâu phải để cho đệ tự quyết. Quyền tự quyết là do Tạo Hóa. Sao đệ không thử một lần lắng nghe tiếng phán của Tạo Hóa, để tìm ánh sáng nơi cuối con đường? Con đường đệ đã đi qua đầy bóng tối. Sao không một lần để ta nắm tay đệ bước vào ánh sáng của tương lai? Ôi Hoàng đệ của ta! Đứa em trai tội nghiệp của ta! Ta phải gánh nỗi đau này cho đến bao lâu?"

Tiếng Hoàng thân khản đi trong tiếng gió. Gió vẫn gào và sóng biển vẫn đánh ầm ầm bên bờ đá.

Ngày mai phải là ngày tươi sáng cho Đảo San Hô!

Chương 34:
LIÊN MINH I

Buổi sáng tinh mơ, trời trong xanh, mây nhẹ. Từng đàn chim hải âu sải cánh bay về phương nam tìm nơi trú ẩn. Tiếng kẻng inh ỏi từ Trại chỉ huy Agina kêu gọi các cư dân, về dự lễ tưởng niệm những binh sĩ ngã xuống vì Đảo San Hô. Trước mái hiên Trại chỉ huy, tướng quân Elishua cùng binh lính xếp thành những hàng dài chỉnh tề. Đoàn dân đông đúc trật tự đứng ngay sau. Công chúa Clementine xuất hiện trong bộ áo giáp của Thủy quân South Monia, bên ngoài khoác thêm áo choàng đen. Sau khi giơ tay đáp chào các quân dân bên dưới, Công chúa hít một hơi dài, rồi mạnh mẽ cất tiếng.

"Hỡi các thuyền nhân Agina, chúng ta có mặt hôm nay, vào thời khắc thiêng liêng này, để bày tỏ chân thành lòng tri ân sâu sắc và vinh danh các anh hùng của chúng ta đã ngã xuống vì Đảo San Hô. Máu đã đổ và nước mắt đã rơi. Nhưng tình yêu hòa bình vẫn luôn rực cháy trong trái tim của những người nằm xuống, và trong chúng ta, những người đang tiếp tục sứ mệnh "Hồi hương, Phục quốc". Chớ run sợ! Vì nỗi sợ hãi chỉ khiến con người ta khiếp đảm. Không ai có thể giết chết trái tim can trường và mạnh mẽ. Otilia đã chiếm được Kinh thành Đảo San Hô. Nhưng chúng ta sẽ thiêu rụi ả ta và đám phản quân bằng ngọn lửa không ngừng cháy của tinh thần chính nghĩa. Đừng để đau thương giết chết chúng ta, nhưng hãy biến đau thương thành hành động. Vì những người nằm xuống, vì những người còn lại của Agina và vì South Monia!

Rút lui là chết! Xông lên là sống! Các ngươi chọn gì?"

Lúc bấy giờ, cả đám đông bừng tỉnh, như cây hoa héo tàn gặp cơn mưa mùa hạ. Họ đồng loạt giơ tay lên trời, la lớn.

"Muốn sống! Muốn sống!"

Công chúa nhìn đoàn quân dân. Nỗi xúc động dâng trào trong đáy mắt.

Bỗng từ phía xa, một đám người xôn xao bước đến. Dẫn đầu là một chàng trai trẻ mảnh khảnh, nhỏ con, bước về phía Công chúa. Chàng trai lịch sự chào Công chúa, rồi cất tiếng hỏi.

"Thưa Công chúa, chúng tôi là thân nhân của những người đã chết. Chúng tôi đến đây, vì muốn câu trả lời từ Công chúa."

Rồi chàng trai đưa cặp mắt sâu hoắm chầm chầm nhìn xuống đoàn dân.

"Hết thảy chúng ta, những người đang có mặt ở đây, đều là người South Monia. Chúng ta đã bỏ quê hương, xứ sở mình, đi theo Công chúa. Chúng ta bỏ lại sau lưng gia đình, họ hàng và cái nắng ấm áp của Biển Thành để làm những kẻ lưu vong. Mục đích là gì? Là vì chúng ta trung thành với người kế vị ngai vàng của nhà Ward. Nhưng hãy nhìn đi! Khi chúng ta chưa đủ quân đội để đoạt lại Vương Thành, thì 3000 quân của chúng ta đã chết oan uổng tại một vương quốc xa lạ. Công chúa đã làm gì với những người trung thành đi theo Công chúa? 3000 binh lính đã vĩnh viễn ra đi, không bao giờ trở lại, trong đó có cha của tôi. Mẹ tôi mang thai, nghe phải tin này, đã ngã bịnh. Đứa em bé nhỏ tội nghiệp của tôi sẽ chào đời mà không thấy mặt cha. Năm đứa em của tôi sẽ được kể rằng, cha chúng không phải là một anh hùng giải cứu South Monia. Cha chúng chỉ là một tên lính vô danh, chết một cách không rõ ràng tại một vương quốc xa lạ.

Công chúa, xin hãy giải thích đi! Nếu Công chúa không thể dẫn dắt chúng tôi, thì hãy đưa chúng tôi về lại Biển Thành." Chàng trai quay sang nhìn Công chúa.

Bên dưới đoàn dân, có tiếng xì xào, than khóc, rồi một số người bắt đầu kêu la.

"Chúng tôi muốn trở về Biển Thành!"

"Chúng tôi muốn trở về Biển Thành!"

"Hãy đưa chúng tôi về Biển Thành!"

"Chúng tôi không an toàn ở đây!"

"Hãy trả lại chồng cho tôi!"

"Hãy trả lại cha cho chúng tôi!"

Tiếng kêu la lớn dần, và buổi tưởng niệm trở nên hỗn loạn. Các binh sĩ tìm cách can ngăn, không cho đám dân tiến lại gần Công chúa. Nhưng càng ngăn cản, họ càng giận dữ kêu la.

"Hãy đưa chúng tôi về Biển Thành!"

"Hãy cho chúng tôi sự an ninh!"

Clementine lo lắng nhìn đoàn dân. Chưa biết tính thế nào, thì một tên lính gác thất thần chạy đến.

"Thưa Công chúa, là tàu South Monia đang tiến về hướng Agina."

Công chúa lập tức ra lệnh cho lính canh đánh kẻng.

Cả đoàn dân nháo nhác. Các binh sĩ nhanh chóng tập hợp đội hình theo lệnh Tướng quân Elishua. Công chúa Clementine ra hiệu ra đoàn dân yên lặng, rồi lớn tiếng nói.

"Ta sẽ cho các ngươi câu trả lời vì sao. Còn bây giờ, quân Aetius đang đến. Các ngươi, ai muốn sống, hãy theo lệnh chỉ huy."

Phó tướng Herodotus ngần ngại hỏi Công chúa.

"Thưa Công chúa, còn đám người làm loạn hôm nay, xử thế nào?"

"Hãy gom họ lại một chỗ. Để ý đến họ và bảo đảm họ sẽ được an toàn."

Herodotus gật đầu tuân lệnh. Ai nấy đi vào vị trí của mình. Vì tướng quân Elishua đã lên kế hoạch phòng thủ và chiến đấu từ trước đó.

Janus nhanh chóng dẫn nhóm cung thủ tiến về dãy núi đá phía nam. Herodotus vẫn chưa lành hẳn vết thương, nhưng vẫn có thể điều khiển đội bắn pháo đá. Các tốp quân còn lại theo kế hoạch di chuyển về phía biển và trong rừng. Clementine huýt sáo gọi Kim phụng bay đến, rồi cùng Kim phụng băng qua những dãy núi cao của Agina, bay về phương bắc.

Khoảng đầu giờ trưa, quân South Monia tiến vào vùng biển Agina. Quả đúng như tướng quân Elishua dự đoán, Aetius đã huy động khoảng 20,000 quân cùng 60 tàu chiến, trong đó nhiều tàu được trang bị nỏ sắt và máy bắn đá, dàn hàng ngang, tiến về hướng bờ biển.

Quân Agina không chủ động tấn công. Nhưng chia thành ba đội phòng vệ hàng ngang, cách bờ biển khoảng sáu mươi hải lý.

Khi quân South Monia tiến lại gần, khoảng cách bằng đường bay của nỏ, hai bên bắt đầu tấn công. Những mũi tên bằng sắt bay rào rào bắn vào tàu đối phương. Tướng quân Elishua sử dụng lối đánh hình zigzag. Nghĩa là, các hàng ngang được sắp đặt xen kẽ nhau, giữa hàng trước và sau. Khi hàng phía trước bắn cung xong, liền lùi xuống và hàng phía sau lập tức tiến lên. Họ có thể tiến lùi thẳng, hoặc qua trái, hoặc qua phải, tùy theo hiệu lệnh. Như vậy, đối phương rất khó xác định mục tiêu bắn. Với lối đánh này, quân Agina có phần thắng thế. Một số tàu South Monia đã bị bắn tan hoang. Song, Agina vẫn giữ nguyên đội hình.

Hai bên tiếp tục tấn công cho đến khi trận chiến dần dời về hướng bờ biển. Agina vốn là một hoang đảo, do địa hình đồi núi chập chùng, nhất là đường bờ biển rất hẹp; hai bên chủ yếu là núi cao; nhiều chỗ chỉ là núi đá. Địa hình như vậy, là một lợi thế dễ dàng phòng thủ. Các cung thủ của Agina vẫn túc trực bên máy bắn đá. Ngay khi các tàu của South Monia lọt vào tầm ngắm, Herodotus lập tức ra hiệu cho binh lính bắn đá vào tàu địch. Những khối đá bất ngờ đổ ầm xuống tàu South Monia, khiến chúng bể tan tành. Một đội tàu cơ động được lệnh tướng quân Elishua tấn công và gây nhiễu đội hình đối phương; dụ các tàu rơi vào tầm ngắm của máy bắn đá. Đội hình địch càng trở nên rối loạn và bị chia cắt. Lúc này, các tàu chiến của Agina được chia làm hai mũi. Một mũi tấn công các tàu South Monia đang ở gần bờ núi. Một mũi tiếp tục dàn hàng phòng vệ và tấn công các tàu đối phương bằng nỏ sắt và tên lửa. Các tàu South Monia phía gần bờ núi nhanh chóng bị đánh chìm, bởi rơi vào gọng kìm của các tàu chiến Agina và máy bắn đá.

Các tàu còn lại của South Monia tìm cách ra xa bờ núi, tấn công tổng lực về hướng bờ biển theo hình chữ L. Mặc dù đã bị tiêu diệt khá nhiều, nhưng quân số vẫn còn áp đảo. Các tàu South Monia tìm cách phá thủng hàng phòng vệ của Agina. Các thủy binh Agina chiến đấu rất kiên hùng, nhưng vẫn không đủ sức mạnh giữ vững hàng phòng vệ. Bảy ngày bảy đêm, cuối cùng một số tàu chiến lớn trang bị máy bắn đá của South Monia xuyên qua đội hình, quay lại tấn công gọng sau của Agina. Tình hình vô cùng nguy hiểm cho thủy quân Agina. Janus bèn dẫn dắt một nửa cung thủ từ sườn núi phía nam tiến ra biển, tấn công Thủy quân South Monia ở mũi đằng sau. Những mũi tên bằng đá nhanh, mạnh và chính xác của Janus, cùng với các cung thủ thiện chiến của Agina tiêu diệt khá nhiều quân lính South Monia. Nhưng những con tàu South Monia càng lúc càng hung hăng, những trái pháo đá như những tay đấm khổng lồ, vươn lên rồi đập mạnh xuống các tàu Agina. Các Thủy thủ cừ khôi của Agina di chuyển liên tục để thoát khỏi tầm ngắm của nòng pháo. Nhưng chúng quá đông, dần dần bao vây các đội tàu của Janus và Tướng quân Elishua. Các Thủy thủ và cung thủ Agina bắt đầu lúng túng phản công. Đột nhiên, có tiếng chim vang lộng phía bầu trời. Công chúa Clementine cùng Kim phụng bay một vòng trên đầu trận chiến, rồi đáp xuống một con tàu đang tiến đến từ phương Bắc. Tiếp ngay sau đó, một đoàn tàu chiến đang căng buồm tiến thẳng về hướng bờ biển Agina. Lá cờ Pride Lands với hình đại bàng tung bay oai hùng trong gió lộng. Các Thủy quân Agina cất tiếng reo hò "Là Công chúa và Pride Lands! Chúng ta được cứu rồi!"

Tướng quân Elishua cảm thấy nhẹ nhõm cả người. Kế hoạch kìm chân địch của Tướng quân coi như đã thành công.

Các tàu chiến Pride Lands nhanh chóng bao vây tàu South Monia. Tàu đổ bộ Assi là nỗi kinh hoàng của quân South Monia khi quân Pride Lands ào ạt đổ bộ qua các tàu South Monia và nhanh chóng kết thúc trận chiến.

Clementine ôm lấy Kim phụng, nước mắt rưng rưng.

"Ổn rồi! Ổn rồi! Cảm ơn Tạo Hóa!"

Trên bờ biển, tiếng kèn thắng trận thổi vang. Dân quân tự vệ và các thuyền nhân kéo ra bờ biển. Những tiếng reo hò như rung chuyển núi rừng Agina.

Đoàn tàu Pride Lands và Agina tiến vào bờ. Công chúa Clementine nhẹ nhàng đáp xuống trên bờ biển. Kim phụng chao đôi cánh rộng, bay hút về phía núi. Các em bé chạy đến bao vây các Thủy binh Pride Lands, trong lúc những người phụ nữ không ngừng cúi đầu nói lời cảm ơn. Những người đàn ông ôm nhau, cười sảng khoái. Đám trai trẻ nắm tay nhau nhảy múa, reo hò.

Ngoài bờ biển, những con tàu South Monia và những xác chết lờ lững trôi, rồi bị cuốn mất giữa muôn vàn con sóng. Nắng chiều hiu hắt, vàng vọt những tiếc thương cho những mảnh đời binh sĩ South Monia.

Thủy quân Pride Lands nhanh chóng tạm biệt Công chúa và Tướng quân, rồi lên đường về lại phương Bắc. Janus yên lặng đứng dưới hàng dừa ngóng trông theo, cho đến khi lá cờ chim đại bàng mất hút giữa bầu trời xanh đỏ ánh chiều tà. Clementine đến bên, nắm chặt tay Janus.

"Rồi sẽ đến ngày chàng được về quê hương. Về nhà."

Janus đưa tay ôm Công chúa vào lòng, đôi mắt xa xăm nhìn vào bao la biển cả. Tiếng sư phụ lại văng vẳng bên tai.

"Con được lựa chọn để làm cứu tinh của Đại Dương! Nếu con quay về, không chỉ có Phụ hoàng con, Mẫu hậu con, mà cả Đại Dương, triệu triệu người sẽ bị làm mồi cho thú dữ..."

...

Sáng tinh mơ người dân trên đảo đã tụ họp về Trại chỉ huy. Hôm nay Công chúa sẽ có bài phát biểu ngắn và tưởng niệm các anh hùng ngã xuống trong trận chiến chiều qua. Trời cuối thu se lạnh. Công chúa khoác vội chiếc khăn choàng lông chiên màu trắng đục, rồi tiến về Trại chỉ huy. Ai nấy cất tiếng reo hò khi Công chúa vừa bước đến. Niềm vui chiến thắng ắt vẫn còn lâng lâng trong những con người vừa cận kề sự chết. Clementine đưa mắt nhìn đoàn dân một hồi, rồi cất giọng sang sảng.

"Các ngươi muốn ta cho các ngươi câu trả lời. Trận chiến chiều qua là câu trả lời cho các ngươi. Các ngươi hỏi ta, vì sao ta gửi thủy quân chúng ta đến Đảo San Hô. Vậy ta hỏi các ngươi, vì sao vua Foreman gửi thủy quân Pride Lands đến Agina? Cái đó gọi là liên minh. Và không ai bỏ rơi đồng minh của mình. Vì sao phải liên minh? Giữa thế giới đầy dẫy tội ác và hỗn loạn như hôm nay, các ngươi nghĩ rằng các ngươi có thể đứng một mình mà vẫn an toàn hay sao? Nếu đến cả Pride Lands vẫn cần một Agina nhỏ bé như chúng ta, thì sao chúng ta không thể cùng đứng bên cạnh Đảo San Hô? Huống hồ, Otilia đã nhân danh South Monia chiếm Kinh thành Đảo Vua. Lẽ nào chúng ta không nên nhân danh South Monia mà bảo vệ họ? Máu nặng hơn vàng. Mỗi người lính Agina nằm xuống, với chúng ta là nỗi mất mát lớn lao. Chiến tranh là đại dịch kinh khủng nhất trong lịch sử loài người. Nếu những anh hùng không hy sinh, thì hòa bình sao đến? Giữa thế giới loạn lạc này, đã không còn cuộc chiến giữa Agina với South Monia, hay cuộc chiến giữa vương quốc này với vương quốc khác; đó là cuộc chiến giữa công chính và bất công; giữa thiện và ác; giữa tự do và độc tài. Trái tim ta vẫn còn đau nhói, vì 3000 quân chúng ta đã ngã xuống trên Đảo San Hô, 100 thủy binh đã về với biển cả trong trận huyết chiến chiều qua. Nhưng những anh hùng Đảo Agina không bao giờ chết. Họ vẫn sống mãi trong trái tim chúng ta và thắp thêm ngọn lửa kiên hùng, vì hòa bình cho thế giới và South Monia, vì cái ác phải bị diệt vong, để người công bình cai trị. Có phải các ngươi vẫn muốn câu trả lời. Hãy tìm Aetius và Otilia và hỏi, liệu bọn họ sẽ để cho thế giới được bình yên, và Đại Dương tinh sẽ bình an cho người công chính?"

Cả đoàn dân im phăng phắc, nghe lời Công chúa nói. Những gương mặt lặng lẽ cúi đầu, cái cúi đầu tâm phục khẩu phục, hay vì nỗi mặc cảm đã lên án Công chúa ngày qua.

Phút tưởng niệm các anh hùng trở thành giây phút mặc niệm cho chính những con người yếu đuối của hôm qua, và sống dậy một ý chí kiên cường chiến đấu cho ngày mai. Vì cuộc sống là sự lựa chọn. Và lựa chọn để sống trong an bình giả dối, hay chiến đấu như một anh hùng cho tự do của tương lai? Có lẽ bây giờ, người dân Agina đã hiểu. Họ cùng nhau giơ tay lên trời, cất tiếng hô vang.

"Chiến đấu! Chiến đấu! Chiến đấu!"

"Nữ hoàng Clementine vạn tuế! South Monia vạn tuế!"

Tiếng hô vang dội vào trong gió, truyền đi khắp mái lều gỗ lá của Agina.

...

Bên kia eo biển Asin, Aetius tức giận đập mạnh tay xuống bàn, trước ánh mắt khiếp sợ của thống lĩnh Thủy quân Moab. Mặt hắn đỏ lên như rượu mận. Râu quai hàm rung lên theo từng câu nói.

"20,000 quân và 60 tàu chiến! Vậy mà chỉ còn 200 lính và một chiếc tàu hư nát trở về sao? Moab, nhà ngươi giải thích thế nào đây?" Nhà vua nhìn chằm chằm vào thống lĩnh thủy quân, hai tròng mắt đỏ như hai đốm lửa.

Tướng quân Moab giật mình, lau mồ hôi trên trán.

"Thưa... Bệ... hạ! Là... là... quân Pride Lands... Quân ta đã sắp chiếm được Agina, thì quân Pride Lands tấn công bất ngờ từ đằng sau, Hơn... nữa... thang đổ bộ... của... bọn chúng kẹp chặt các tàu chiến của chúng ta, khiến chúng ta không sao di chuyển và bố trận."

Moab ấp úng trả lời. Hàng râu kẽm đen như mực bỗng dựng đứng lên.

"Lại là Pride Lands! Pride Lands, Pride Lands, Pride Lands!"

Aetius bóp nát trái lựu đỏ trong dĩa hoa quả trên bàn, gằn giọng nói.

"Ta muốn một kế hoạch tấn công Pride Lands, ngay khi thời tiết cho phép ra khơi trở lại. Lần này, tốt nhất là ngươi hãy thành công." Nhà vua trừng mắt nhìn thống lĩnh Thủy quân. Thống lĩnh Thủy quân có thể nhìn thấy những con sóng cuồn cuộn trong đáy mắt vua Aetius. Hắn cúi đầu, lắp bắp.

"Tuân lệnh, Bệ hạ. Đa tạ bệ hạ tha tội chết." Rồi lật đật rời khỏi thư phòng nhà vua.

Chương 35:
LIÊN MINH 2

Nắng chiều vàng vọt trên những tàu dừa khô héo vì tuyết lạnh của Agina. Hội đồng nghị sự cùng Công chúa trầm ngâm bên chiếc bàn gỗ dừa trong Trại chỉ huy.

"Vậy là Aetius đã chiếm Đảo San Hô. Đường về South Monia của chúng ta lại càng thêm khó. Ta muốn một kế hoạch chi tiết cho Agina. Chúng ta phải làm gì tiếp theo?" Công chúa nhìn quanh hội đồng, và hỏi.

"Trước mắt, 59 tàu chiến của South Monia đã được đưa vào bờ. Dẫu nhiều tàu đã bị hư hỏng nặng, nhưng hoàn toàn có thể phục chế. Ta sẽ cho người liên lạc với các thợ sửa tàu lành nghề của Pride Lands để tiến hành sửa chữa ngay." Tướng quân nhích người trên chiếc ghế bên cạnh Công chúa.

"Tốt lắm, Tướng quân. Vừa hay chúng ta đang thiếu một số tàu đã bị mắc kẹt tại Đảo San Hô." Công chúa nhìn Tướng quân, ánh mắt như đang nở nụ cười. Rồi quay sang hỏi quan tài chính và quan thủ kho.

"Quan Asher, ta cần báo cáo về quân bị và ngân quỹ trong hai ngày tới. Đồng thời, quan Kefa, hãy cho ta cập nhập về số lượng thuyền nhân trên đảo và dự trữ lương thực cho ít nhất một năm đến. Chúng ta ắt sẽ có một cuộc chiến cam go với Aetius khi mùa xuân đến."

Thợ săn nhìn Hội đồng, cười khích lệ.

"Ít nhất, chúng ta cũng được bình yên qua hết mùa đông. Và bây giờ, chúng ta không còn đơn độc trong cuộc chiến chống

Aetius. Chúng ta có Pride Lands, Hoàng thân Akito, và các anh hùng của chúng ta tại South Monia."

Công chúa tự nhiên thấy nhẹ lòng, bèn gật đầu đồng ý.

"Đúng vậy. Chúng ta không hề đơn độc. Và chiến thắng luôn thuộc về công lý. Ngày về South Monia của chúng ta không còn xa nữa."

Công chúa nở nụ cười tươi cùng hội đồng. Đôi mắt bồ câu sáng long lanh như vì sao bắc đẩu.

Vừa lúc đó, một tên lính chạy vào bẩm báo.

"Thưa Công chúa, Jochi Aqua đã về."

"Cho vào!" Công chúa ra lệnh cho tên lính, rồi quay sang nói cùng hội đồng nghị sự.

"Nếu không có gì thêm nữa, quan Kefa và quan Asher có thể ra về. Tướng quân và Thợ săn hãy ở lại."

Hai vị quan già bái chào Công chúa, tướng quân và Thợ săn, rồi rời khỏi Trại chỉ huy. Jochi Aqua bước vào bái kiến. Đôi mắt đen sâu hóm, đượm nỗi u buồn. Công chúa nhìn Jochi, trìu mến nói.

"Ta có nghe tin về quan Mochi. Cha ngươi là một anh hùng. Hãy tự hào về ông ấy."

"Cảm ơn Công chúa. Thần luôn tự hào..."

Jochi khẽ nói, rồi mở túi vải trên người, trao cho Công chúa một túi gấm nhỏ và một phong thư.

"Cái này là của Hoàng thân gửi cho Công chúa."

Công chúa mở phong thư, đọc xong, rồi nói.

"Quả đúng như tướng quân từng nói, San Hô là quốc đảo của các anh hùng. Chưa đầy một tháng, đã có hơn 2000 tráng sĩ đồng ý tập hợp dưới cờ của Hoàng thân Akito. Hoàng thân gửi lời cảm ơn và chia buồn về những mất mát của chúng ta trong trận chiến Đảo Vua. Đồng thời mời chúng ta đến Đảo Quạ hỗ trợ huấn luyện binh sĩ và lên kế hoạch chiến đấu chống Aetius."

Jochi Aqua nhận lấy chén trà từ tay Madena, rồi nói cùng Công chúa.

"Thưa Công chúa, phần lớn tàu chiến của Agina cập cảng Đảo Vua đã được Hoàng thân cho người đưa đến nơi an toàn. Đợi qua hết mùa đông, Hoàng thân sẽ hoàn trả về cho Công chúa."

Công chúa nhìn tướng quân và Thợ săn, ngần ngại một lúc, rồi nói.

"Ta nghĩ chúng ta cũng nên hỗ trợ tàu chiến cho Đảo Quạ. Với tình hình hiện nay của Hoàng thân Akito, thật khó để chu cấp tàu chiến cho quân đội. Tướng quân và Thợ săn nghĩ thế nào?"

"Ta đồng ý!" Thợ săn nhanh chóng lên tiếng.

Tướng quân Elishua chậm rãi trả lời.

"Đã là đồng minh, chúng ta cũng nên giúp Hoàng thân vào lúc này. Ở Đại dương này, quân đội mà không có tàu chiến, khác gì một chiến sĩ không có đôi chân."

Bấy giờ, Công chúa nhìn sang Jochi, từ tốn nói.

"Được rồi, Jochi. Số tàu chiến đó tạm thời hãy để cho Hoàng thân dùng. Ta sẽ viết thư cho Hoàng thân Akito về việc này, kể cả việc cảm ơn về món quà này."Công chúa vừa nói, vừa mỉm cười mở chiếc túi gấm vải đầy ngọc trai.

"Xin đa tạ Công chúa! Hoàng thân Akito và người dân Đảo San Hô nợ ơn người." Jochi vừa nói, vừa cúi đầu sát đất. Xong rồi, cúi chào Công chúa, tướng quân và Thợ săn, trở về căn nhà gỗ lá phía ngọn đồi, căn nhà đã từ lâu vắng bóng chủ nhân.

Jochi đi rồi. Công chúa quay sang nói cùng tướng quân và Thợ săn.

"Nói về huấn luyện binh sĩ, ta vừa nghĩ ra ý này."

Tướng quân và Thợ săn chăm chú nhìn Công chúa. Công chúa nhấp nhẹ chén trà, đưa ngón trỏ lên như vừa phát hiện ra điều gì mới mẻ.

"Ta nghĩ chúng ta có thể thành lập một liên minh biệt kích với Đảo San Hô."

"Liên minh biệt kích?" Thợ săn đưa mắt nhìn Công chúa.

Công chúa gật đầu, tươi cười nét mặt.

"Chúng ta sẽ thành lập một đội quân tinh nhuệ, lẹ làng, có thể dễ dàng thám thính hàng ngũ địch và cung cấp các thông tin cần thiết cho chiến trận. Một đội quân kiểu... như... "Ngài Thợ săn" đây?" Công chúa đưa tay sang Janus, nhoẻn miệng cười.

Janus chỉ tay lên mặt mình, vừa cười vừa chặc lưỡi.

"Đội quân... kiểu như ta?"

"Vâng." Công chúa nhún hai bờ vai, nhìn Janus.

Tướng quân Elishua như hiểu được ý Công chúa, bèn lên tiếng.

"Long Hoàng Afred, vị vua lừng danh của Đại dương thời kỳ trước Thánh chiến, được mệnh danh là vua của chiến trận. Bởi vì vua không những sở hữu đội quân hùng mạnh, mà những người lính biệt kích của vua cũng là nỗi ám ảnh cho bao nhiêu đội quân khác. Những người lính này đến và đi không ai hay biết. Họ dễ dàng đột nhập vào Hoàng cung, thám thính kẻ thù và cung cấp bản đồ kinh thành để vua Afred dễ dàng lên kế hoạch tác chiến và tấn công. Bất cứ khi nào đội quân của vua Afred tham chiến, luôn có một bản đồ chi tiết về địa hình và báo cáo về quân lực của kẻ thù do đội biệt kích cung cấp, và người ta tin rằng đó là lý do vì sao vua Afred bách chiến bách thắng trong chiến trận. "Biết địch biết ta, trăm trận trăm thắng[7]". Cổ nhân đã dạy như vậy từ ngàn xưa."

Tướng quân nhấp một ngụm trà, rồi nói tiếp.

"Đội biệt kích là một ý hay. Nhưng ta nghĩ, vì lý do an ninh, hãy nên thành lập đội biệt kích cho riêng Agina. Về phần Đảo San Hô, ta có thể hỗ trợ huấn luyện binh sĩ. Trong tương lai, nếu cần phải tác chiến chung, hãy để binh sĩ San Hô chiến đấu trong đội quân của họ. Và chúng ta có thể gửi đội biệt kích Agina hỗ trợ

7 Trích "Binh pháp tôn tử".

do thám và cung cấp thông tin cần thiết cho trận đánh. Nếu cần, chúng ta có thể "trong ứng ngoài hợp". Như vậy, liên minh San Hô - Agina sẽ tạo ra một quân đội kiểu Long Hoàng Afred. Và như vậy sẽ giúp chúng ta "lấy ít thắng nhiều" khi đối đầu cùng Aetius."

Janus nghe tướng quân nói xong, liền vỗ mạnh hai tay, cười sảng khoái.

"Tuyệt vời! Tuyệt vời! Tướng quân quả thật là một tướng tài."

Công chúa Clementine phấn khích nhìn Tướng quân và Thợ săn, nhoẻn miệng cười.

"Tướng quân nói đúng lắm. Vậy ta hãy tiến hành kế hoạch ngay thôi. Thợ săn sẽ huấn luyện biệt kích quân cho Agina. Còn tướng quân hãy đi Đảo San Hô xem thế nào."

"Được rồi. Vậy, ta hãy bàn kế hoạch ngay thôi." Tướng quân bắt chéo hai bàn tay vào nhau, nói cùng Công chúa và Thợ săn.

Bên ngoài, từng cơn gió lạnh thổi vù vù qua khung cửa sổ Trại chỉ huy; những ánh đuốc lập lòe của lính gác, soi vào đêm đông tối tăm, lạnh lẽo.

Chương 36:
VUA LÙN

Mùa đông ở Vùng Đất Sắt là mùa đông lạnh giá nhất Đại Dương tinh. Từng cơn gió lạnh buốt thổi qua những con đường tuyết trắng và những hàng cây lung linh như thủy tinh. Vua Fedor bận rộn với những bản vẽ mô hình châu chấu bằng sắt. Chú vẹt con trong chiếc lồng bên cạnh thỉnh thoảng lại kêu lên "Vua Fedor vạn tuế! Vua Fedor vạn tuế!"

Từ lâu, Vua Fedor nổi tiếng khắp Đại Dương tinh, là vị vua khôn ngoan và khó hiểu. Mẫu hậu qua đời khi vua vừa mới hạ sinh. Với Vùng Đất Sắt, đó là một điềm gở. Còn với vua cha, Fedor là cái tên cấm kị trong Hoàng cung. Cả thời thơ ấu của nhà vua chỉ biết làm bạn với bốn bức tường và muôn ngàn cuốn sách. Phụ tá học sĩ Hoàng cung bấy giờ, Anton Fanim, vì thương cậu Hoàng tử cô đơn, nên vẫn thường mang đến cho Fedor rất nhiều sách sau mỗi bữa cơm chiều.

Nỗi đau lạc lõng giữa Hoàng cung của chàng Hoàng tử mồ côi mẹ, không bằng nỗi mặc cảm về thân hình dị dạng của bản thân. Bị các anh trêu tức là "nỗi nhục của dòng họ Vanin", Fedor quyết tâm trở thành người thông minh và hiểu biết nhất Vùng Đất Sắt, để chứng minh cho vua cha và các anh em mình một chân lý "vẻ đẹp bên ngoài không bằng giá trị bên trong", và "sức mạnh thật sự không nằm trong nắm đấm".

Và rồi, vào một ngày tuyết phủ trắng xóa kinh thành Sắt, đại học sĩ Aldo hối hả bước vào thư phòng lạnh lẽo của hoàng tử Fedor với một tin buồn, "Thưa hoàng tử, Đức vua Alexandro đáng kính của chúng ta, Phụ hoàng của Hoàng tử và các anh em Ngài đã đột ngột qua đời sau khi trở về từ bữa tiệc đăng ngôi của Hoàng thái tử Ivano. Vương quốc đang cần một vị vua mới. Xin hoàng tử hãy mau mau về Cung Điện Mùa Đông."

Và như vậy, hoàng tử lùn Fedor đã nghiễm nhiên thừa hưởng ngai báu hơn một ngàn năm của dòng họ Vanin. Cái tên Fedor không còn là điều cấm kị. Và những người vú già trong vương quốc không còn kể những câu chuyện về Hoàng tử lùn xấu xí và kinh tởm. Nhưng cũng có những lời xầm xì trong bóng tối, rằng Hoàng tử lùn đã giết chết Phụ hoàng và các anh em mình bằng một thứ thuốc độc được pha chế trong phòng thí nghiệm, cái thứ mà chỉ có chàng lùn và ma quỷ mới biết được đó là gì. Vài cuộc điều tra về cái chết bất thường của vua Alexandro và các Hoàng tử đã được tiến hành. Nhưng chẳng có gì tiến triển. Rồi tất cả đã chìm vào quá khứ và lãng quên. Chẳng ai còn nhắc đến buổi lễ đăng ngôi định mệnh ấy, khi mà vua lùn Fedor Vanin càng ngày càng chứng tỏ sự thông thái trong việc trị quốc, và làm cho Vùng Đất Sắt càng thêm giàu mạnh.

Nhưng những năm gần đây, vua Fedor thường ít xuất hiện trong các chuyến vi hành. Phần lớn công việc triều chính đều do đại học sĩ Anton tiếp quản. Nhà vua dường như khá bận rộn với các bản vẽ trong thư phòng, và các thí nghiệm trong căn phòng bí mật phía sau hậu sảnh.

...

Những tia nắng vàng hoe tung tăng nhảy múa trên các khung cửa sổ còn đóng băng trắng xóa. Đại học sĩ Anton khệ nệ chiếc lưng còng bước qua cánh cửa sắt cao chừng hai mươi thước được chạm trổ vô cùng tinh xảo.

"Kính thưa Bệ hạ! Có tin từ những con Chim Sẻ."

Đại học sĩ cất tiếng nói, trong lúc cúi đầu bái kiến nhà vua. Vua Fedor rời mắt khỏi mấy bản vẽ chi chít trên bàn, đưa cặp mắt phù quang ngước nhìn đại học sĩ. Đại học sĩ đặt mấy lọn giấy nhỏ lên bàn, giọng nhỏ nhẹ, nhưng nghe nặng trịch của người miền núi.

"Đây, Bệ hạ hãy xem. "Đàn Chim Sẻ" của bệ hạ vẫn luôn đem về những tin tức quý giá."

Vua Fedor nhích người trên chiếc ghế gỗ sồi thấp, phủ lông chiên cao cấp của South Monia.

"Quả đúng như ta dự liệu. Otilia và Aetius đã chơi nước cờ này. Hãy đợi xem, rồi bọn họ sẽ tìm đến đây thôi. Hãy theo dõi sát tình hình của Vương Thành và Thủ Thành cho ta. Phen này Pride Lands sẽ nhận lấy cơn thịnh nộ mang tên "Aetius ". Hãy bảo Juan yêu cầu các xưởng rèn làm việc hết cỡ. Chúng ta cần chuẩn bị thêm nhiều bộ giáp và vũ khí, sẵn sàng cho các đơn đặt hàng từ khắp Đại Dương tinh. "

Nhà vua vừa nói, vừa gõ mấy ngón tay xuống bàn, rồi huýt sáo líu lo. Đại học sĩ cúi đầu vâng lệnh, rời khỏi thư phòng đầy ắp sách của vua Fedor. Nhà vua lại chăm chú vào mấy bản vẽ trên bàn.

...

Bên kia dãy rừng già của Vùng Đất Sắt, Thủ Thành cũng đang đón những cơn mưa tuyết đầu mùa. Vương hậu Catherine ngồi lặng yên bên của sổ, mắt nhìn xuống dòng sông Omega đang oằn mình đẩy những đám tuyết lạnh ngắt về phương Đông.

"Bên kia mùa đông, con trai chúng ta chắc chắn đang bình yên. Công chúa Clementine đã gửi thư cho ta, có báo tin về Janus. Công chúa còn nhắn lời với nàng, đừng lo lắng. Vì Agina và Công chúa luôn ở cùng Thái tử của chúng ta."

Vua Henry cất tiếng cùng Vương hậu đang khi bước vào phòng. Vương hậu ngước nhìn nhà vua, nở nụ cười trìu mến.

"Mới đó mà đã hơn ba mươi năm. Thiếp thấy ngày lâm bồn như mới vừa hôm trước. Bàn tay nhỏ nhắn của Janus cứ nắm lấy ngón trỏ của chàng, và đôi mắt màu xanh lá long lanh không ngừng nhìn thiếp. Janus của chúng ta luôn là một đứa trẻ thông minh, khoẻ mạnh và đầy ắp tình thương."

Vương hậu nhướng mắt nhìn qua đồng cỏ phủ đầy tuyết bên kia dòng sông Omega, chợt nhớ lại những ngày tháng ngọt ngào bên Thái tử. Vua Henry ôm lấy vai Vương hậu thì thầm.

"Hãy để ta cầu nguyện với nàng. Cầu xin Tạo Hóa gìn giữ Janus luôn được bình an."

Vương hậu nhắm mắt lại, ôm lấy hai bàn tay nhà vua. Gương mặt Janus như đang hiện ra trước mắt. Chiếc mũi thanh cao, nụ cười tỏa sáng, mái tóc xoăn vàng và đôi mắt màu xanh lá của nhà Foreman. Trong giây phút, bao nỗi âu lo dường như tan biến. Lời cầu nguyện bao giờ cũng mang đến cho Vương hậu một sức mạnh vô biên. Thêm tin yêu. Tràn hy vọng. Và đủ lòng bình an để kiên nhẫn đợi chờ. Trong giây phút, Vương hậu âu yếm nhìn Đức Vua, giọng ngọt nhẹ như một tiếng đàn.

"Bệ hạ đã đúng khi quyết định giúp đỡ Công chúa Clementine từ buổi ban đầu. Cuộc sống là sự lựa chọn. Cuộc sống sẽ tốt đẹp khi ta chọn sống yêu thương. Tình yêu của chàng đã bảo vệ Janus của chúng ta."

Vua Henry ôm Vương hậu vào lòng, trìu mến nói: "Tình yêu thương sẽ làm nên phép lạ".

Chương 37:
ĐẢO QUẠ I

Đảo San Hô là nơi đón ánh mặt trời dài nhất trong năm, ngoài khu vực cực nam của Đại Dương. Trong khi bắc Đại Dương đang chìm trong giá lạnh, và vùng đông nam bắt đầu mùa mưa gió, thì mặt trời vẫn đỏ hừng và tươi rói trên những rặng san hô của quốc đảo thơ mộng này.

Cách xa kinh thành Đảo Vua phía đông bắc, Đảo Quạ - nơi Hoàng thân Akito và các quần hùng đang miệt mài ngày đêm tập luyện, số nam nhân kéo về mỗi ngày một đông. Khu trại lính đã bắt đầu chậtních. Jochi lấy một phần bắp luộc từ bữa trưa đơn sơ của quân sĩ, mang lại chỗ Yua.

"Cái này cho muội. Muội đã vất vả nhiều. Vừa là y tá, vừa là đầu bếp. Đám lính bọn ta sẽ thế nào nếu không có Yua?" Jochi mỉm cười, cặp mắt đen ti hí nhíu lại trên gương mặt gầy gò, nhẫn nhụi.

Yua đưa cánh tay gạt nhẹ vầng trán nhễ nhại mồ hôi, rồi nhận lấy trái bắp còn nóng hổi từ tay Jochi.

"Muội không giành hết công sức của mấy tỉ muội trong nhà bếp đâu. Bọn họ đã giúp rất nhiều." Yua tươi cười. Hai lúm đồng tiền lộ rõ trên đôi má bầu bĩnh. Mái tóc búi cao, được quấn lại bằng chiếc khăn màu xanh lam, rất hợp với chiếc đầm cô đang mặc trên người. Dưới ánh nắng lấp ló xen qua tàu lá dừa, Jochi thấy Yua thật dịu dàng và có duyên.

Chàng trai trẻ ngượng ngùng nhìn Yua, thi thoảng liếc mắt trông ngang cặp mắt đen lay láy. Yua vô tư ăn hết trái bắp trong tay, ngẩng mặt nhìn Jochi.

"Cảm ơn huynh. Bắp ngon lắm. Hôm qua Hiroki chở về hai thuyền đầy bắp. Bắp cuối mùa, nhưng còn rất ngọt."

Jochi mỉm cười gật đầu. Hai hàm răng nhuộm đen bởi thói quen nhai trầu, thứ lá màu xanh thẫm giúp cho những người thợ lặn như Jochi ấm người sau những chuyến bơi dài dưới đại dương.

Tiếng kẻng tập họp bên trại lính kêu vang. Chàng trai nhích người khỏi chiếc xe đẩy, nói cùng Yua.

"Thôi, ta phải vào tập luyện lại đây. Tướng quân Elishua không muốn ai đến trễ đâu." Jochi nhìn Yua mỉm cười, bước đi.

Trời vẫn nắng chang, soi bóng Jochi nhỏ gầy đổ trên bờ cát. Jochi tính tình vốn đã ít nói. Từ ngày quan Mochi hy sinh trong trận chiến Đảo Vua, Jochi lại càng trở nên trầm lặng. Dường như chàng trai trẻ có đôi mắt đen u sầu ấy, chỉ vui hơn và nói nhiều hơn mỗi khi ở gần Yua.

Yua quay lưng, vừa định bước đi, thì một tên lính gác hối hả chạy về trại lính. Linh tính chẳng lành. Yua vội vã chạy theo sau. Từ cửa trại lính, Yua nhìn thấy Hoàng thân Akito biến sắc mặt, sau khi nghe tên lính cấp báo, rồi thì thầm gì đó với tướng quân Elishua. Tướng quân Elishua cho gọi Jochi, dặn dò bí mật, rồi cho lính đánh kẻng tập họp tất cả mọi người về trại lính. Yua nhanh chóng tìm thấy anh trai Hiroki phía trong doanh trại.

"Này, Hiroki, huynh có biết chuyện gì đang xảy ra không vậy?" Yua lo lắng hỏi.

"Nghe nói là Đảo Quạ sắp bị tấn công. Nào, hãy đợi nghe thông báo từ Hoàng thân." Hiroki nói, rồi kéo tay em gái đứng lại gần.

Tất cả mọi người trên Đảo đã tập trung về trại lính. Tiếng xì xầm càng lúc càng to. Hoàng thân Akito giơ cao tay, ra hiệu cho mọi người yên lặng, rồi cất tiếng.

"Lính gác phát hiện 15 tàu chiến South Monia đang tiến về hướng Đảo Quạ. Để đảm bảo an toàn cho mọi người trên đảo, ta ra lệnh cho tất cả binh sĩ tập hợp bên trái doanh trại, tuân theo chỉ huy của tướng quân Elishua; tất cả những người còn lại và những ai không có vũ khí tập hợp bên phải doanh trại, tuân theo chỉ huy của Daishi; riêng các thợ lặn tập trung phía trước doanh trại, tuân theo chỉ huy của Jochi. Nào, hãy mau tập hợp!"

Ai nấy nhanh chóng di chuyển theo lệnh của Hoàng thân.

Một hồi sau, cả hòn đảo trở nên hoang vắng.

Quân South Monia bắt đầu đổ bộ lên bờ. Tiếng quân rầm rập trên bờ cát nắng chiều. Một tên lính chạy đến báo cáo tên chỉ huy.

"Thưa chỉ huy, không tìm thấy Akito hay bất cứ một tên lính nào."

Tên chỉ huy nhìn quanh, rồi ra lệnh.

"Hãy chia ra làm 4 đội, tìm kiếm khắp nơi cho ta. Lửa trong bếp vẫn còn ấm. Đồ đạc vẫn còn đây. Chúng không đi đâu xa được."

Bọn lính tuân lệnh, chia ra các ngã tìm kiếm. Chúng lục soát khắp nơi, nhưng chẳng tìm thấy gì. Trời bắt đầu chiều dần. Tên chỉ huy quyết định cho lính rút về.

"Có thể bọn chúng đã trốn vô rừng. Khu rừng này, chúng ta không rành, sợ có bẫy và nhiều nguy hiểm khác rình rập. Tốt nhất nên quay về bẩm báo với Tướng quân. Để xem Tướng quân hạ lệnh thế nào, rồi hãy quay lại."

Đám lính theo lệnh chỉ huy, trở lên tàu, về lại Đảo Vua. Mười lăm con tàu rẽ nước tiến ra khơi. Đi được một hồi, chúng hốt hoảng gọi nhau.

"Tàu bị nước vào! Tàu bị nước vào! Tàu chúng ta đã bị quân Akito đâm thủng!"

Chúng vừa kêu la, vừa hè nhau tát nước, nhưng nào ích gì. Những con tàu lần lượt chìm dần xuống biển sâu. Từng tốp lính ôm nhau than khóc. Ai nấy cố tìm cho mình một mảnh ván, hay cái gì khác có thể giúp trôi nổi giữa những cơn sóng bạc đầu của Đại Dương.

Trên Đảo Quạ, Jochi và những tay lặn cừ khôi của Đảo San Hô chui mình lên mặt nước, vui mừng cất tiếng.

"Chúng ta đã làm được! Chúng ta đã làm được! Chúng ta đã làm được!"

Hoàng thân Akito và hết thảy mọi người từ khu rừng kéo về trại lính. Tiếng hô vang dội trong tiếng gió.

"Hoàng thân Akito vạn tuế! Đảo San Hô vạn tuế!"

Jochi quấn mình trong chiếc khăn vải lớn, chạy đến bên Yua.

"Muội vẫn ổn đấy chứ?"

Yua quay sang nhìn Jochi, nở nụ cười thật tươi với lòng khâm phục.

"Vâng, muội vẫn ổn. Huynh ổn chứ? Hôm nay chúng ta đã tiêu diệt đội quân của South Monia mà không tốn một cây tên nào. Công đầu của huynh đấy nhé."

"Là mưu kế của tướng quân Elishua. Ta và các huynh đệ khác chỉ tuân theo mệnh lệnh. Nhưng phải nói, chúng ta vừa mới làm nên một chiến thắng vĩ đại." Jochi vừa nói, vừa gật gật cái đầu ướt sũng nước.

Cả hai cùng trao nhau ánh mắt yêu thương.

...

Mặt trời đã lặn phía chân mây. Biển rì rào khúc ca chiều quen thuộc. Hoàng thân Akito và Tướng quân Elishua dạo bước trên bờ cát.

"Thật không biết nói gì để cảm ơn tướng quân và Công chúa Clementine. Hôm nay chúng ta vừa được cứu." Hoàng thân Akito cất tiếng nói.

"Đảo Quạ tuy đã có hơn 4000 quân nhân, nhưng hầu hết bọn họ đều xuất thân không phải là binh sĩ, kinh nghiệm chiến đấu không hề có. Nếu hôm nay tướng quân không nghĩ ra kế sách "vườn không nhà trống" và "đâm thủng tàu giặc", chắc giờ này chúng ta lại phải trải qua một "thảm chiến Đảo Vua" lần thứ nhì. Ta không biết lấy gì để đền ơn Tướng quân."

Tướng quân Elishua yên lặng ngước nhìn ra biển, ánh mắt ưu tư một hồi, rồi buông giọng.

“Đại Dương giờ đã đổi thay. Những sóng gió hôm nay chỉ là khởi đầu của một cơn bão lớn đang đến. Mừng là chúng ta có thể đứng cùng nhau. Hãy nắm chặt tay chèo và có niềm tin. Trời thường nắng to sau cơn bão tố.”

Hoàng thân Akito gật đầu, mắt chăm chăm nhìn về hướng Đảo Vua. Lòng ngổn ngang tâm sự. Tướng quân Elishua bất ngờ nhìn vào mắt Hoàng thân, và nói.

“Ta nghĩ Hoàng thân hãy mau chóng đăng ngôi đi! Đảo San Hô cần một vị vua mới, để củng cố lòng quân dân và công bố quyền kế vị hợp pháp của Hoàng thân ra khắp các vương quốc. Đó cũng là ước nguyện cuối cùng của Vua Atsuo.”

Hoàng thân gật nhẹ đầu.

Ngoài kia, từng cơn sóng vẫn xô bờ cát trắng. Biển rì rào khúc nhạc của ngàn năm.

Chương 38:
ĐẢO QUẠ 2

South Monia, một buổi chiều lặng lẽ. Những cơn mưa cuối mùa giăng nhẹ trên những mái nhà ngói đỏ của vương đô. Vương hậu Otilia biệt riêng mình trong một căn phòng bí mật bên dưới tầng hầm của Điện thờ Thủy thần. Căn phòng rộng chừng hai trăm thước, được nối với phòng của nữ đại tế sư bằng các bậc thang bằng đá. Có một chậu nước bằng đồng được kê cao bên cạnh một kệ gỗ đầy chai lọ và các loại hoa khô. Bên trong chậu nước là các viên đá nhẵn nhụi. Trên mỗi viên đá có khắc tên của một người. Otilia dùng kim lấy máu nơi đầu ngón tay, nhỏ vào một cái lọ nhỏ. Và pha trộn máu đó với một số dung dịch khác từ trên kệ gỗ. Xong, dùng hỗn hợp đã pha viết tên lên viên đá. Cái tên Otilia đang viết chính là... Akito Kyoto!

Vương hậu bỏ viên đá vào chậu nước. Lạ thay, dấu viết trên viên đá vẫn y nguyên, không hề bị hòa tan trong nước. Có những cái tên khác được viết lên trên những viên đá bên cạnh: Park Hwa, Atsuo, Elishua, Clementine, và Henry. Vương hậu cẩn thận lau ráo hai bàn tay, rồi theo lối cầu thang tiến lên phòng nữ đại tế sư. Cửa huyệt đạo đóng lại đằng sau bức tranh thêu hình chĩa ba, biểu tượng của Thủy thần.

Một cô hầu gái mặc áo choàng trắng tinh của điện thờ chạy đến.

"Nữ đại tế sư, Đức vua cho mời Người!"

Otilia khoát tay ra hiệu cho cô hầu gái quay lui, rồi mau chóng tiến về Chính Điện.

Vừa đến cửa Chính Điện đã nghe tiếng Aetius quát tháo như giông gầm.

"Phía Bắc, Pride Lands liên kết với Clementine chống lại chúng ta. Phía Đông, Đảo San Hô lại thêm một tên hoàng đế. Các ngươi phải làm gì đó đi chứ?"

Tiếng đại học sĩ Plotyme chầm chậm vọng ra.

"Akito tước hiệu Hoàng thân, đã được vua Akihosa phong Thái tử, là người kế vị hợp pháp ngai báu của nhà Kyoto. Việc này chúng ta không thể làm gì được. Nhưng nếu Hoàng thân Akito không còn sống trên đời, thì Đảo San Hô sẽ tự nhiên về tay Bệ hạ. Còn Clementine, chỉ cần vua Henry cắt hậu thuẫn, thì Đảo Agina không cần quá bận tâm."

"Agina luôn là mối bận tâm hàng đầu. Đừng bao giờ bỏ qua mục tiêu ban đầu của chúng ta, đại học sĩ." Otilia cất tiếng khi bước vào Chính Điện.

Aetius vừa thấy Otilia bước vào, liền sốt ruột hỏi ngay.

"Vương hậu đây rồi. Chẳng phải nàng nói đã tìm được tung tích của Akito, và Moab đã cho quân đi giết hắn. Sao bây giờ hắn lại gửi thông báo về việc đăng ngôi vua cho khắp Đại Dương?"

Aetius nói xong, liền chỉ tay ra hiệu cho đại học sĩ Plotemy đưa cho Vương hậu một phong thư.

"Nàng hãy xem đi! Là thông báo lên ngôi của Akito."

Otilia cầm lấy phong thư, đọc xong, rồi đặt xuống bàn. Đôi mắt màu hổ phách nhìn nhà vua bối rối.

"Hắn đã tuyên bố lên ngôi và lấy Đảo Quạ làm kinh đô?! Đúng thật là...! Hai tháng trước, Moab báo tin đã tìm được tung tích Akito ở Đảo Quạ. Thiếp đã lệnh Moab gửi 5000 quân đến bao vây Đảo Quạ và giết chết Akito bằng mọi giá. Cho đến hôm nay vẫn chưa nghe tin tức gì từ Đảo Vua. Cứ nghĩ là mọi việc đã xong xuôi. Thôi, hãy để thiếp đi Đảo Vua một chuyến. Xem mọi chuyện thế nào."

Aetius liền gật đầu đồng ý.

"Hãy lên đường ngay hôm nay. Phải tiêu diệt Akito bằng mọi

giá. Không thể để hắn tập họp quân đội, rồi tiến về Đảo Vua. Nàng biết Đảo San Hô quan trọng thế nào trong kế hoạch Đại Dương Chinh của chúng ta rồi đó."

"Vâng, thưa Bệ hạ." Otilia hôn nhẹ lên má nhà vua, rồi rời khỏi Chính điện.

...

Đảo Vua lặng lẽ một ngày nắng nhẹ đầu xuân. Nhiều trai tráng trong các làng đã lên đường đi Đảo Quạ, đáp lại lời kêu gọi "Cứu vương quốc, cứu San Hô" của Vua Akito. Các ngã đường của kinh thành khá yên ắng. Những người lính San Hô miễn cưỡng đi tuần qua các phố. Còn các binh sĩ South Monia buồn tẻ đứng canh trên tường thành. Dường như nỗi nhớ nhà khiến họ chẳng mặn mà gì với cái nắng gió của kinh thành Đảo Vua.

Vương hậu Otilia cùng tùy tùng vừa tiến vào cung điện. Tướng Moab hối hả chạy ra tiếp đón.

"Bái kiến Vương hậu! Vương hậu thiên tuế, thiên thiên tuế!"

Vương hậu vẫy tay cho Moab đứng dậy, rồi tiến thẳng về Chính Điện.

Moab biết có chuyện chẳng lành, nên yên lặng bước theo sau. Vừa đặt chân vào Chính Điện, Vương hậu đã hỏi ngay.

"Hãy nói ta nghe tình hình Đảo Quạ! Tại sao Akito vẫn còn sống, mà không ai báo gì với ta?"

"Thưa Vương hậu...!" Moab lúng túng trả lời. "Thần đã tuân lệnh Vương hậu, gửi 5000 quân đến Đảo Quạ. Tưởng chắc có thể giết được Akito. Nhưng khi quân ta đến đó, cả đảo vắng tanh, không một bóng người. Vương hậu cũng biết địa hình Đảo San Hô vô cùng phức tạp. Tên chỉ huy thần gửi đi, không dám liều lĩnh dẫn quân vào rừng, nên đã hạ lệnh rút quân về, sau khi lục soát tất cả mọi ngõ ngách. Không ngờ bọn chúng đã âm mưu, cho người đục thủng tất cả tàu của quân ta, khiến gần 5000 quân phải bỏ mạng trên biển. Chỉ huy Ushar cùng một số lính may mắn sống sót mới trở về mấy bữa trước, sau những ngày lênh đênh trên biển, bị trôi vào một đảo khác của San Hô. Vì tình hình quan trọng, thần muốn đích thân về Vương Thành bẩm báo cùng nhà vua và Vương hậu. Nhưng chưa kịp đi thì Vương hậu đã đến đây. Bây giờ Vương hậu đã ở đây rồi. Thật tốt quá!"

Vương hậu nghe Moab nói xong, dường như bớt giận, bèn dịu giọng xuống.

"Thôi được rồi. Để xem tiếp theo thế nào! Ngươi biết việc Akito lên ngôi vua ở Đảo Quạ chứ?"

"Thần có biết, thưa Vương hậu." Moab cúi mặt, đáp lời.

"Phản ứng của các quan lại thế nào?" Vương hậu hỏi.

"Một số đã bỏ quan đi đầu quân cho Đảo Quạ. Nhưng phần lớn vẫn không có động tĩnh gì."

"Một nước không thể có hai vua. Hãy cho người bí mật theo dõi đám quan lại. Nhất là đám võ quan và hình bộ! Tuyệt đối không được xảy ra khinh suất. Nếu có gì, nhà ngươi và cả nhà cha ngươi sẽ bị "ngựa kéo phanh thây". Vương hậu gằn giọng, quăng cặp mắt sắc lạnh nhìn Moab. Cảm giác như một luồng điện chạy ngang qua người, Moab hiểu tính mạng của cả gia đình mình ở South Monia không thể thoát khỏi tầm mắt của Vương hậu, nữ đại tế sư và đám quân Thủy thần lạnh như xác chết.

...

Đảo Quạ, một buổi sáng mùa xuân trong vắt. Biển hiền hòa khoe màu áo xanh lam lấp lánh ánh mặt trời. Mùa lặn trai đã đến! Jochi và vài thợ lặn nữa được lệnh Vua Akito tiến về vùng san hô bên ngoài Đảo Quạ.

Lướt mình giữa làn nước mát lạnh của đại dương, nhìn từng đàn cá đủ màu tung tăng bơi lội, những đàn cá nhỏ thích vui đùa bên những rặng san hô rực rỡ sắc màu, dịu dàng đung đưa theo sóng biển. Jochi và mấy thợ lặn mỉm cười thư thái, rồi cẩn thận gỡ lấy từng con trai cho vào túi lưới. Mặt trời lên cao dần, soi ánh nắng diệu kỳ vào tận sâu lòng biển. Jochi và mấy người bạn rời khỏi rặng san hô, bơi về phía đảo. Gần vào đến bờ, mấy chàng trai kinh hãi nhìn thấy mấy chục con tàu giương cờ South Monia đang hiện ra sờ sờ trên bờ cát. Jochi toan chạy vào bờ thì đám bạn nắm hai tay kéo lại. Một chàng trai lên tiếng.

"Không, Jochi. Hãy nhìn kìa!"

Jochi đưa mắt nhìn đám quân đang chiến đấu sống còn bên ngoài doanh trại. Khói lửa bốc lên nghi ngút cả một vùng trời. Tiếng nhà Vua Akito hét to giữa tiếng đao kiếm choảng nhau.

"Daishi, bảo vệ thế tử!"

Không lâu sau, lá cờ hình mặt trời của Đảo San Hô bị cất xuống. Những dòng nước mắt chực tuôn trào trên gò má Jochi. Mấy người bạn bên cạnh cũng sững sờ nhìn chăm theo làn khói. Rồi không nói tiếng nào, họ cùng nhau bơi vòng ra phía sau, theo lối đường mòn, tìm đường về doanh trại.

Mặt trời xuống dần phía chân mây. Từng cơn gió chiều hiu hắt thổi qua những xác chết ngổn ngang trên bờ cát. Từng đàn quạ đen gọi nhau chí chóe, kéo nhau về ồn ào cả một góc trời quạnh quẽ. Những con tàu South Monia mờ dần trên mặt biển như những bóng ma.

Jochi và đám bạn chạy về doanh trại. Chẳng có gì ngoài tiếng khóc nỉ non và một khu nhà cháy. Đưa mắt vội tìm những gương mặt thân yêu, Yua vẫn bình an, Vua Akito bị thương ở tay, nhưng không nặng lắm. Yua đã băng bó vết thương cho Ngài. Nhưng còn thế tử? Ôi thế tử thật đáng thương! Vết thương khá nặng ở hai đầu gối. Tên lính nào đã ra tay thật tàn độc? Một lưỡi kiếm dài cắt sâu ngay trên hai đầu gối thế tử. Nhà vua lặng im không nói; ôm lấy đầu Akio, áp sát vô lòng. Giây phút nhìn thấy vết thương trên người thế tử, nhà vua đã biết, có lẽ cuộc đời này, thế tử không thể bước đi bằng đôi chân. Ôi, đứa con tội nghiệp của ta! Dòng dõi của nhà Kyoto anh dũng! Cuộc đời con đã chịu nhiều đau thương, mất mát! Biết khi nào mới lấy lại cho con nụ cười vô tư của cậu bé lên mười? Biết khi nào cuộc chiến này sẽ vào hồi chung kết và ta lại trở về cung điện của Đảo Vua?

Nhà vua thầm khóc trong lòng... Xong, cố nén nỗi đau, quay sang nói cùng Jochi.

"Jochi, hãy đưa thế tử sang Đảo Agina. Công chúa Clementine có thầy thuốc giỏi. Ta sẽ đem các binh sĩ còn lại sang Đảo Voi. Đợi mọi chuyện ổn hơn, ta sẽ lại đem thế tử trở về. Hãy đưa Yua đi cùng, để tiện chăm sóc cho thế tử trên đường đi. Hãy đi bình an! Ta sẽ gặp hai ngươi tại Đảo Voi."

Jochi vâng lệnh nhà vua, cõng thế tử lên vai, rồi cùng Yua giong thuyền về hướng Agina.

Trời chạng vạng tối. Ánh trăng non lơ lửng phía chân mây. Màn đêm buông dài trên biển rộng…

Chương 39:
EO BIỂN ASIN

Những tia nắng mùa xuân lại về trên Đảo Agina. Nắng chan hòa nhảy múa trên những tàu dừa đung đưa trong gió nhẹ.

Clementine tựa cửa sổ Trại chỉ huy, trông về hướng biển.

"Vậy là Aetius không những đã chiếm Đảo San Hô, lại còn cho quân chiếm đóng các vùng biển ngoài khơi hơn 100 hải lý. Rốt cuộc, Aetius có tham vọng gì? Cứ đà này, sợ rằng đến một ngày, nếu muốn đi qua eo biển Asin, các vương quốc khác cần phải có thỏa thuận với Aetius. Thật là không thể tin được!" Công chúa trầm ngâm lên tiếng.

Thợ săn đang ngồi bên cạnh chiếc bàn dừa cùng tướng quân Elishua, cũng bồn chồn hỏi.

"Lẽ nào là như vậy? Chẳng lẽ hắn muốn độc chiếm vùng biển phía Đông Nam?"

"Rất có thể!" Tướng quân Elishua gật đầu trong lúc đặt chén trà nóng xuống bàn.

Aetius và Otilia, hai con người này lòng tham không đáy. Không biết chúng có thể làm đến chuyện gì?

Công chúa ngồi xuống chiếc ghế gỗ sồi bên cạnh tướng quân, nhẹ nhàng nói tiếp.

"Ta có nghe Phụ hoàng nói về Đảo San Hô. Nằm ở vị trí trung tâm của Đại Dương tinh, là đầu mối giao thương quan trọng, với nguồn cung phong phú về hải sản, nhất là nguồn dự trữ ngọc trai lớn nhất hành tinh, có lẽ vì thế mà Aetius đã quyết tâm chiếm

Quốc đảo?” Công chúa tròn mắt, quay sang nhìn Tướng quân.

Tướng quân nhấp thêm một ngụm trà, rồi buông giọng. Mái tóc đen giờ đã thêm nhiều sợi bạc. Những dấu chân chim trên mặt hằn vết tích của thời gian.

“Đảo San Hô từ lâu là “miếng mồi ngon” cho nhiều vương quốc. Tổ tiên nhà Chad từng đưa quân đánh chiếm Đảo San Hô, nhưng bất thành. Đảo San Hô là quốc đảo của các anh hùng. Hơn nữa, là tập hợp của 100 đảo lớn nhỏ khác nhau. Địa hình phức tạp, di chuyển khó khăn. Muốn chiếm Đảo San Hô, không khác gì đi vào ma trận.”

“Vì thế, Otilia mới lợi dụng Park Hwa để chiếm Đảo San Hô. Bà ta và Aetius chắc đã lên kế hoạch từ trước.” Công chúa thở dài, nhìn ra phía cửa. Bên mái hiên, những vạt nắng chập chờn đuổi nhau. Tự nhiên, Công chúa nhớ Phụ hoàng đến lạ. Nỗi nhớ chênh vênh, ùa đến như đàn kiến cắn vào trái tim nhức nhối.

Bỗng Công chúa giật mình khi nghe tiếng gọi của Thợ săn.

“Công chúa! Chúng ta phải làm gì đó để ngăn cản âm mưu xưng bá của Aetius và Otilia. Bây giờ chúng ta đã thấy rõ. Ngay từ đầu, Otilia và Aetius đã lợi dụng Park Hwa để hạ sát Phụ hoàng Công chúa, âm mưu đoạt chiếm ngôi báu của nhà Ward. Sau đó, lại trao cho Park Hwa vũ khí để tiêu diệt Vua Atsuo. Rồi dùng tay Vua Atsuo giết chết Park Hwa. Đồng thời, lấy cớ bảo vệ nhà vua, ngang nhiên chiếm đóng kinh thành Đảo Vua. Đợi khi Vua Atsuo băng hà, bọn họ nhân cơ hội này, tuyên bố South Monia là mẫu quốc của San Hô, ngang nhiên đem quân sang chiếm giữ các đảo và vùng biển bên ngoài quốc đảo này. Quả là một kế hoạch hoàn hảo.” Janus nhích mình trên chiếc ghế gỗ dừa. Mắt trầm tư nhìn sang Công chúa.

“Đúng như lời Thợ săn vừa nói. Nhưng hắn ta không thể tuyên bố chủ quyền trên vùng biển bên ngoài Đảo San Hô. Trừ khi hắn quá ngang tàng đến nỗi không màng đến quy tắc hòa bình trên biển của Đại Dương tinh.” Tướng quân lo lắng nhìn Công chúa và Thợ săn.

"Cái gì là quy tắc hòa bình trên biển?" Janus hỏi.

"Từ khi Đại Dương tinh được khôi phục sau cuộc Thánh Chiến, các vua của Đại Dương đã có một hiệp ước về hòa bình và bảo vệ biển. Theo đó, các vùng biển trong vòng 100 hải lý trở lại, thuộc về vương quốc có đường bờ biển gần nhất. Các vùng biển bên ngoài 100 hải lý sẽ không thuộc bất cứ vương quốc nào, và làm con đường giao thương, di chuyển chung cho các vương quốc. Hiệp ước này đã trở thành quy tắc hòa bình trên biển hơn 1000 năm qua. Phụ hoàng đã dạy ta các quy tắc về ứng xử ngoại giao các vương quốc sau lễ tuyên bố quyền kế vị." Công chúa nhìn Janus, giải thích.

"Đúng vậy. Việc tuyên bố chủ quyền các vùng biển bên ngoài 100 hải lý được xem là một hành động khiêu chiến. Aetius có lẽ đã lên kế hoạch xâm chiếm Đảo San Hô và eo biển Asin. Từ đó kết nối hai đường biên giới biển của South Monia và quốc đảo. Tiến đến xóa bỏ quyền tự do di chuyển của các vương quốc ngang qua eo biển, và sáp nhập San Hô vào South Monia. Thật không ngờ Aetius lại có tham vọng đến dường ấy. Phen này Đại Dương chắc sẽ có cuồng phong." Tướng quân Elishua buông giọng trầm tư. Đôi mắt nâu đen hằn sâu những nỗi lo không thành lời.

Janus nghe Tướng quân nói xong, gương mặt lộ nhiều lo lắng.

"Eo biển Asin từ lâu là con đường di chuyển và giao thương tốt nhất giữa các vương quốc Đông Nam và Bắc Đại Dương. Nếu con đường này bị Aetius chiếm đóng thì việc giao thương giữa Pride Lands và các vương quốc Đông Nam sẽ khó khăn nhiều. Hầu hết hàng hóa của Đông Nam Đại Dương cập các cảng Pride Lands đều đi qua eo biển này. Chúng ta phải mau báo việc này cho Vua Henry, để cùng với Pride Lands ngăn chặn âm mưu độc chiếm này."

Công chúa gật đầu, quay sang nhìn Janus.

"Tướng quân sẽ đi Thủ Thành huấn luyện thủy binh vào tháng tới. Ta sẽ viết một bức thư gửi vua Henry."

Janus gật đầu, rồi yên lặng bước lại bên cửa sổ. Trước mặt

chàng là những đồng cỏ xanh rì trải dài tít tắp, những dòng sông hiền hòa uốn lượn, và Thủ Thành hiện ra sừng sững, thơ mộng bên dòng sông Alpha soi bóng hai hàng cây lá đỏ. Trên những con phố tấp nập mang tên Thiên Đường Mua Sắm, rất nhiều người đi bộ, ghé vào các cửa hàng được trưng bày bắt mắt. Tiếng người rao hàng lanh lảnh. Tiếng cười giòn tan của các thanh nam, thanh nữ. Tiếng trẻ con hò hét ở khu vui chơi. Khói bốc lên thơm phức từ các tiệm ăn. Janus còn ngửi được mùi thơm của gỗ thông và lá nho từ món sườn bò nướng. Phụ hoàng thường cho Janus xuống phố cùng quan Tổng quản nội vụ mỗi khi quan có việc ra khỏi cung. Janus có hai người bạn bên ngoài cung, Andrew Thomas và Sam Cowart. Giờ chắc họ đã có vợ sinh con và biết đâu đang kế nghiệp thương gia của cha mình. Andrew Thomas là con trai của một quý tộc bán kim hoàn trên phố Gold. Họ có tám cửa hàng bán trang sức, vàng và ngọc. Hầu hết ngọc trai của họ đến từ Đảo San Hô. Còn hồng ngọc và vài loại đá quý khác cũng đến từ phương Nam Đại Dương. Sam Cowart là một cậu bé mảnh khảnh, với đôi môi đỏ hồng như con gái, con trai của một cửa hàng vải. Họ chuyên bán các loại vải tơ tằm và lông chiên hảo hạng của South Monia. Nghe nói mẹ cậu ấy là người gốc South Monia, đã theo chồng về Pride Lands và là người phụ nữ có đôi tay khéo nhất Thủ Thành. Quan tổng quản cũng thường đặt may váy áo ở đây cho Mẫu hậu.

Nghĩ đến đây, Janus bỗng nghe tim mình chua xót. Nếu Aetius độc chiếm eo biển Asin, nếu những thương nhân phương Nam không thể chuyển hàng đến Pride Lands, thì những người bạn của Janus và gia đình họ sẽ thế nào? Rồi những người dân phương Bắc và phương Nam? Có khi nào lại xảy ra chiến tranh trên biển? Sư phụ vẫn thường nói về một cuộc chiến lớn sẽ xảy ra. Và Janus được chuẩn bị cho cuộc chiến ấy, để giải cứu Đại Dương tinh. Lẽ nào đây sẽ là cuộc chiến, cuộc chiến bắt đầu từ eo biển Asin?

Bỗng Janus giật mình, cảm nhận bàn tay Clementine đang ôm vòng qua cánh tay Janus. Những dòng sông, đồng cỏ và khu phố thoảng mùi thịt nướng liền tan biến, chỉ còn lại Agina hoang sơ với khu trại lính đầy Thủy binh đang tập kiếm, những hàng dừa cao vút thơ thẩn ngắm mây trời và mái hiên Trại chỉ huy đầy nắng.

Giọng Công chúa thỏ thẻ, ngọt ngào.

"Chàng đang nghĩ gì vậy, Janus? Thúc phụ đã ra về. Chỉ còn lại hai chúng ta."

Janus đảo mắt về phía chiếc bàn dừa. Thì ra chàng mãi nghĩ đến Pride Lands và cuộc chiến mà quên mất mình đang trong cuộc họp với Công chúa Clementine và Tướng quân Elishua. Janus đưa tay vuốt mặt, rồi dịu dàng nhìn Công chúa.

"Xin lỗi nàng, Clementine. Ta mãi nghĩ đến Pride Lands mà quên mất chúng ta đang họp về Aetius và eo biển Asin. Chúng ta nói đến đâu rồi nhỉ?"

"Cuộc họp đã kết thúc nãy giờ rồi. Muội nói sẽ viết thư cho Phụ hoàng chàng và đưa thúc phụ chuyển đến Cung Điện Bốn Mùa."

"Vậy cũng được, Clementine." Janus nhỏ nhẹ, cầm tay Công chúa.

Công chúa hiểu được tâm sự ngàn cân đang đè nặng trong trái tim dũng mãnh và nỗi đau thầm kín đằng sau ánh mắt lặng lẽ của người yêu, nên Công chúa không muốn nói gì thêm, sợ gợi nhắc chỉ càng thêm day dứt. Công chúa ngả đầu vào vai Janus, thì thầm; lời thì thầm của mùa xuân êm dịu.

"Vì Chúa biết đường người công bình, song đường kẻ ác rồi bị diệt vong..."

Chương 40:
PRIDE LANDS

Thủ Thành- một ngày nắng đẹp. Vua Henry cùng tùy tùng tiếp tục chuyến vi hành qua các khu phố và vùng ngoại ô kinh thành. Trời xế trưa. Nắng tràn qua đồng cỏ, nhưng không ấm đủ để xua tan cái lạnh còn sót lại của mùa đông. Nhà vua mặc bộ áo màu đỏ mận bên dưới áo choàng lông thỏ màu nâu xám, cỡi con Đại Bàng đã được thay bộ móng và chuông cổ bằng đồng. Các tùy tùng theo sát ngay sau. Đến một hồ nước trong vắt trên đường về kinh thành, nhà vua ra hiệu cho cả đoàn dừng chân dưới một tán cây cổ thụ. Một người hầu mang nước đến khi nhà vua vừa xuống ngựa. Nhà vua uống nước xong, chỉ tay về mấy trang trại bên đường, nói cùng Thống lĩnh vệ binh Benjamin vừa bước đến.

"Ta muốn vào xem các trang trại bên kia, để xem năm nay các nông dân thu hoạch thế nào."

Nhà vua chưa dứt lời, thì bên kia đường, một cánh cổng gỗ mở toang. Một thanh niên trạc chừng hai mươi tuổi đang dắt đàn bò sang hồ nước. Tiếng những con vật kêu "moo" "moo" khuấy động không gian yên tĩnh. Thống lĩnh vệ binh Benjamin bước đến gần người thanh niên.

"Chào chàng trai trẻ! Chúng ta là những người đến từ miền biển. Chủ nhân của ta muốn ghé thăm các trang trại, để xem có thể thu mua thứ gì về bán lại cho cư dân miền đông. Không biết chàng trai có thể hỏi chủ trang trại hộ ta?"

Chàng thanh niên đội chiếc mũ vải rộng vành, mồ hôi nhễ nhại ướt đẫm vạt áo sau lưng, vui vẻ đáp lời.

"Vậy thì hay quá. Xin Ngài trông hộ đàn bò. Để tôi chạy về

báo với cha, rồi quay lại ngay."

Chàng trai trẻ lập tức chạy đi, rồi nhanh chóng quay lại với cha mình, một người đàn ông tháo vát, cao to, cũng đội một chiếc mũ rộng vành và nụ cười thường trực trên gương mặt rám nắng, xương cạnh. Người đàn ông bước đến chỗ nhà vua và đoàn tùy tùng, giọng vui mừng sang sảng.

"Chào mừng đã đến vùng đất của Đại Bàng. Thủ Thành chỉ cách chúng tôi mươi dặm. Nghe nói quý khách đến từ vùng Đông, muốn mua thổ sản của chúng tôi về bán lại. Thật may là chúng tôi vừa mới thu hoạch xong dâu tây. Dâu ngọt lắm. Phô mai cũng vừa mới lên men. Nào, hãy ghé thăm trang trại của tôi. Hy vọng quý khách sẽ tìm được những món vừa ý. Thỉnh thoảng chúng tôi cũng có các thương lái từ phương Đông đến mua hàng. Nhân tiện, tên tôi là Tyler."

Vua Henry mỉm cười, bước theo Tyler về nông trại. Đoàn tùy tùng dẫn ngựa theo sau. Nông trại của nhà Tyler bạt ngàn những luống dâu tây xanh mướt. Những đàn gà cục ta cục tác kiếm thức ăn phía cánh đồng rau. Trong trang trại bò sữa, những cô con gái đang vắt sữa bò vào các thùng gỗ. Theo lời Tyler, trang trại của gia đình đã nhiều đời cung cấp sữa tươi cho nhiều hộ dân trong phố. Nhà vua trầm tĩnh lắng nghe Tyler nói chuyện trong lúc cùng Tyler dạo quanh khu trang trại trên chiếc xe bò kéo cũ kĩ. Mặc cho mùi hôi thối khó chịu cứ xông vào mũi, nhà vua yên lặng đảo mắt quanh trang trại. Lòng nhẹ nhàng pha chút bình yên. Năm nay mưa nắng thuận hoà. Các nông dân xem ra có những vụ mùa khấm khá. Sau một hồi đi hết trang trại, nhà vua gọi thống lĩnh vệ binh Benjamin đến, căn dặn mua nhiều phô mai, dâu và nhiều loại rau xanh. Tyler cố nài cả đoàn ở lại ăn trưa cùng gia đình. Buổi cơm đơn sơ với bánh mì, phô mai, sữa bò tươi và thịt hầm, nhưng với nhà vua còn ngon miệng hơn những món ăn thịnh soạn trong Cung điện Bốn Mùa.

Mặt trời lên cao dần, rồi dịch chuyển sang tây. Hoàng hôn nhuộm đỏ mê cung tùng bách khi nhà vua và tùy tùng về đến cung điện. Vua ra lệnh cho thống lĩnh vệ binh phân phát dâu tây và phô mai cho lính gác, rồi bước về phòng ngủ ở hậu cung. Nhà vua chỉ muốn được ngâm mình trong nước ấm, với chút tinh dầu oải hương và ngả lưng trên chiếc giường lông chiên ấm áp. Chuyến đi dài đã khiến lưng nhà vua đau nhức vì xốc ngựa, mặc dầu Đại Bàng được tiếng là phi nhanh và êm như có thêm đôi cánh.

Khi nhà vua vừa bước ra khỏi phòng tắm thì một hộ vệ hớt hải chạy vào.

“Thưa Bệ hạ, Thống lĩnh quân đội David Cooper và Thừa tướng Williams đang chờ bệ hạ ở Điện Mặt Trời. Nói rằng có việc khẩn cấp.

“Ta biết rồi.” Nhà vua phán, rồi cho tay vào chiếc áo dài màu vàng đồng do hai hộ vệ khác đang căng sẵn. Xong, tiến nhanh về Điện Mặt Trời.

Tướng quân David vừa thấy nhà vua bước vào, liền vội vàng bái kiến.

“Bái kiến Bệ hạ! Là tình hình khẩn cấp tại cảng số 3. Khoảng 300 tàu chiến South Monia đang tiến về phía cảng. Đích thân vua Aetius chỉ huy đoàn tàu. Ước tính chúng có hơn 60,000 quân lính...”

Nhà vua nghe xong, mặt liền biến sắc, nhưng nhanh chóng lấy lại bình tĩnh, nói cùng tướng quân.

“Aetius? Vậy là ngày ta dự đoán đã đến. Còn bao lâu nữa chúng có thể vào đến vùng biển của chúng ta?” Nhà vua vừa nói vừa bước lại chiếc bàn bản đồ mô hình.

“Thưa Bệ hạ, nếu thời tiết không đổi, có thể trong 10 ngày. Thần đã cho điều quân từ cảng số 2 và số 4. Hy vọng bọn họ có thể đến kịp trước khi quân Aetius vào đến biên giới biển của chúng ta.”

“Chúng ta có tổng cộng bao nhiêu quân tại cảng số 3?” Nhà vua hỏi.

“Thưa Bệ hạ, chúng ta có 10,000 thủy quân đang đóng bên ngoài cảng biển, và 10,000 quân bộ đóng trên cảng. Tổng cộng 20,000 quân. Thần đã cho điều 10,000 thủy quân và 10,000 quân bộ từ hai cảng số 2 và số 4. Như vậy, chúng ta sẽ có 40,000 quân.”

"40,000 quân!" Nhà vua khẽ nói, đôi mắt âu lo nhìn vào bản đồ trước mặt. Rồi nhà vua quay sang hỏi thừa tướng William: "Thừa tướng có ý gì không?"

Thừa tướng Williams bấy giờ lên tiếng.

"Thần nghĩ chúng ta hãy báo gấp việc này cho Công chúa Clementine. Nếu thủy quân Agina có thể lên đường ngay hôm nay hoặc sáng ngày mai, thì chúng ta có thể cầm cự, đợi quân Agina đến. Lúc đó chúng ta có thể tạo gọng kìm bao vây quân South Monia. Với khả năng đánh thủy của Agina và tài cầm quân của tướng Elishua, thần tin chúng ta có thể thắng trận này."

Vua Henry gật đầu đồng ý.

Xong, nhà vua ra lệnh cho lính gác triệu đại học sĩ, gửi đại bàng báo tin cho Công chúa và thảo một chiếu chỉ cho quan binh bộ. Khi đại học sĩ vừa rời khỏi, nhà vua quay sang ra lệnh cho tướng quân David.

"Hãy báo động cấp 9 cho cảng số 2 và số 4; Báo động cấp 8 cho cảng số 1 và số 5. Nếu cần phải điều thêm quân về cảng số 3, có thể ta phải gửi toàn bộ thủy quân và binh bộ từ hai cảng gần nhất đến số 3 và điều quân từ hai cảng số 1 và 5 về phòng vệ các cảng còn lại. Hãy ra lệnh cho bộ binh nhanh chóng lắp đặt thêm Gương Mặt Trời tại cảng số 3. Hãy mang chiếu chỉ này cho quan binh bộ."

"Tuân lệnh, Bệ hạ!" David cúi đầu nhận chiếu chỉ, rồi nhanh chóng rời khỏi Điện Mặt Trời.

...

Mặt trời nhô cao phía đằng đông. Những tia nắng ấm áp lùa qua ô cửa. Công chúa Clementine cùng Tướng quân và Janus đang có cuộc họp khẩn cấp, sau khi đại bàng mang tin từ Thủ Thành đến Agina.

"Không ngờ cuối cùng Aetius đã mang 60,000 Thủy binh vượt biển đến Pride Lands. Càng ngày hắn càng trở nên hung hăng và tham vọng."

Công chúa thở dài, ánh mắt ưu tư nhìn tướng quân và Janus.

Janus hồi hộp đọc xong cuộn giấy đưa tin Công chúa đặt trên bàn. Hai đồng tử căng tròn tức giận. Mắt đỏ lên như chiếc lá đổi màu. Janus bóp chặt hai tay nhìn Công chúa.

"Ta phải gửi quân đi ngay thôi, Công chúa! Pride Lands không thể chờ lâu." Janus giục.

Công chúa gật đầu tán thành.

"Ta sẽ gửi quân đi ngay sáng ngày mai. Thúc phụ thấy thế nào?"

Tướng quân nãy giờ trầm tư không nói, bấy giờ mới lên tiếng.

"Khoan đã, Công chúa! Aetius đã dốc toàn quân đến Pride Lands, lại đích thân chỉ huy trận đánh. Hắn chắc chắn đã hạ quyết tâm chiếm Thủ Thành. Khi chúng ta rời Biển Thành, Thủy quân đã tiêu hao khá nhiều. 60,000 quân? Có thể hắn đã bổ sung thêm lính mới, hoặc phải dùng đến Thủy quân Đảo San Hô. Nếu Aetius có thể điều động quân Đảo San Hô, thì con số Thủy binh tham chiến sẽ còn nhiều hơn vậy. Có thể hắn còn quân dự bị. Để tránh mắc mưu kẻ địch, hãy gửi chim sẻ báo tin ngay cho Vua Akito, đồng thời gửi ngay lính biệt kích của chúng ta đến Đảo Vua. Chúng ta không nên gửi quân đi Pride Lands trước khi tin do thám trở về."

"Được rồi, chúng ta sẽ đợi tin từ Đảo San Hô."

Janus yên lặng, không nói lời nào. Nỗi âu lo hằn rõ trên gương mặt vốn hay cười của chàng Hoàng tử.

Đêm về, bóng tối bao trùm trên mặt biển. Ngọn đèn dầu le lói soi bóng Janus ngồi trầm tư bên cửa sổ Trại chỉ huy. Clementine nhẹ nhàng đến bên, nắm chặt đôi bàn tay Janus, giọng thì thầm.

"Chúa Tạo Hóa sẽ bảo vệ Pride Lands."

Hai bữa sau, tin do thám từ Đảo San Hô đã về. Otilia đã điều 10,000 lính của Điện Thủy thần đến Đảo Vua. Hơn nữa, quân lính Đảo Vua đã được điều đến một hòn đảo khác.

Tướng quân Elishua nhìn chăm vào bản đồ, nói cùng Công chúa.

"Công chúa hãy nhìn xem! Đây rất có thể là một cái bẫy. Nếu Aetius cho quân dự bị đóng trại tại một trong các hòn đảo này, nhất là đảo này, ngay trên tuyến đường Agina - Pride Lands, thì chúng ta hoàn toàn có thể bị phục kích. Cho dù không có phục kích, đám quân này hoàn toàn có thể giúp lật ngược tình thế trong trường hợp Aetius cần viện binh. Thần nghĩ ta không thể liều lĩnh dẫn quân sang Pride Lands trong trận này."

"Nhưng... còn lời hứa của chúng ta với Pride Land? Liên minh 10 năm giao ước?... Ta phải làm sao?" Công chúa bối rối nhìn tướng quân.

"Phải có cách gì đó! Không phải Tướng quân được mệnh danh là "bậc thầy Thủy chiến" hay sao? Chúng ta không thể bỏ rơi Pride Lands vào lúc này." Janus lo lắng nhìn tướng quân.

Tướng quân Elishua nhìn chăm chăm vào tấm bản đồ. Gương mặt chai sạn vì gió sương hằn sâu những trầm tư, suy tính. Bầu không khí yên lặng bao trùm cả không gian Trại chỉ huy, rồi bỗng bừng lên hy vọng khi tướng quân cất tiếng nói.

"Đã có cách!"

"Cách gì?" Công chúa và Thợ săn cùng vui mừng lên tiếng.

"Chúng ta sẽ không dẫn quân sang Pride Lands. Nhưng sẽ tiến quân về Biển Thành." Tướng quân trả lời, ánh mắt loé lên những tia sáng.

"Về Biển Thành?" Công chúa và Janus trố mắt nhìn tướng quân.

Tướng quân mỉm cười, nụ cười của vị tướng nhiều kinh nghiệm xông pha trận mạc xóa tan những âu lo hằn trên gương mặt trẻ của Công chúa và ánh mắt nghi ngại của Janus.

"Đúng vậy, chúng ta sẽ đưa quân về Biển Thành, và băng qua eo biển Asin. Aetius hiện có 10,000 quân Đảo San Hô đang chiếm đóng vùng biển bên ngoài quốc đảo, giữa biên giới của San Hô và South Monia. Ta sẽ dẫn quân tiến về vùng biển này. Trước tiên, sẽ đàm phán cùng chỉ huy người San Hô, để bọn họ đứng về phía chúng ta, cùng chúng ta đóng một vở kịch hay, đánh lừa Aetius."

“Vở kịch?”Công chúa và Thợ săn lại càng thêm bối rối.

“Đúng vậy. Ta sẽ cần Jochi tham chiến lần này. Jochi sẽ dàn xếp một cuộc gặp giữa Công chúa và tên chỉ huy người San Hô. Công chúa cần thuyết phục hắn ta, gửi tin khẩn cho Aetius, báo với Aetius rằng chúng ta đã đánh bại đội quân vùng biên giới biển và đang tiến về Biển Thành, để tấn công vương đô. Nghe tin đó, chắc chắn Aetius sẽ rút quân về bảo vệ South Monia. Hắn đã huy động gần như toàn bộ Thủy quân đến Pride Lands. Số quân còn lại không đủ để trấn giữ bức tường bờ biển.

Khi Aetius rút quân khỏi Pride Lands, ta sẽ rút quân về lại Agina. Không cần phải đánh. Nếu trường hợp tên chỉ huy San Hô không chịu hợp tác, chúng ta đành phải đánh trận này. Nhưng trận đánh với đội quân vùng biên giới biển vẫn thuận lợi hơn cho chúng ta là đi về phương bắc. Chắc chắn Aetius đã đinh ninh rằng Agina sẽ tiến về phương bắc hỗ trợ Pride Lands. Hắn không bao giờ ngờ chúng ta lại tiến về Biển Thành.”

Công chúa nghe Tướng quân nói xong, vỗ hai tay, cười rạng rỡ.

“Một kế hoạch tuyệt vời! Giờ ta đã thấy nhẹ nhõm hơn rất nhiều.”

Janus cũng hòa theo niềm vui, bèn lên tiếng. Đôi mắt màu xanh lá sáng long lanh.

“Ta biết Tướng quân sẽ nghĩ ra được cách. Phen này Pride Lands sẽ được cứu.”

Tướng quân giơ ngón tay trỏ lên, nói cùng Công chúa.

“Chiến thắng lớn nhất là chiến thắng không cần đổ máu. Điều này phải trông chờ vào Công chúa.”

“Hãy cầu nguyện cho ta!” Công chúa buông giọng trầm ấm, nhẹ nhàng.

Khi bình minh vừa ló dạng, thủy quân Agina theo lệnh Công chúa va Tướng quân, tiến về hướng Biển Thành. Jochi cuối cùng đã thuyết phục được tên chỉ huy người San Hô đến gặp Công chúa.

Vì các tàu chiến của hai bên vẫn còn giữ khoảng cách xa nhau để điều đình, Công chúa và tên chỉ huy gặp nhau trên một thuyền nhỏ ở khoảng giữa. Jochi, cùng tên chỉ huy bước đến chào Công chúa.

"Bái kiến Công chúa! Đây là Tomo, chỉ huy trưởng đội quân bảo vệ vùng biên giới Asin."

Tomo cúi đầu chào Công chúa. Dáng người nhỏ nhắn. Đôi mắt tinh anh. Hàng râu kẽm đen tuyền như mái tóc. Công chúa cho người đem trà đến, rồi nói cùng Tomo.

"Ngươi thế nào? Có thích công việc ngươi đang làm không?"

Tên chỉ huy yên lặng, cho chén trà lên miệng.

Công chúa nhìn Tomo, nói tiếp.

"Ngươi có biết tại sao ta hoàn toàn có thể tiêu diệt đội quân của các ngươi, nhưng vẫn cho Jochi mời nhà ngươi đến đây?"

"Ta nghe đây, Công chúa!" Tên chỉ huy cất tiếng.

"Vì ta không muốn đổ máu người vô tội." Công chúa nói, mắt không thôi nhìn vào Tomo. "Nếu ngươi nghe theo lệnh của ta thì ngươi và cả đội quân của các ngươi sẽ được sống và trở về nhà."

"Về nhà? Đó là một giấc mơ xa vời. Aetius và Otilia sẽ không tha cho chúng tôi. Bọn họ đã đem gia đình chúng tôi gom lại một chỗ, tại một ngôi làng hẻo lánh, đầy lính canh South Monia. Nếu chúng tôi trái lệnh, lập tức người nhà chúng tôi sẽ bị giết." Tomo buồn bã nói.

"Nhà ngươi có con chứ?" Công chúa nhẹ nhàng hỏi.

"Hai đứa, một trai và một gái, thưa Công chúa." Tomo chùng giọng. Nỗi buồn bất lực của người cha hiện rõ trong đôi mắt.

"Ngươi có nghĩ rằng chúng sẽ an toàn trong ngôi làng đó khi ngươi đang canh giữ phi pháp eo biển ngoài này? Chúng sẽ được tự do và an toàn cả đời vì nhà ngươi làm việc cho Aetius hay sao? Đừng bao giờ giao mạng sống của người ngươi yêu cho một kẻ giết người không chớp mắt."

Công chúa để ý ánh mắt Tomo bắt đầu dao động. Công chúa nhấp nhẹ chén trà rồi từ tốn nói tiếp.

"Nếu ngươi muốn bảo vệ chim con, hãy giữ lấy chiếc lồng. Ta sẽ phối hợp với nhà Vua Akito giải cứu gia quyến ngươi khỏi ngôi làng đó. Với một điều kiện. Hãy đầu hàng và nghe theo lệnh của ta."

Tên chỉ huy ngước mắt nhìn Công chúa. Ánh mắt lóe lên niềm hy vọng.

"Nhưng làm sao Công chúa có thể cứu được cả nhà ta?" Tên chỉ huy bối rối.

"Dễ thôi. Ta chỉ cần một lính dẫn đường. Lính biệt kích của Agina sẽ giải cứu họ. Sau đó sẽ đưa họ đến chỗ Vua Akito. Chúng ta cũng là người South Monia. Đột nhập ngôi làng đó không khó. Huống hồ, đừng quên chính ta đã giải cứu thượng thư hộ bộ Mochi và Vua Akito của các ngươi ra khỏi những nơi tưởng chừng như không thể."

Tomo yên lặng, đặt chén trà lên miệng. Mắt suy tư một hồi, rồi lên tiếng.

"Ta đồng ý. Bây giờ Công chúa muốn ta làm gì?"

Công chúa mỉm cười, nghe lòng mình nhẹ nhõm, ra lệnh cho Jochi đưa thuyền về phía tàu chiến Agina, rồi cho gọi Tướng quân Elishua căn dặn Tomo những gì cần thực hiện.

...

Tại cảng số 3 của Pride Lands, tình hình đang dần bất lợi cho thủy quân của Vua Henry. Mặc dầu thủy quân từ cảng số 2 và số 4 đã kịp thời tiếp ứng, nhưng quân số của South Monia hoàn toàn áp đảo. Các tàu South Monia bắt đầu tiến vào bờ cảng.

Phía cung điện, Vua Henry lo lắng tựa ban công nhìn về hướng cổng thành. Thừa tướng Williams bước vào. Vẻ âu lo hằn trên gương mặt màu da đỏ.

"Thưa Bệ hạ, đã gần 10 ngày rồi, vẫn không thấy tàu Agina xuất hiện. Lẽ nào Công chúa Clementine không đưa quân đến?"

"Họ sẽ đến. Clementine là người biết giữ lời." Nhà vua nói.

"Không biết khi nào, nhưng thủy quân của ta sắp không trụ nổi. Hy vọng gương Mặt trời có thể cầm chân quân địch." Thừa tướng thở dài.

Vua Henry đảo mắt nhìn xuống kinh thành bên dưới. Những cánh đồng đang mùa trổ bông. Những căn nhà gỗ yên bình, với những ống khói nhả hơi nhè nhẹ, như làn sương mỏng tan vào trong gió mát. Dòng sông Alpha và Omega chia làm hai ngả, dịu dàng uốn lượn quanh Thủ Thành như những dải lụa mềm. Kể từ ngày lập quốc, Pride Lands chưa từng có chiến tranh. Trong suốt thời kỳ Chinh Phục khi Long Hoàng Alfred mở rộng bờ cõi khắp vùng Tây Bắc; kể cả khi xảy ra cuộc Thánh Chiến, chưa từng có tiếng vó ngựa của địch quân trên những đồng cỏ của Thủ Thành. Nhiều người dân Thủ Thành tin rằng, họ là những con trai con gái của Tạo Hóa và Tạo Hóa luôn bảo vệ họ khỏi những tai ương. Trong giây phút, nhà vua bỗng nghe lòng bình tịnh, quay sang nói cùng Thừa tướng.

"Chúng ta sẽ bình an. Tạo Hóa sẽ gìn giữ Pride Lands, như muôn đời nay vẫn thế."

Vừa lúc đó, đại học sĩ Assi vội vã bước đến. Mái tóc xoăn tròn chỉ còn vài sợi lưa thưa bám vào da đầu trơn bóng. Trên cổ lúc nào cũng đeo một sợi dây bằng vải sợi, giữ một kính lúp nhỏ và rất nhiều chìa khóa đủ màu. Mỗi khi đại học sĩ bước đi, tiếng leng keng trước ngực phát ra như chuông gió. Và hôm nay, tiếng leng keng lại mang theo tin tức từ miền biển.

"Thưa Bệ hạ, là tin tức từ cảng số 3. Chim sẻ vừa mang đến."

Nhà vua hồi hộp mở vội lọn giấy nhỏ đã được niêm phong, "Pride Lands đã an toàn, thưa Bệ hạ! Aetius đã rút quân trước khi vào cảng. Ký tên, David Cooper."

Nhà vua đọc xong bức thư, gương mặt mừng vui hẳn. Những nếp nhăn trên vầng trán dường như biến mất. Nụ cười hiền từ lại nở rộ trong đôi mắt màu xanh.

“Cảm ơn Tạo Hóa! Aetius đã rút quân về.”Nhà vua nói khi đưa lọn giấy cho thừa tướng William.

Thừa tướng Williams đọc xong phong thư, bắt chặt hai bàn tay vào nhau, mừng rỡ. Đại học sĩ Assi thở phào.

“Tại sao Aetius lại bất ngờ rút quân khi đang trong thế thắng?” Thừa tướng vẫn còn chút thắc mắc.

”Đợi David trở về, chúng ta sẽ biết lý do. Chắc chắn Tướng quân Elishua và Công chúa Clementine đã trợ giúp chúng ta bằng cách nào đó.” Nói rồi, nhà vua quay sang đại học sĩ.

“Lần này, gương Mặt trời của khanh chưa phải dùng đến. Nếu có, ắt hẳn phải khiến quân thù kinh sợ.”

“Đa tạ Bệ hạ!” Đại học sĩ cúi đầu khiêm cung. Hai mí mắt híp lại dưới hàng lông mày vàng hoe, rậm rạp.

Mặt trời đã lên cao, dọi nắng vào ban công lấp lánh. Nắng chan hòa trên những khóm hoa đủ màu sặc sỡ.

Chương 41:
TIẾNG RỒNG

"Xoảng!!!" Tiếng chén vỡ trên sàn nhà.

"Thật tức chết đi mất! Lại mắc mưu của tên Elishua đáng chết! Sao hắn ta vẫn còn sống trên đời này chứ?"

Aetius đập vỡ bộ tách trà và chiếc bình hoa cẩm thạch trên bàn, và gầm thét.

"Gọi Moab cho ta. Bảo hắn phải bắt bằng được tên Tomo khốn kiếp! Ta phải cho ngựa kéo phanh thây cả nhà hắn thì mới hả gan.

Hãy chuẩn bị cho ta 40,000 quân. Phen này ta phải tiêu diệt Agina. Elishua và Clementine phải chết."

"Xin Bệ hạ hãy bình tĩnh. Clementine và đám quân của cô ta phải bị tiêu diệt. Nhưng lần này chúng ta phải tính toán cẩn thận, không được để xảy ra sơ suất. Chúng ta đã đánh giá thấp cô ta và tên Elishua" Vương hậu nói cùng Aetius trong lúc đem đến cho Aetius một chén trà thơm.

"Là Pride Lands! Lần này chúng ta phải đảm bảo là Pride Lands không thể đến! Nếu không có viện binh từ Pride Lands, thì dù thủy binh của chúng có thiện chiến đến đâu, cũng không đủ sức chống lại 40,000 quân của chúng ta." Aetius vẫn còn giận dữ, nhưng cầm lấy chén trà từ tay Otilia.

"Đại học sĩ, truyền gọi hội đồng quân chánh!" Nhà vua ra lệnh cho đại học sĩ Plotemy đang kinh hãi đứng phía góc phòng.

Đại học sĩ cúi đầu vâng lệnh, rồi vội vàng quay gót khỏi thư phòng nhà vua.

...

Trời ngả về chiều. Bên dưới tầng hầm của Điện thờ Thủy thần, Otilia nhỏ máu nơi ngón tay mình vào chậu nước, rồi xoay nhẹ bàn tay phía bên trên chậu. Máu tan dần trong nước, mặt nước bắt đầu chuyển động, rồi sôi sùng sục. Đôi mắt Otilia bỗng sáng lên như mặt trăng đêm rằm. Vương hậu nở nụ cười mãn nguyện đầy bí ẩn khi nhìn thấy hình ảnh một quả trứng đen đang hiện rõ dần trên mặt nước.

"Tiếng rồng!", Vương hậu thì thầm, rồi vội vã quay về phòng Aetius.

"Thiếp có tin vui cho chàng!" Vương hậu nói như reo lên khi vừa đặt chân đến cửa.

Aetius đang nghỉ trưa trên chiếc giường cẩm thạch lót lông chiên. Vương hậu sà vào lòng Aetius, giọng ngọt ngào như mật.

"Bệ hạ của thiếp! Ngày chinh phục Đại Dương của bệ hạ không còn xa nữa. "Tiếng rồng" đã xuất hiện ở Zinka."

Aetius ngồi bật dậy. Hai mắt sáng bừng. Rồi ôm lấy Vương hậu, đặt tay lên chiếc cằm nhọn màu nâu sẫm.

"Tốt lắm! Tốt lắm! Vậy nàng hãy lên đường mau! Cũng lâu rồi nàng chưa về thăm Hoàng huynh Siju. Hãy mang theo những loại trà ngon nhất và những áo lông chiên tốt nhất với nàng."

"Tuân lệnh, Mặt trời của thiếp!"

Otilia quàng tay qua cổ Aetius, rồi cuồng nhiệt mơn trớn khắp bờ môi. Mùi hoa ly ngào ngạt toát ra từ thân thể Otilia khiến nhà vua ngây ngất. Từ lần đầu gặp mặt, vẻ bí ẩn trong nụ cười và ánh mắt màu hổ phách, làn da nâu căng bóng và thứ mùi hương ma mị toả ra từ thân thể Otilia đã làm cho Aetius đắm say. Mỗi lần gần gũi Otilia là mỗi lần Aetius như bước vào cõi thiên thai, nghe hồn mình nhẹ tênh và cả thân thể chìm trong niềm khoái lạc.

Otilia ghì nhà vua xuống ngực, rồi thì thầm vào tai Aetius "Hãy yêu thiếp nhiều hơn! Vì cuộc đời thiếp chỉ để hiến tặng cho chàng".

...

Bước đi giữa sa mạc Zinka vào những ngày nắng cháy thật không dễ chịu chút nào. Cái nóng như thiêu đốt của ban ngày và cái lạnh thấu xương của ban đêm còn đáng sợ hơn những cơn khát dày vò người lữ khách.

Otilia và tùy tùng dừng chân bên một núi đá giữa sa mạc. Một tên lính lấy nước đưa cho Otilia, giọng hổn hển.

"Bao lâu nữa, chúng ta mới đến kinh thành Zinka, thưa Vương hậu? Ngựa của chúng ta đã mệt lắm rồi."

"Còn hai ngày nữa. Băng qua dải cát này, sẽ đến một ngôi làng nhỏ, bên hồ nước. Chúng ta sẽ qua đêm ở đó. Sẽ gửi ngựa và thuê những con la tốt nhất về Zinka. Dầu những con ngựa tốt nhất của Đại Dương cũng không thể đi hết chặng đường này." Vương hậu nói. Tiếng nói át đi trong tiếng gió hù hù của sa mạc.

Hai tên lính giúp Vương hậu leo lên lưng ngựa. Cả đoàn lại tiếp tục cuộc hành trình. Hoàng hôn buông xuống. Sa mạc càng trở nên hoang vắng và đáng sợ.

Zinka là một tiểu vương quốc nằm phía Tây Nam South Monia. Nơi đây nổi tiếng là vùng đất của những câu chuyện kỳ bí về rồng, vua rồng, những sa mạc nắng cháy màu cát đỏ và dãy núi Nanga cao ngất tầng mây. Khoảng 200 năm trước cuộc Thánh Chiến, Zinka là một trong những vương quốc hùng mạnh nhất Đại Dương. Tiếng vó ngựa của nhà Chad từng là nỗi ám ảnh của bao nhiêu vương quốc. Khi cuộc Thánh Chiến xảy ra, vua rồng đã chọn Zinka làm nơi trú ngụ. Những ngọn núi lửa đã bị kích hoạt và thiêu cháy phần lớn lãnh thổ Zinka. Sau đó, những cơn động đất tiếp tục tàn phá vương quốc này, khiến nó trở thành một vùng đất hoang tàn trong cát bụi.

400 năm sau cuộc Thánh Chiến, hậu duệ của nhà Chad đã khôi phục lại vương quốc Zinka. Sau đó, Phụ hoàng của Otilia đã phong tỏa mọi con đường dẫn đến "đỉnh núi quỉ" Nanga. Tương truyền, đỉnh Nanga từng là nơi ngủ của vua rồng. Và trước khi vua rồng trốn chạy khỏi Đại Dương, đã để lại trên Nanga một quả

trứng, là hậu duệ duy nhất của vua rồng còn sót lại trên khắp các hành tinh. Quả trứng ấy tên gọi “Tiếng rồng“.

Vương hậu và tùy tùng đến kinh thành Zinka khi trời ngả về chiều. Trái ngược với sa mạc đầy cát, đá và những cây xương rồng cằn cỗi, kinh thành Zinka tọa lạc trong một thung lũng tươi xanh với những hồ nước trong vắt phản chiếu màu xanh của mây trời. Kinh thành được bao bọc bởi những bức tường thành bằng đá khối, cao sừng sững. Cung điện của nhà Chad hướng ra thung lũng, là một pháo đài mười ba tầng, được xây dựng trên nền móng các khối đá khổng lồ, nhằm chống lại các cơn động đất.

Otilia cùng tùy tùng tiến vào cung điện. Vua Siju cùng Hoàng hậu và các Công chúa, Hoàng tử đã đợi sẵn tại cửa cung. Vừa khi Vương hậu bước vào, Vua Siju vội vàng bước đến.

“Chào mừng trở về nhà, em gái của ta!”

Vương hậu mỉm cười, cúi đầu đáp lễ.

“Bái kiến Bệ hạ, Quốc vương của Zinka xinh đẹp!”

Nhà vua ôm choàng Vương hậu, phấn khởi nói.

“Sao muội về mà không báo sớm, để quan tư tế chuẩn bị một lễ cho Zinka chào đón Vương hậu của South Monia?”

“Xin lỗi Hoàng huynh, chuyến đi lần này là bí mật.” Vương hậu đáp lời, trong lúc lấy khăn lau mặt do một người hầu vừa mang đến.

Vua Siju chau mày, ra vẻ ngạc nhiên, nhưng rồi lại lên tiếng.

“Nào, nào, hãy vào trong. Bữa tối đã sẵn sàng. Hoàng hậu đã đích thân căn dặn đầu bếp làm những món ngon muội thích.”

Bữa ăn tối Hoàng gia ấm cúng bên những ngọn nến lung linh. Món lạc đà hầm sâm và gà sa mạc Zinka quay thơm nức, làm Vương hậu nhớ lại những ngày còn sống tại Zinka.

“Đúng là không đâu bằng nhà. Không có nơi nào của Đại Dương có thể nấu món lạc đà hầm và gà quay ngon bằng đầu bếp của chúng ta.” Vương hậu vừa bỏ dao nĩa xuống bàn, vừa nói.

Đôi mắt màu hổ phách nhìn liêu trai dưới ánh đèn, và làn da nâu sáng bóng sậm màu rám nắng sau chặng đường dài trên sa mạc.

Nhà vua trìu mến nhìn Vương hậu.

"Vậy hãy ở lại Zinka lâu hơn nữa. Ta sẽ nói đầu bếp cung điện mỗi ngày làm các món ngon này cho muội."

Vương hậu không trả lời nhà vua. Khẽ liếc nhìn một vòng chung quanh, rồi nói nhỏ.

"Muội có việc quan trọng cần Hoàng huynh giúp đỡ."

Nhà vua ra lệnh cho tất cả mọi người rời khỏi buổi ăn tối, quay sang Vương hậu, giọng nhẹ nhàng.

"Ta có thể làm gì cho muội, Hoàng muội của ta?"

Vương hậu xích lại gần nhà vua, thì thầm.

"Hoàng huynh hãy giúp muội va`tùy tùng lên đỉnh Nanga."

Nhà vua kinh hãi ngồi bật dậy trên chiếc ghế phủ thảm đỏ.

"Muội vừa nói gì? Lên đỉnh Nanga, đỉnh núi quỷ? Ta không nghe nhầm đấy chứ? Đã biết bao nhiêu người lên đỉnh Nanga và không hề có ai quay trở lại. Tiên hoàng đã phong tỏa mọi con đường lên đỉnh núi. Đã mấy chục năm rồi. Mọi lối đi đã không còn nữa. Hãy quên chuyện đó đi, Hoàng muội của ta!"

Vương hậu nhìn nhà vua quả quyết.

"Không, Hoàng huynh! Muội sẽ lên đỉnh Nanga, dù huynh có giúp đỡ hay không."

Vốn đã biết tính tình ngang bướng của cô em gái từ thuở nhỏ. Vua Siju ngần ngại một lúc, rồi buông giọng lo lắng.

"Được rồi, để ta suy nghĩ."

Ngày thứ năm trong tuần. Cuối cùng Otilia cũng thuyết phục được vua Suji cho người dẫn đường và vài tên lính giỏi đưa Vương hậu và tùy tùng lên đỉnh Nanga. Những con đường dẫn lên đỉnh núi đã bị chôn vùi trong hoang phế. Cả đoàn người men theo sườn núi, theo bản đồ leo lên đỉnh. Vương hậu cầm chặt một cây gậy nhọn, lần theo vết chân của người dẫn đường và tốp lính. Vách núi đá dựng đứng, sừng sững. Năm trong số đám lính đã trượt chân rơi xuống vực, bốn tên khác đã chết trên đường vì gió lạnh. Những người còn lại may mắn leo được lên đỉnh núi. Tiếng gió hú rợn người. Tiếng ù ù trong lỗ tai và lồng ngực bắt đầu đau nhức. Ai nấy cố lê mình theo chân Vương hậu và người dẫn đường đến một hang động lớn, khuất sâu trong núi. Cửa hang động đóng kín bằng một tảng đá khổng lồ. Mọi người tìm mọi cách để lăn tảng đá đi. Sau một hồi lâu, cuối cùng, cửa hang động cũng mở được. Vương hậu cầm lấy ngọn đuốc từ tay một tên lính, tiến về phía trước. Hang động dài và ẩm ướt. Chẳng có gì ngoài sự yên lặng đáng sợ. Đến cuối đường hầm, có một hồ nước lớn, cạn và đầy bùn. Chẳng biết nước bắt đầu từ đâu. Không ai nhìn thấy được phía bên kia bờ hồ. Nước ở đây đen kịt, đen như bóng tối đang bao trùm khắp nơi. Vương hậu vẫn cầm chặt ngọn đuốc, đưa tay soi rọi khắp các vách đá như đang tìm kiếm điều gì. Bỗng Vương hậu giơ cao ngọn đuốc về phía giữa hồ. Một vật gì đen đen, hình dạng như quả trứng, đang nhô lên giữa vùng nước đầy bùn. Vương hậu lệnh cho một tên lính bơi ra vớt lấy. Tên lính trở vào với một quả trứng khổng lồ trên tay, đen đúa, sần sùi và hôi thối. Vương hậu vứt ngọn đuốc xuống sàn, vui mừng ôm lấy quả trứng đen.

"Là "Tiếng rồng", quả thật là "Tiếng rồng". Cuối cùng, ta đã tìm thấy ngươi!"

Vương hậu nói xong, ngẩng mặt lên trời, cười ha hả. Tiếng cười như rung chuyển cả đường hầm. Người dẫn đường cùng đám lính ngơ ngác nhìn Vương hậu. "Đỉnh núi quỷ" vẫn lạnh lùng, trơ trụi giữa trời nắng gió.

Chương 42:
THẾ TỬ AKIO

Mặt trời vừa ló dạng phía chân mây. Từng đàn hải âu chao mình dưới bầu trời xanh thẫm. Gió mát rượi thổi qua mấy tán dừa nghe xào xạc. Những tia nắng vỡ òa trong gió kéo bầu trời lên cao. Clementine đang chăm chỉ luyện kiếm bên bờ biển. Những đường kiếm nhẹ tênh như những điệu múa của vũ nữ cung đình. Kiếm pháp của Công chúa đã tiến bộ khá nhiều. Ngoài những chiêu thức Clementine học được từ thúc phục và Janus, Jochi cũng truyền cho Công chúa một số thế kiếm của Đảo San Hô. Mới đó đã gần mười năm. Thời gian như gió thoảng. Clementine giờ đã thành một chiến binh thật sự. Một chiến chinh luôn sẵn sàng cho chiến trận. Và trận huyết chiến ấy, Clementine cảm nhận nó đang đến rất gần...

Thả hồn vào những đường kiếm như bay trong gió nhẹ, Công chúa thấy rõ gương mặt của Phụ hoàng, và nụ cười dịu hiền của Vương hậu, khu vườn hướng dương, và những cánh đồng Kim phụng và Công chúa đã bay qua, những đồi chè xanh mướt dưới chân cung điện, mùi biển mặn nồng nàn bên bờ cát trắng của Biển Thành.... Ôi, South Monia! Hãy đợi ta về!

Đang miên man giữa bao nhiêu ký ức tươi đẹp cùng thanh kiếm, Công chúa bỗng dừng lại, khi nghe tiếng Akio vồn vã.

"Là thanh Katana của đệ nhất võ sư Musama. Thật tuyệt vời!"

Công chúa cho kiếm vào vỏ, mỉm cười nhìn Akio.

"Không ngờ thế tử cũng quan tâm về kiếm thuật cơ đấy?"

Thế tử Akio, hai tay đẩy chiếc xe lăn đang ngồi lại gần Công chúa, mái tóc búi cao trên gương mặt bầu bĩnh có phần hốc hác.

"Musama là bậc thầy luyện kiếm, và đệ nhất võ sư của Đảo San Hô. Tương truyền kiếm của Musama có thể chặt đứt bất cứ thứ gì lướt qua nó, từ lá cây, con cá, thậm chí có thể chia đôi cả dòng nước. Kể từ khi Musama tạ thế, trên đời này chỉ còn hai bộ song kiếm của Musama, một bộ luôn ở bên người của Phụ hoàng ta, còn bộ còn lại, chính ở ngay đây, thanh kiếm Katana của Công chúa, và đoản kiếm Wanki của ta."

Thế tử Akio vừa nói, vừa cho tay vào túi áo trước ngực, lấy ra một thanh kiếm ngắn, có chuôi bằng vàng, trên lưỡi kiếm có khắc hình san hô màu vàng.

Công chúa Clementine trố mắt nhìn thanh kiếm trong tay thế tử, rồi rút thanh Katana của mình ra khỏi vỏ.

"Hóa ra hai thanh kiếm trong tay ta và thế tử là một bộ song kiếm. Đuôi kiếm hoàn toàn giống hệt nhau." Công chúa ngạc nhiên nói.

"Đúng vậy. Đại võ sư Musama đã dâng hai bộ song kiếm cho tổ phụ ta, khi tổ phụ ta dẫn dắt Đảo San Hô chống lại cuộc xâm lược của người Zinka. Từ đó đến nay, hai bộ song kiếm này đã trở thành bảo quốc của Đảo San Hô, được lưu truyền qua các đời Thái tử. Vì Công chúa có ơn lớn với Đảo San Hô và triều Kyoto, nên Phụ hoàng ta đã tặng cho Công chúa thanh kiếm dài Katana. Còn thanh đoản kiếm, Phụ hoàng đã đưa ta giữ bên người."

Clementine bấy giờ mới biết thanh kiếm Akito giao Jochi dâng lên Công chúa sau lần thoát khỏi Tây cung, chính là quốc bảo của Đảo San Hô. Công chúa bồi hồi quan sát những đường nét sắc bén, tinh xảo của thanh Katana huyền thoại, rồi nhẹ nhàng nói với Akio.

"Ta đâu hề biết thanh kiếm này có một giá trị lịch sử và văn hóa đặc biệt với nhà Kyoto và Đảo San Hô như vậy. Coi như ta tạm mượn thanh kiếm này, đến ngày ta khôi phục South Monia, sẽ hoàn trả nó lại cho thế tử va hoàng gia Kyoto."

Thế tử nhìn Công chúa, khẽ cười.

"Của đã tặng, hãy giữ nó, thưa Công chúa. Thanh kiếm này là để trừ gian diệt ác, bảo vệ hòa bình. Công chúa hoàn toàn xứng đáng làm chủ nó. Nhưng... có điều này... ta cần nói với Công chúa..."

Thế tử ngập ngừng, làm Công chúa vô cùng bối rối, như đang chờ đợi một điều gì quan trọng. Bỗng thế tử cười phá lên.

"Hãy để ta dạy Công chúa kiếm pháp của Musama..."

Công chúa cũng cười theo thế tử.

"Thế tử chắc là có thể dạy ta kiếm pháp Musama đấy chứ?"

"Dĩ nhiên. Nhìn ta có giống đang đùa không, thưa Công chúa! Ta tuy đã mất hai chân, nhưng đầu óc vẫn còn tốt lắm. Đừng coi thường một cậu bé mười hai." Thế tử cười.

Công chúa nhìn thế tử, nở nụ cười chân thành. Tự nhiên, trong giây phút, Công chúa thấy mình vô cùng cảm phục vị thế tử nhỏ tuổi của nhà Kyoto. Một cậu bé mới tuổi mười hai đã phải chịu nhiều đau thương, mất mát, Nhưng ẩn chứa trong vóc người nhỏ nhắn, không lành lặn ấy, là một nghị lực phi thường, là sức mạnh của một anh hùng thực thụ.

Công chúa rút thanh Katana ra khỏi vỏ, nói cùng thế tử.

"Nào, bắt đầu thôi."

Thế tử nhích người trên chiếc xe lăn bằng gỗ, lấy hơi nhẹ, rồi nói.

"Kiếm pháp Musama không giống kiếm pháp của South Monia. Kiếm South Monia bay bổng, uyển chuyển, thiên về phòng thủ. Trong khi kiếm Musama lại mạnh mẽ, quyết liệt, thiên về tấn công. Người cầm kiếm phải luôn linh hoạt, ra đòn nhanh, dứt khoát, áp dụng triệt để phép âm dương ngũ hành cùng năng lực biến hóa của mô hình bát quái khi di chuyển, chế ngự hai chân. Tuyệt kỷ "xuất quỷ nhập thần" của kiếm pháp Musama là mượn sức đối phương để triệt hạ đối phương. Phải tìm được khe hở của đối phương, dù là khe hở nhỏ nhất, để dồn lực tấn công vào đó, khiến đối thủ không kịp trở tay.

Hôm nay ta sẽ chỉ Công chúa các chiêu thức cơ bản của kiếm pháp danh bất hư truyền này."

Nói rồi, thế tử say sưa đọc to các chỉ dẫn cho từng động tác một cách rõ ràng, các thế tấn, lùi, thế chém, ra đòn, phản đòn...

Cả hai đang tập luyện khá chăm chỉ thì Janus bước đến.

"Vậy là thế tử đã lấy mất học trò của ta rồi nhé!"

Janus vừa đùa, vừa trao cho Công chúa và thế tử hai quả dừa tươi chặt sẵn, thơm lừng mùi nước tinh khiết.

"Như vậy, chàng sẽ có thêm nhiều thời gian để huấn luyện cho đội biệt kích."

Công chúa mỉm cười nhìn Janus.

Thế tử uống xong trái dừa, quay sang Công chúa.

"Trời cũng đã bắt đầu nắng to. Hay ta tạm nghỉ, sáng mai lại gặp Công chúa ở đây?"

Công chúa gật đầu, cảm ơn thế tử, và họ tạm biệt nhau.

Khi bóng dáng thế tử đã khuất dần sau mấy tán dừa, Janus quay sang nói cùng Công chúa.

"Ta có chuyện này muốn bàn với muội."

Công chúa đeo thanh Katana lên lưng, rồi bước theo Janus.

"Ta lo là Aetius sẽ sớm đem quân đến tiêu diệt Agina. Ta muốn về Thủ Thành, thuyết phục Phụ hoàng cho chúng ta mượn gương Mặt Trời." Janus nói, trong lúc sóng bước cùng Clementine bên bờ biển.

"Ta cũng có lo lắng như chàng. Chúng ta đã khiến một con gấu hung dữ bắt được mùi. Trước sau gì, con gấu ấy cũng tìm đến đây cấu xé. Ta đang định bàn với chàng và thúc phụ để tìm cách phòng thủ cho Agina. Nếu chàng thuyết phục được Phụ hoàng của chàng cho chúng ta mượn tạm gương Mặt Trời thì tốt quá... hãy để ta cùng đi với chàng về Pride Lands."

Công chúa trìu mến nhìn Hoàng tử, nở nụ cười. Nụ cười như

dòng suối ngọt ngào chảy qua tâm hồn Janus. Janus cầm lấy tay Công chúa đặt lên lồng ngực, thủ thỉ.

"Ta yêu nàng. Nguyện làm tất cả vì nàng, Công chúa của ta."

Clementine âu yếm nhìn Janus. Một tình yêu đong đầy nở rộ trong ánh mắt mùa xuân. Công chúa rưng rưng lệ, đặt tay mình lên gò má hoàng tử, giọng thì thầm trong gió nhẹ.

"Ta cũng yêu chàng, Hoàng tử của ta."

Rồi chẳng nói lời nào, họ đã trao nhau một nụ hôn nồng cháy. Cái ôm như siết chặt, cho thỏa lòng nhớ mong. Ai đó đã nói rằng, khi yêu, người ta nhớ nhau cả những lúc ở gần.

Chương 43:
HUYẾT CHIẾN AGINA

Lại một ngày nắng đẹp trên Đảo Agina. Clementine cùng thế tử Akio đang luyện kiếm trên bờ cát. Bỗng có tiếng kẻng kêu inh ỏi từ phía Trại chỉ huy. Công chúa vội vàng tra kiếm vào vỏ, rồi tiến lại chỗ thế tử.

"Agina sắp có biến. Nào, để ta giúp thế tử cùng về Trại chỉ huy."

Thế tử chưa kịp trả lời, Công chúa đã đẩy chiếc xe lăn chạy bon bon trên con đường đầy cát.

Trại chỉ huy ồn ào tiếng người nói xôn xao và tiếng thủy quân rầm rập đang tiến về phía trước mái hiên. Vừa thấy Công chúa bước đến, Janus liền tiến lại kề bên.

"Quả đúng như tin do thám của chúng ta từ Vương Thành, khoảng 200 tàu South Monia đang tiến về Agina. Tướng quân Elishua đã xem thời tiết. Rất thuận lợi cho hoạt động của gương Mặt Trời. Vừa may, ta đã cho người bố trí gương Mặt Trời trên núi. Tướng quân đang đợi nàng bên trong Trại chỉ huy."

Công chúa gật đầu, rồi cùng Janus bước vào trong.

Tướng quân Elishua đang chăm chú nhìn vào bản đồ bày binh bố trận trên bàn.

"Tình hình thế nào, Tướng quân?"Công chúa hỏi, trong lúc tiến lại chỗ bản đồ.

"Chúng ta hiện chỉ có 20,000 quân. E rằng chuyến này lại phải cần Pride Lands tiếp viện."

“Được rồi, Tướng quân hãy bàn kế hoạch tác chiến cùng Thợ săn. Ta sẽ cùng Kim phụng đến Thủ Thành. Cầu Tạo Hóa gìn giữ Agina!

Công chúa bước ra cửa, vội quay lại nói cùng Tướng quân.

“Hãy đảm bảo an toàn cho thế tử Akio!”

Nói xong, Công chúa huýt một tiếng sáo dài, rồi cùng Kim phụng bay thẳng về hướng Pride Lands.

Hai ngày sau, quân South Monia đã vào đến vùng biển Agina. Tướng quân Elishua cho thủy quân và tàu đóng gần bờ biển. Gương Mặt Trời được đặt để tập trung ánh sáng vào tàu địch, trước khi tàu địch có thể tiếp cận các tàu Agina.

Khi các tàu South Monia tiến đến gần bờ. Một luồng ánh sáng cực mạnh từ gương Mặt Trời chiếu thẳng vào các con tàu. Binh lính trên tàu bắt đầu kêu la.

“Nóng quá! Nóng quá! Cái gì đang chiếu vào chúng ta, như là lửa đốt?”

Rồi vài tên lính chỉ tay về phía núi, hét lên.

“Nhìn kìa! Đó là một vị thần, ánh sáng chói lòa! Là thiên thần hộ mệnh của Agina! Chúng ta đang chọc giận một vị thần!”

Tiếng la hét càng lúc càng to, nỗi hoảng sợ khiến các con tàu bắt đầu rối loạn. Trong lúc chỉ huy Moab còn đang bối rối, chưa biết phải làm gì, thì những mũi tên lửa từ trên núi lại bay ra tới tấp. Những đám lửa bùng cháy mạnh trên các con tàu South Monia. Tiếng la hét càng dữ dội. Nhiều tàu tìm cách quay đầu bỏ chạy. Nhưng hiệu lệnh chiến đấu tiếp tục vang to từ tàu chỉ huy.

Cùng lúc đó, Kim phụng mang Công chúa đáp xuống bên bờ biển Agina. Công chúa mau chóng tiến về phía tướng quân, giọng hổn hển.

“Không ổn rồi, thúc phụ. Aetius đã cho quân tập kích Pride Lands trên đường Pride Lands đến tiếp viện chúng ta. Bọn họ vẫn đang chiến đấu bên ngoài vùng biển San Hô. Con tức tốc bay về đây để cùng thúc phụ tìm cách giải cứu Agina.

"Thần đã sắp xếp để hết thảy thường dân trên đảo trú ẩn an toàn trong đường hầm phía trong núi. Madena đã đưa thế tử Akio cùng đến đó. Nếu quân tiếp viện không đến, thì chúng ta chuyển sang kế hoạch B. Nhưng Công chúa nghĩ tình hình Pride Lands ổn chứ?" Tướng quân lo lắng nhìn Công chúa.

"Con nghĩ bọn họ có thể tự lo được."Công chúa trả lời.

"Được rồi, vậy hãy tiến hành kế hoạch B. Công chúa tạm thời hãy lui về trong hầm cùng dân chúng."

Tướng quân Elishua lên tiếng, rồi mau chóng ra lệnh cho quân sĩ thay đổi kế hoạch tác chiến. Ngay lập tức, các thủy binh đưa tàu vào sát bờ, rồi chia làm hai ngả. Một tiến về bám trụ hai bên sườn núi. Một ẩn mình trong những rặng cây um tùm phía trong, canh chừng bờ biển.

Đội hình South Monia bên ngoài bờ biển đang trở nên rối loạn. Dầu vậy, được lệnh Aetius phải giết tướng quân Elishua và Công chúa Clementine bằng mọi giá, Moab kiên quyết cho các tàu tiến vào bờ. Những tàu nào có thể tránh được trận mưa lửa, cố gắng thoát ra khỏi đống hỗn loạn, lập tức tiến vào bờ biển Agina. Đột nhiên, từ trên núi, những trái pháo đá lại bay ra từng hồi, đập nát những con tàu di chuyển gần bên sườn núi. Những tàu còn lại bèn tăng tốc tiến vào bờ. Bờ biển Agina vốn hình như một lưỡi liềm, nên không đủ chỗ cho các tàu chiến lớn South Monia cập cùng một lúc. Chúng bèn chia thành từng tốp nhỏ. Ngay khi tốp tàu South Monia vừa đậu vào bờ biển, những trận mưa tên bất ngờ từ trên núi nhanh chóng tiêu diệt phần nhiều đám lính đang loay hoay xuống tàu. Số còn lại nhanh chóng tập họp lại thành từng nhóm, dùng khiên đỡ tên, di chuyển vào trong đảo.

Chúng ngỡ ngàng khi thấy hòn đảo vắng tanh, không một bóng người. Nỗi lo lắng bắt đầu bao trùm lên bọn chúng. Chúng dựa lưng vào nhau, quan sát xung quanh. Bỗng, "phụt", "phụt ", "phụt", "phụt"..., những mũi tên bí hiểm lại bay ra bắn ngã những tên cuối cùng trong tốp lính.

Hòn đảo bắt đầu trở nên yên lặng. Rồi một tốp lính khác lại

tiếp tục lên bờ. Chúng lại dễ dàng bị tiêu diệt như những tốp lính đến trước kia. Linh tính chẳng lành, Moab quyết định lên đảo cùng một tốp lính khác, và ra lệnh cho các tốp còn lại nhanh chóng tiến vào bờ. Ngay khi vừa thoát ra khỏi trận mưa tên, Moab ra lệnh cho các tốp lính giữ vững đội hình, quan sát xung quanh. Cuối cùng hắn phát hiện ra vài chỗ ẩn nấp của các tốp lính Agina. Moab ra hiệu cho quân lính bắn tên về phía các lùm cây. Những người lính Agina trúng tên, ngã lăn ra khỏi nơi trú ẩn. Lập tức, quân lính hai bên liền ào ra, xông thẳng vào nhau. Công chúa Clementine cũng bước ra khỏi một bụi cây gần đó, xông vào chiến đấu. Tướng quân Elishua vừa nhìn thấy Công chúa, bèn lo lắng hét lên.

"Herodotus, bảo vệ Công chúa!"

Moab vừa nghe tiếng Tướng quân, liền phóng lại chỗ Công chúa, vung một kiếm mạnh xuống ngay đầu Công chúa. Công chúa lập tức xoay người, lướt mạnh lưỡi kiếm Katana sáng bóng. Moab bất ngờ, vừa lui lại, thì Herodotus đã đến kế bên.

"Nhà ngươi muốn giết Công chúa à? Không dễ đâu!"

Herodotus vừa nói, vừa vung kiếm xông về phía trước để bảo vệ Clementine. Một số lính South Monia tìm cách tiến lại gần Công chúa. Một đám khác đang bủa vây tướng quân Elishua, những tên còn lại đang chiến đấu với các thủy quân Agina. Trận chiến diễn ra vô cùng ác liệt. Công chúa vung kiếm bên cạnh Herodotus, cùng Herodotus chống lại Moab. Moab lại vung một kiếm mạnh nhắm vào Công chúa. Herodotus nhanh chóng nhảy lên, đỡ lấy lưỡi kiếm trong tay Moab. Moab ấn mạnh xuống, đẩy thanh kiếm trong tay Herodotus trườn qua vai, rồi múa một đường kiếm khác, đâm vào hông Công chúa. Công chúa vung kiếm qua ngang hông, kịp đỡ lấy mũi kiếm của Moab, nhưng sức mạnh của thống lĩnh thủy quân South Monia đè nặng lên thanh kiếm. Công chúa thấy tay mình sắp đuối. Đột nhiên, Moab hét lên "Á", rồi rút kiếm, lùi ra xa. Công chúa nhanh chóng nhảy lùi về phía sau, đưa kiếm vào vị trí thủ. Cùng lúc, Janus xuất hiện ngay bên cạnh Công chúa.

"Nàng không sao chứ?"

Hoàng tử lo lắng hỏi, rồi nhanh chóng tiến đến khống chế Moab.

"Ta không sao."Công chúa trả lời, rồi tiến lại chỗ Moab đang bị Janus kề lưỡi kiếm trên cổ.

Công chúa đặt mũi Katana cong nhọn vào ngay trước ngực hắn ta, rồi hét lớn.

"Hãy bỏ kiếm xuống, tướng quân các ngươi đã bị bắt!"

Cả đám quân South Monia ngơ ngác nhìn về phía Công chúa, rồi đồng loạt bỏ kiếm xuống đất. Tướng quân Elishua cho lính tập họp đám tù binh lại và canh phòng. Xong rồi, dẫn Moab và đám quân về quân trại. Công chúa nhìn Janus mỉm cười, rồi cùng Janus bước về Trại chỉ huy.

Trời đã trở về chiều. Hoàng hôn tô vàng mặt biển. Tiếng chuông Trại chỉ huy vui mừng giục giã những thường nhân trong hầm trú ẩn mau trở ra. Công chúa vừa nhìn thấy thế tử Akio, liền bước lại gần.

"Cảm ơn thế tử! Hôm nay thanh Katana này đã cứu ta."Công chúa vừa nói, vừa kéo lưỡi kiếm ra khỏi vỏ.

"Một người đã tập kiếm South Monia như Công chúa, có thể nhanh chóng thích ứng với kiếm Musama, thật không dễ dàng. Chúc mừng Công chúa!" Thế tử ôn tồn nói.

Công chúa bước lại gần hơn, chắp hai tay vào nhau, cúi chào thế tử.

"Cảm ơn, sư phụ!"

Thế tử che miệng cười khúc khích.

Một ngày bình yên trên Đảo Agina. Clementine yên lặng nhìn ra biển vắng. Biển vẫn rì rào khúc nhạc của ngàn năm. Từng cơn sóng vỗ vào mạn thuyền những con tàu South Monia chơ vơ bên bờ biển. Janus nhẹ nhàng đến bên cạnh Công chúa, giọng thì thầm.

"Xin chào nữ chiến binh vĩ đại của Agina! Nàng thật đã khiến cho ta lo lắng quá chừng!"

Công chúa quay sang Janus, nhoẻn miệng cười.

"Thì ta vẫn bình an đấy thôi! Nhờ công của chàng! Một nữ chiến binh, thì phải xông trận chứ! Huống hồ ta là Nữ hoàng của họ. Là một Nữ hoàng chiến binh."

Công chúa vừa nói, vừa rút thanh kiếm ra khỏi vỏ, giơ cao.

"Được rồi, thưa Nữ hoàng chiến binh." Janus bật cười. "Nhưng lần đến nàng phải cẩn thận hơn đấy. Nếu có chuyện gì xảy ra với nàng, ta phải làm sao?"

Công chúa chưa kịp trả lời Janus thì tướng quân Elishua bước vào.

"Bái kiến Công chúa! Thần đã theo lệnh Công chúa, cho đem Moab đến đây. Hắn đang ở ngoài cửa cùng Herodotus."

"Cho vào!" Công chúa phán.

Moab, tay vẫn bị trói chặt, nét mặt lầm lì bước vào Trại chỉ huy cùng Herodotus.

"Cởi trói cho hắn." Công chúa ra lệnh.

Công chúa ra hiệu cho Madena mang đến cho hắn một chén trà.

"Nhà ngươi được phép ngồi." Công chúa nói. Rồi nhìn thẳng vào mắt Moab, cất tiếng hỏi.

"Ta chưa từng gặp ngươi ở Cung điện Mùa hè. Hãy nói ta biết, vì sao ngươi muốn giết ta?"

Moab vẫn yên lặng, cúi gằm mặt. Mái tóc rối bời che nửa gương mặt sẹo rỗ. Công chúa lại nói tiếp.

"Ngươi không muốn giết ta. Là Aetius muốn giết ta. Vì hắn biết, ngày nào Đại Dương tinh còn Clementine Ward, ngày đó hắn không thể yên tâm ngồi trên ngai báu. Vì ngai báu ấy, là thứ hắn đã cướp của ta. Con người ta luôn là như vậy. Khi chiếm đoạt thứ gì của người khác, thì ăn ngủ không yên. Thậm chí phải tiêu diệt mọi mối nghi ngại, để duy trì thứ vốn không thuộc về mình. Aetius và cô vợ tà thần của hắn đã giết chết Phụ hoàng ta. Bây giờ, lại muốn giết ta, giết thúc phụ Elishua, người luôn bảo vệ công bình và lẽ phải. Tội càng thêm tội. Còn ngươi? Ngươi có muốn tiếp tục phạm tội cùng bọn gian tà? Bàn tay ngươi sẽ dính thêm bao nhiêu máu của người vô tội?

Ta sẽ không giết ngươi. Dù ta có đủ lý do để giết ngươi và hết thảy đám lính đang bị giam ngoài quân trại. Ta yêu South Monia và hết thảy người dân vương quốc chúng ta. Ta làm mọi điều để bảo vệ họ, không phải để chiếm hữu đất đai và biến người dân thành nô lệ. Ngày mai, ngươi và lính của ngươi hãy về lại Vương Thành. Hãy nói với Aetius, Agina không dễ dàng bị xâm phạm, quân đội của ta mạnh hơn hắn nghĩ rất nhiều, và ta sẽ đem các anh hùng của South Monia về giải phóng South Monia. Hãy đợi đấy! Ngày cuối cùng của hắn sắp đến rồi."

Moab nghe Công chúa nói xong, bèn ngẩng mặt nhìn Công chúa. Dường như hắn muốn nói điều gì đó, nhưng không thể buông thành lời. Công chúa để ý trong đôi mắt ấy, vẻ hung hãn hôm qua đã trôi đi cùng sóng biển.

Mặt trời vừa lên cao. Herodotus tuân lệnh tướng quân và Công chúa đưa đám tàn binh South Monia và Moab ra bờ biển. Quan Kefa được lệnh Công chúa cấp cho bọn họ ít nước và lương thực. Rồi đám quân ấy chẳng nói chẳng rằng, lầm lì ra khơi, rời khỏi Agina.

Trên sườn núi, Công chúa và Janus đứng nhìn ra bờ biển. Janus ôm lấy bờ vai mềm mại của Clementine, giọng nhỏ nhẹ.

"Nàng đã làm một điều mà không mấy ai dễ dàng làm được. Yêu thương và tha thứ. Ta thật tự hào về nàng!"

Công chúa nép mình vào lòng Janus, thì thầm.

"Ta chỉ làm điều trái tim ta cho là lẽ phải. Giết một người thì dễ. Cứu một người thì khó. Chúng dầu sao cũng là con dân của South Monia. Hy vọng Moab hiểu điều ta muốn nói."

"Ta tin hắn sẽ hiểu. "Tình yêu thương sẽ làm nên phép lạ."

Không phải tướng quân vẫn thường nói vậy sao?" Janus ôm lấy hai bàn tay Clementine, giọng ngọt ngào.

Công chúa âu yếm gối đầu vào vai Janus. Ngoài kia, biển vẫn dịu dàng ôm bờ cát trắng. Janus lấy cây sáo trúc trong túi áo, đặt lên môi. Khúc nhạc dịu dàng ngân vang khắp núi rừng Agina. Công chúa nhắm mắt, thả hồn theo điệu nhạc. Bầu trời như mở rộng và mặt đất bỗng nhẹ tênh...

Chương 44:
QUÂN ĐỘI CỦA AKITO I

Đảo San Hô, mùa hè không rực lửa như cái nắng cháy da của xứ Zinka, cũng không oi ả, khó chịu như cái nóng miền nhiệt đới của South Monia.

Đảo San Hô, mùa hè là mùa của nắng vàng, cát trắng và bầu trời xanh. Từng cơn gió mát từ phương Bắc thổi qua mặt biển, mang theo vị mặn đậm đà của đại dương. Akito ôm thanh kiếm dài đứng bên bờ biển. Mắt xa xăm nhìn về phía chân trời.

Một con tàu nhỏ vừa cập bến Đảo Voi. Akito mừng rỡ bước lại gần.

"Bái kiến Phụ hoàng!" Akio mỉm cười đẩy xe lăn xuống khỏi boong tàu.

Akito chạy đến ôm choàng lấy Akio.

"Chào mừng đã trở về, con trai của ta!"

Jochi cũng bước đến bái kiến Akito, rồi cả ba tiến về trại lính.

Trại lính của Akito nằm giữa một khoảng rừng rộng trên Đảo Voi, bên một con suối dài. Đường vào trại lính nhỏ hẹp, ngoằn ngoèo, với nhiều bẫy được cài đặt dọc lối đi. Phải là người của Akito mới có thể ra vào dễ dàng giữa bờ biển và khu doanh trại.

Akio ngồi trên xe lăn Jochi đang đẩy, vừa say sưa kể cho cha nghe trận huyết chiến Agina và thế nào thanh Katana huyền thoại đã cứu Công chúa Clementine.

Vừa vào đến cổng trại, Daishi, Hiroki và Yua, cùng bao nhiêu người ùa ra đón rước. Tiếng trống, tiếng đàn, tiếng người ca hát, mùi thịt nướng bay ra thơm phức.

"Đêm nay sẽ là đêm khao đãi binh sĩ, vì ngày mai chúng ta sẽ lên đường hành quân."

Akito nói cùng Akio khi bước về trại chỉ huy.

"Hành quân? Chúng ta sẽ đi đâu, thưa Phụ hoàng?" Akio ngạc nhiên hỏi.

"Ta đã cho người liên lạc với một số quan trấn thủ của các đảo. Phần lớn họ đã đồng ý đứng về phía chúng ta. Ngày mai chúng ta sẽ tiến về Đảo Chim Sẻ, rồi từ Đảo Chim Sẻ, sẽ theo bản đồ này, tiến về Đảo Vua." Akito vừa nói, vừa chỉ tay vào tấm bản đồ trên bức tường bằng gỗ.

"Về Đảo Vua?" Akio ngước nhìn cha. Vẻ hồi hộp long lanh trong ánh mắt.

"Vâng, con trai. Chúng ta sẽ về nhà. Cho dù đội quân đang chiếm giữ kinh thành là ai, cũng không thể ngăn được bước chân những anh hùng của chúng ta. Họ không thể ngăn chúng ta trở về nhà." Akito vừa nói, vừa ôm chặt Akio, đôi mắt trong vắt nhìn vào lá cờ san hô đang cắm trên tấm bản đồ - kinh thành Đảo Vua!

Trời về chiều. Tiếng nhạc, tiếng cười càng trở nên ồn ã. Bên ánh lửa trại, thức ăn bắt đầu được bày ra trên những chiếc bàn tre đơn sơ, gà rừng, heo rừng, nai rừng và ngô nướng. Tướng quân Daishi đã tập hợp các binh sĩ trước ánh lửa hồng. Vua Akito xuất hiện giữa những tiếng tung hô vạn tuế. Bên dưới những ánh sao sáng ngời của bầu trời đêm, lời Vua Akito như vang vọng núi rừng.

"Hỡi các anh hùng của Đảo San Hô vĩ đại! Đêm nay sẽ là một đêm đáng ghi nhớ của chúng ta, vì ngày mai chúng ta sẽ lên đường. Một hành trình mới - hành trình của tương lai! Vì độc lập, tự do của Đảo San Hô, vì công bình bác ái cho những người đang sống.

Hơn một ngàn năm lịch sử đã trôi qua, chưa từng có kẻ thù nào có thể đánh bại chúng ta, dù là Long Hoàng Afred của phương Bắc, hay Đệ nhất Hoàng đế Akuza Chad của phương Nam. Bởi vì chúng ta là những người San Hô không khuất phục bất kỳ ai. Sức mạnh của chúng ta là đoàn kết. Vũ khí của chúng ta là lòng yêu tổ quốc. Chúng ta chiến đấu cho tự do và sẵn sàng chết như những anh hùng. Chúng ta sống và bảo vệ công bình như những chiến binh. Thế nên, hằng bao đời nay, Đảo San Hô chưa từng làm nô lệ.

Nay, Aetius này là ai, Otilia này là ai, mà dám tự xưng "South Monia là mẫu quốc". Chúng ta không cần một mẫu quốc. Chúng ta cần tự do.

Vậy, hỡi các anh hùng của Đảo San Hô, hỡi các chiến binh vĩ đại của xứ mặt trời, hãy thắt chặt niềm tin, giương cao cung nỏ, sẵn sàng đổi máu để giành lấy tự do cho vương quốc.

Vì một ngày mai tươi sáng cho Đảo San Hô, vì độc lập, tự do, công bình và bác ái! Vì Đảo San Hô! "

Giọng Vua Akito sang sảng. Cả doanh trại lắng nghe, rồi giương kiếm lên trời hô lớn "Vì Đảo San Hô!", "Vì tự do!"

Thế tử Akio giương thanh kiếm ngắn lên trời, cất tiếng tung hô cùng đội quân. Trong giây phút ấy, thế tử bỗng nghe lòng mình rạo rực, hai gò má nóng lên, và miệng ca vang bài ca của Quốc đảo San Hô cùng đoàn lính.

Bài hát kết thúc. Không gian bỗng trầm lắng cách lạ lùng. Vua Akito bấy giờ nói tiếp.

"Và bây giờ, trước khi chúng ta bắt đầu bữa tối đêm nay, ta muốn ban bố một tin vui".

Cả doanh trại lại bắt đầu xôn xao. Ai nấy hướng mắt nhìn chăm về nhà vua. Akito đưa mắt nhìn Jochi và Yua, mỉm cười, rồi cất tiếng.

"Trước sự chứng kiến của các anh hùng Đảo San Hô, ta long trọng tuyên bố tác hợp cho đôi uyên ương Jochi Aqua và Yua Ito!"

Nói rồi, vua quay về hướng Jochi và Yua.

"Này, Jochi và Yua, hãy lên đây."

Jochi và Yua bước về phía nhà vua. Cả hai đều bẽn lẽn. Vua Akito cầm lấy tay Yua đặt lên tay Jochi và nói.

"Ta biết lòng trung thành và những cống hiến của cha các ngươi cho Đảo San Hô. Ta thiết nghĩ đây là điều ta có thể làm để bày tỏ lòng tri ân cùng họ. Nơi trời cao, chắc họ sẽ vui lòng. Còn Jochi, hãy trả lời ta, ngươi có đồng ý nhận Yua Ito làm vợ, suốt đời yêu thương và bảo vệ cho Yua?"

Jochi âu yếm nhìn Yua, gương mặt đỏ bừng, đáp lời nhà vua.

"Thần đồng ý. Xin đa tạ Hoàng thượng đã ban ơn."

Quay sang Yua, nhà vua cũng hỏi cùng câu hỏi.

"Này, Yua Ito, ngươi có đồng ý nhận Jochi Aqua làm chồng, suốt đời yêu thương và chung thủy cùng Jochi?"

Yua nhìn Jochi, cúi đầu bẽn lẽn, rồi quay sang nói với nhà vua.

"Thần đồng ý. Xin đa tạ Hoàng thượng đã ban ơn."

Nhà vua nhìn Jochi và Yua, dõng dạc tuyên bố.

"Ta tuyên bố từ nay, hai ngươi đã chính thức trở thành phu thê, suốt đời không ai được chia cắt."

Xong, vua nhìn khắp doanh trại, gật đầu với Hiroki, rồi phán.

"Còn chờ gì nữa, chúng ta hãy ăn mừng thôi!"

Tiếng reo hò lại cất lên vang dội. Tiếng hát, tiếng cười, tiếng người chúc mừng cho đôi phu thê... Ánh lửa trại bập bùng soi rõ những niềm vui...

Đó là đêm cuối cùng trên Đảo Voi của quân đội Akito.

...

Trời nhẹ lên cao. Từng tia nắng lấp lánh nhảy múa trên những mái hiên của Cung điện Mùa Hè. Gió heo may về, kéo theo cái se lạnh dìu dịu của những ngày đầu thu. Hội đồng quốc gia South Monia đã có mặt đông đủ tại Chính Điện cho buổi chầu triều. Aetius ngồi trên chiếc ngai bằng cẩm thạch, chăm chú lắng nghe báo cáo của các quan, thỉnh thoảng lại chau mày khó chịu, khi nghe về mùa màng thất bát, đám dân đen trốn chạy đến Agina, hay tổn thất quân sĩ trong vài trận chiến... Xong rồi, hắn ra lệnh cho đại học sĩ Plotemy ghi ghi chép chép vào mấy cuộn giấy. Ai nấy đều tỏ ra lo lắng về gánh nặng quốc gia, khi vừa phải phân tán lực lượng quân đội sang Đảo San Hô, vừa phải đương đầu với tình trạng thiếu lương thực tại một số thành. Quan tài chính Theo cất tiếng nói.

"Thưa Bệ hạ! Tình trạng hạn hán kéo dài hai năm nay đã làm cho các thành ở Tây Nam thiếu lương thực trầm trọng. Các thành Sheila, Thama, Dana, Erim, và Thus đã không thể đóng thuế cho Vương Thành từ đầu năm nay. Thần đã nhiều lần cho người đến cùng các trưởng tộc. Nhưng họ vẫn nhất định từ chối đóng thuế. Hơn nữa, đã yêu cầu Vương Thành mở kho cứu đói. Xin Bệ hạ hãy cho biết chúng ta phải làm gì?"

Aetius gõ mấy ngón tay vào chiếc ngai, nhìn Hội đồng vương quốc, rồi hỏi.

"Theo các ngươi, chúng ta phải làm gì? Ta muốn nghe các ngươi lên tiếng trước."

"Phải có cách bắt bọn họ đóng thuế thôi. Vì chúng ta đang rất cần tài chính cho quân đội." Một số quan quân chính lên tiếng.

Các quan hành chính lại có cái nhìn ngược lại.

"Trong hoàn cảnh này, nếu chúng ta không thể mở kho lương thực để giúp họ, cũng không nên để họ phải chịu thêm gánh nặng thuế má."

Aetius nghe xong ý kiến các quan, bèn nói.

"Bọn họ sống trên đất của ta, cày cấy trên ruộng của ta, nhận sự bảo vệ của ta và bây giờ không những từ chối đóng thuế, lại còn yêu cầu ta mở kho nuôi không đám dân đen ấy. Bọn chúng tưởng bọn chúng là ai chứ?

Moab, hãy đem quân đến các thành Sheila, Thama, Dana, Erim và Thus. Hãy bao vây các thành, cho đến khi nào các trưởng tộc đồng ý đóng thuế, và chuyển bạc vào trong kho. Nếu chúng ta nhượng bộ, bọn họ sẽ tiếp tục không đóng thuế những năm sau nữa, và sẽ làm một gương xấu cho các trưởng tộc và các thành khác." Nhà vua gằn giọng ra lệnh cho tướng quân Moab.

Tướng quân Moab bước ra khỏi hàng chầu các quan, chậm rãi nói.

"Thưa Bệ hạ, mong bệ hạ hãy suy xét kỹ càng. Chỉ e bọn họ không chịu khuất phục. Nếu lỡ xảy ra tranh chiến thì thật bất lợi cho chúng ta vào lúc này. Chúng ta nên lấy đại cuộc làm trọng. Tập trung quân đội cho các mặt trận tại Đảo San Hô, Agina và eo biển Asin. Đó là chưa kể Pride Lands có thể sẽ đem quân trả thù ta bất cứ lúc nào."

Aetius nghe Moab nói xong, ngẫm nghĩ một hồi rồi nói.

"Ngươi nói cũng đúng. Vậy hãy làm như vậy. Hãy gửi chiếu chỉ của ta đến tất cả các thành trên lãnh thổ South Monia. Để đảm bảo chu cấp cho quân đội và toàn bộ vương quốc, yêu cầu các thành phải nộp gấp đôi số lượng lương thảo hằng năm. Những thành nào đang gặp khó khăn vì mùa màng, được miễn thuế một năm nay, nhưng đổi lại, tất cả các nam nhân trong thành từ 17 tuổi trở lên phải đi vào quân dịch. Như vậy, chúng ta sẽ có đủ lương thực nộp vào kho, lại có thêm quân sĩ cho quân đội đang thiếu hụt, và không phải lo đám trưởng tộc có thể làm phản chúng ta."

Aetius thích thú với ý tưởng của mình và yêu cầu hội đồng vương quốc lập tức thi hành.

...

Tiếng khóc lóc vang ra trên các nẻo đường của South Monia. Tiếng trẻ con kêu gào, gọi "bố", khi quân lính triều đình xông vào nhà, bắt lấy những người đàn ông. Tiếng khóc thút thít của những người vợ ôm con ngồi bên cửa sổ. Tiếng than vãn của những cụ già bất lực nhìn con trai mình bị kéo xồng xộc trên đường, như những con chiên bị người ta kéo ra hàng quán. Rồi những tiếng kêu la của những gia đình nghèo khó đang cống nộp cho triều đình những phần thổ sản cuối cùng còn lại để nuôi sống họ. Cứ như vậy, cả ngày và đêm, nỗi u sầu và lo lắng bao trùm khắp South Monia. Trời cuối thu, chẳng có gì ngoài bóng đêm và ảm đạm.

Chương 45:
QUÂN ĐỘI CỦA AKITO 2

Đội quân Akito vừa cập bến Đảo Chim Sẻ. Quan trấn thủ Đảo Chim Sẻ và nhiều người dân trên đảo đã có mặt từ sớm để chào đón vị vua mới của Đảo San Hô. Khi Vua Akito vừa bước xuống tàu, quan trấn thủ và hết thảy người dân trên bờ đều quỳ gối, tung hô "Hoàng thượng vạn tuế, vạn tuế, vạn vạn tuế!". Nhà vua cho mọi người đứng dậy, nở nụ cười nồng ấm, lại gần quan trấn thủ.

"Cảm ơn quan trấn thủ và người dân Đảo Chim Sẻ. Ta có cảm giác như đang được ở nhà."

Nói rồi, vua cưỡi voi, theo quan trấn thủ vào trong thành. Các quân sĩ vẫn đóng trại bên bờ biển. Có thế tử Akio, tướng quân Daishi, Jochi và Hiroki cùng đi theo.

Quan trấn thủ đưa nhà vua và tùy tùng về dinh thự, vừa đi vừa chỉ cho nhà vua các hoạt động trong thành.

"Thưa Hoàng thượng, thần đã chuẩn bị 5000 quân cùng với số tàu thuyền và lương thảo mà Hoàng thượng đã căn dặn trong thư. Tất cả đã sẵn sàng cho Hoàng thượng." Quan trấn thủ nói.

"Tốt lắm. Đảo San Hô may mắn khi có những trung thần như ái khanh." Nhà vua cảm động nói.

"Xin Hoàng thượng đừng nói vậy. Đảo San Hô may mắn vì còn có Hoàng thượng. Hoàng thượng là Sao mai, là Mặt trời của Đảo San Hô. Nhà Kyoto bao đời này vẫn dẫn dắt người dân Đảo San Hô. Nay, vận nước lâm nguy. Người dân Đảo Chim Sẻ phải chung tay góp sức cùng Người. Đó âu cũng là bổn phận của thần và dân chúng Đảo Chim Sẻ. Chỉ cầu mong cho ngày tự do sẽ đến gần. Hoàng thượng sớm dẹp yên giặc ngoại xâm, giữ yên bờ cõi."

Quan trấn thủ vừa nói xong, cả đoàn đã đi đến một phòng ăn rộng rãi. Thức ăn đã được bày biện trên bàn, bên những ngọn nến lung linh.

"Thưa Hoàng thượng, Hoàng thượng đã đi đường mệt nhọc. Thần đã sai gia nhân chuẩn bị chút thức ăn cho Hoàng thượng. Mọi thứ đã sẵn sàng. Xin mời Hoàng thượng và các quan tướng!"

Quan trấn thủ nói xong, vỗ tay ra hiệu. Một nhóm múa liền xuất hiện ngay cửa. Tiếng hát, tiếng đàn, điệu múa, lời ca, đúng là thứ âm nhạc truyền thống của Đảo San Hô. Lâu lắm rồi, nhà vua mới lại được thưởng thức. Từng lời ca, từng tiếng đàn như âm thanh ngọt ngào của hồn thiêng đất nước.

"Vì đất nước, anh đã ra đi
Vì quê hương, anh cầm kiếm
Ôi, đẹp thay
Người anh hùng Đảo San Hô
..."

Nhà vua bất chợt lim dim đôi mắt, thả hồn theo điệu nhạc, nghe lòng mình nhẹ tênh...

...

Một buổi sáng bình yên trên Đảo Chim Sẻ. Nhà vua thức dậy trong căn phòng của dinh phủ trấn thủ. Trà thơm đã sẵn sàng. Daishi, Jochi và Hiroki cũng vừa đến. Nhà vua đặt một tấm bản vẽ lên bàn, rồi nói.

"Các ngươi hãy xem. Đây là mẫu tàu mới ta vừa nghĩ ra trên đường chúng ta đến đây. Loại tàu này vừa nhỏ vừa nhẹ, dễ dàng di chuyển giữa các khúc sông hay eo biển hẹp, sẽ tiện lợi hơn cho địa hình của chúng ta. Hơn nữa, có thể di chuyển nhanh hơn các tàu chiến lớn của Pride Lands."

Daishi nhìn tấm bản vẽ một hồi, rồi lên tiếng.

"Tốt quá, thưa Hoàng thượng! Thoạt nhìn trông giống tàu

đánh cá của các ngư dân Đảo San Hô. Nhưng đã được cải tiến để đáp ứng các yêu cầu của tàu chiến nhỏ."

"Đúng vậy. Nhất là chất liệu bằng tre nứa, vừa nhẹ, vừa chống nước, không những sẽ giúp con tàu có thể đi nhanh gấp đôi tốc độ bình thường khi xuôi gió, lại dễ dàng bảo quản và vận chuyển." Nhà vua giải thích.

"Thần có ý này, thưa Hoàng thượng." Jochi ngước mắt nhìn nhà vua. "Hoàng thượng nghĩ sao nếu chúng ta sắp xếp để các tàu lớn Pride Lands có thể chở theo các tàu nhỏ này khi chúng ta xông trận. Và khi cần làm rối loạn đội hình tàu địch, các tàu nhỏ nhẹ, linh hoạt này sẽ có thể phát huy tác dụng. Trong trận Agina mấy năm trước, tướng quân Elishua đã áp dụng kế sách này, quả thực, đã khiến cho các tàu South Monia bị rối loạn, và mất phương hướng chiến đấu."

"Tốt lắm, Jochi. Chúng ta sẽ bàn đến việc đó, ngay khi chúng ta có những con tàu đầu tiên. Ta đã xem lại bản đồ hành quân của chúng ta. Thay vì đến Đảo Khỉ, chúng ta sẽ sang Đảo Trúc. Hiroki, hãy cho người liên lạc với quan trấn thủ Đảo Trúc, nói rằng hai ngày nữa, chúng ta sẽ lên đường, có thể chúng ta sẽ ở lại đó cho hết mùa xuân. Hãy dặn dò quan trấn thủ cẩn thận tuân theo những gì ta đã chỉ dẫn trong thư, để phòng quân South Monia phát hiện."

"Vâng, thưa Hoàng thượng." Hiroki cúi đầu vâng lệnh.

...

Trời ngã về chiều. Hoàng hôn nhuộm vàng những hàng dừa bên bờ hồ trước hiên dinh trấn thủ, soi bóng nhà Vua Akito cùng thế tử Akio đang ngồi bên chiếc ghế đá.

Nhà vua hít một hơi nhẹ mùi gió mát, quay sang nói cùng thế tử Akio.

"Con vẫn chăm đọc các sách binh pháp ta dặn Daishi dạy con đấy chứ?"

"Vâng, thưa Phụ hoàng. Con đã học thuộc hết chúng. Đây, Phụ hoàng hãy nghe."

"Phép dụng binh đó là "biết người biết ta, trăm trận trăm thắng"[8]. Xưa, Long Hoàng Alfred làm bá chủ vùng Tây Bắc, là vì có thể biết được địa hình và quân lực địch trước khi xung trận.

Sách dạy: "Phép dụng binh, hơn 10 lần thì bao vây, hơn 5 lần thì đánh, hơn 2 lần thì chia nhỏ ra đánh, ngang nhau thì có thể đánh, ít hơn thì có thể chạy trốn."[9]

Sách dạy: "Chưa có ân đức đã vội ra uy trừng phạt thì quân sĩ không phục. Quân sĩ không phục thì khó có thể sai khiến được. Đã có ân đức với quân sĩ mà không áp dụng kỷ luật quân pháp thì cũng không thể sai khiến được họ. Vì thế mà phải mềm mỏng, độ lượng để quân sĩ đồng lòng, dùng quân pháp nghiêm minh để quân sĩ nhất nhất tề chỉnh thì mới có thể khiến quân sĩ kinh sợ và phục tùng."[10]

Dầu vậy, nếu có thể lấy nhu thắng cương, lấy yếu thắng mạnh, đem yêu thương hóa giải hận thù, đó mới là đại thắng. Như tướng quân Elishua vẫn thường nói "Tình yêu thương sẽ làm nên phép lạ".

Thế tử nói xong, liền quay sang vua cha, nhoẻn miệng cười.

"Con học vậy được chưa, thưa phụ hoàng?"

Nhà vua trố mắt nhìn thế tử, rồi vỗ mạnh hai tay.

"Tốt lắm, con trai. "Tình yêu thương sẽ làm nên phép lạ." Hay lắm! Con xứng đáng là thế tử của nhà Kyoto. Kể từ tháng sau, ta sẽ cho phép con cùng tham gia bàn luận việc quân với ta và Hội đồng quân chánh."

"Thật hả, thưa Phụ hoàng? Con vui quá!" Thế tử nhìn vua cha, niềm vui dâng trào trong đôi mắt.

Nhà vua gật đầu, ôm vai thế tử, rồi ngước mắt lên bầu trời. Gương mặt phu nhân Muna như đang hiện ra giữa những tầng mây.

"Mẫu thân con trên trời cao kia, chắc đang rất vui mừng và hãnh diện vì con. Con trai của ta, con đã lớn thật rồi!"

---

8 Trích "Binh pháp Tôn Tử".

9 Trích "Binh pháp Tôn Tử".

10 Trích "Binh pháp Tôn Tử".

Thế tử gối đầu vào vai cha, ngước mắt lên trời, giọng nhỏ nhẹ.

"Mẫu thân đã hy sinh thân mình để cho con được sống. Con sẽ không bao giờ khiến mẫu thân thất vọng. Sẽ sống và là một anh hùng như Phụ hoàng!"

Nhà vua nhìn thế tử, cười ra vẻ hài lòng.

Mặt trời đã lặn hẳn sau những hàng dừa. Ánh trăng non lấp ló ngoài bờ biển.

Chương 46:
HÔN LỄ

Thủ Thành. Mùa thu là mùa của những lễ hội, khi người dân ăn mừng thu hoạch vụ mùa cuối năm, và tận hưởng những ngày mát mẻ trước khi mùa đông giá lạnh lại trở về.

Nhưng năm nay, mùa thu dường như yên tĩnh hơn mọi năm. Trên con phố sầm uất của Thiên Đường Mua Sắm, nơi diễn ra lễ hội hằng năm, số người mua sắm và tham gia các hoạt động vui chơi dường như ít hẳn. Thay vào đó, là các bảng hiệu thông báo tăng giá vải, muối và một số mặt hàng từ phương Nam.

Các Archon trong cả nước đã được lệnh nhà vua trở về kinh thành. Cuộc họp của những người cai quản vương quốc đã bắt đầu từ sáng nay. Trong căn phòng rộng lớn của Điện Các Ngôi Sao[11], Vua Henry trầm ngâm sau khi nghe báo cáo của các Archon về tình trạng tăng giá và thiếu hụt nguồn cung các sản phẩm nhập từ phương Nam.

Quan hàng hải Peter cất tiếng nói.

"Thưa Bệ hạ, kể từ ngày Aetius tuyên bố chủ quyền tại eo biển Asin, các mặt hàng nhập từ phương Nam của chúng ta đều bị tăng giá." Các thương lái phương Nam phàn nàn. "Aetius đã bắt họ đóng phí di chuyển qua eo biển. Hơn nữa, lại còn kiểm soát các mặt hàng nào được phép cho đi. Giá vải, giá lông chiên, muối và trà là các mặt hàng bị tăng giá nhiều nhất."

Thừa tướng Williams tiếp lời quan hàng hải.

"Thần đã tuân lệnh Bệ hạ, công du các vương quốc khác

11 Là Điện lớn nhất tại tầng ba của Hữu Cung, nơi Vua thiết triều cùng các Archon hoặc ban các chiếu chỉ quan trọng.

trong vùng Tây Bắc. Hầu hết họ không chịu ảnh hưởng nhiều bởi việc Asin bị chiếm đóng, nhưng họ nói sẽ sẵn sàng hợp tác với chúng ta để khắc phục tình trạng thiếu nguồn cung."

Nhà vua yên lặng lắng nghe các ý kiến từ các Archon và Hội đồng nội các, rồi chậm rãi nói.

"Chúng ta và phương Nam, nhất là South Monia, mấy trăm năm nay, giao thương hòa hảo, chưa từng xảy ra tình trạng này. Xem như đây là tiếng chuông cảnh báo, để chúng ta cần chú trọng hơn đến việc sản xuất các mặt hàng thiết yếu cho người dân. Chúng ta có thể thiếu trà, nhưng chúng ta không thể nào thiếu muối.

Các Archon vùng biển, hãy bàn với thừa tướng, xem khu vực nào chúng ta có thể sản xuất muối cho người dân Pride Lands.

Thừa tướng, hãy xem xét chuyển nguồn cung từ phương Nam sang có nước Tây Bắc nếu có thể.

Ta đang xem xét phải trừng phạt Aetius như thế nào. Ta đã nhiều lần gửi thư yêu cầu hắn rút quân khỏi eo biển Asin, nhưng hắn đã hoàn toàn phớt lờ và không hồi đáp. Đã đến lúc, chúng ta có thể phải dùng đến quân đội." Nhà vua tiếp lời.

"Nhưng việc chiếm đóng eo biển là vi phạm quy tắc hòa bình của Đại Dương tinh. Sao các vương quốc phương Nam có thể không làm gì?" Một Archon vùng biển lên tiếng.

"Hầu hết các vua phương Nam rất e dè với Aetius. Không ai muốn tạo cơ hội để South Monia tìm cách gây chiến với họ." Thừa tướng Williams trả lời.

"Chúng ta vẫn còn hai đồng minh ở phương Nam. Ta sẽ có cuộc họp với Công chúa Clementine của Agina và Vua Akito của Đảo San Hô vào tháng đến. Aetius không thể cứ muốn là có thể độc chiếm eo biển Asin. Cơ hội ta cho hắn đã qua rồi." Nhà vua nghiêm giọng nói.

"Aetius này thật là điên cuồng. Hắn nghĩ hắn là ai mà có thể thay đổi trật tự của Đại Dương tinh, lại còn dám gây chiến với Pride Lands chúng ta." Một Archon giận dữ lên tiếng.

"Từ đầu mùa xuân, ta sẽ cho lắp đặt gương thần tại tất cả các cảng biển và các cổng thành của Pride Lands. Các Archon, hãy có phương án dự trữ cần thiết và đảm bảo tăng cường phòng vệ cho các kora." Nhà vua phán.

"Vâng, thưa Bệ hạ." Các Archon đồng thanh trả lời.

...

Nắng chiều ngả vàng trên những ngọn đồi lá đỏ của Agina. Gió thu se lạnh thổi qua những rặng dừa bắt đầu khô héo. Clementine tựa tay vào lan can căn lều gỗ, mắt xa xăm nhìn về phía đại dương. Bên kia những cơn sóng là South Monia, là vương thành với những đồi chè xanh mướt và những cánh đồng xoài cánh chim bay. Và nơi đó, Phụ hoàng và mẫu thân đang yên nghỉ trong lòng đất mẹ. Nỗi nhớ thương vẫn đong đầy trong trái tim Công chúa, thèm được về viếng mộ và trồng cho mẫu thân thật nhiều hoa hướng dương, loại hoa mẫu thân hằng yêu thích lúc sinh thời. Nhớ đến Phụ hoàng, lại thấy lo cho rồng Saphiro. Aetius vẫn không ngừng dùng các hình cụ để bắt phục Rồng đen. Tin thám tử gửi về, Rồng đen đã chịu nhiều đau đớn...

Công chúa nhắm mắt lại, hít một hơi dài, đưa tay kéo chiếc áo choàng lên ngang cổ. Bỗng, một bàn tay ấm áp bắt qua vai, Janus khoác thêm tấm áo choàng da hổ của mình lên vai Công chúa.

"Trời đã bắt đầu trở lạnh. Nàng hãy bảo trọng." Janus nói, rồi trìu mến nhìn Công chúa.

"Nàng vẫn nhớ South Monia đấy à?" Janus hỏi trong lúc đưa mắt trông về hướng biển.

"Chàng vẫn luôn nhớ Pride Lands đấy thôi!" Công chúa nói bằng giọng trầm buồn.

Janus không trả lời, yên lặng nhìn về phía đại dương.

"Sư phụ không nói khi nào chàng được trở về Pride Lands hay sao?" Clementine ngước mắt nhìn Janus.

Đột nhiên, Janus quay sang hỏi Clementine.

“Nếu ta chỉ là một chàng Thợ săn bình thường, nàng vẫn yêu ta chứ?”

Clementine đưa tay xoa nhẹ lên gò má Janus, âu yếm nhìn Hoàng tử.

“Chàng biết điều đó, Janus. Chàng biết rằng, ta yêu chàng vì con người chàng, không phải vì chàng là Hoàng tử Pride Lands.”

Janus ôm lấy bàn tay Công chúa, đặt vào lòng.

“Ta biết. Chỉ vì ta muốn nghe nàng nói ra điều đó.”

Clementine phì cười, đánh nhẹ vào lồng ngực chàng Hoàng tử. Hoàng tử bật cười, rồi mở túi áo, lấy ra một chiếc nhẫn bằng vàng lấp lánh.

“Hãy làm vợ ta, Công chúa Clementine Ward!”

Hoàng tử đặt chiếc nhẫn vào lòng bàn tay Công chúa, nhìn Công chúa say đắm, với tất cả sự ngọt ngào và trìu mến.

Công chúa bất ngờ, xoè hai bàn tay ra, bối rối nhìn Hoàng tử.

“Ta... ta...”

Janus hồi hộp đợi chờ giữa tiếng trống lòng thình thịch.

“Ta đồng ý!” Công chúa reo lên, rồi ôm lấy cổ Hoàng tử.

Hoàng tử cười sảng khoái, ôm Công chúa xoay một vòng tròn.

“Vậy, ta sẽ về thưa chuyện với Phụ hoàng và Mẫu hậu. Chúng ta từ nay sẽ bên nhau mãi mãi.”

Công chúa mỉm cười, áp mặt sát vào vai Janus.

“Đã đến lúc cho thúc phụ biết danh tính của chàng.” Công chúa thì thầm vào tai hoàng tử.

...

Khuất sâu bên dưới tầng hầm của Điện thờ Thủy thần, Otilia ngồi thiền mình trên một tấm thảm lông chiên. Không gian u tối và lạnh lẽo. Bên trái chiếc kệ có thau nước và những viên đá có tên người bí ẩn, một chiếc ổ được cất trong một cái máng rộng bằng gỗ. Bên trong là quả trứng đen xù xì, tên gọi “Tiếng rồng”. Bỗng nhiên, có tiếng gió thổi lướt qua căn phòng, và trước mặt Otilia, xuất hiện hình ảnh một bé gái đang kinh hãi giấu một cuộn sách phía sau lưng. Rồi những đốm lửa bắt đầu xuất hiện. Rồi tiếng người ta la hét.

“Hãy bắt chúng lại! Hãy hỏa thiêu hết bọn chúng! Từ nay, không ai được dùng phép thuật trong vương quốc! Hãy đốt cháy tất cả các cuộn giấy và các ghi chép về tà thuật. Hãy tiêu hủy hết sự gớm ghiếc khỏi xứ Zinka! Nhà vua đã ra lệnh, ai trái lệnh, tội chết không tha!”

Tiếng người la hét, càng lúc càng to, ồn ào và náo loạn, rồi tự nhiên biến mất. Cô bé gái mặt mày xinh xắn, khiếp sợ cho cuộn giấy vào túi áo, rồi đột nhiên cũng biến mất cùng những đốm lửa. Không gian yên tĩnh một hồi. Bỗng một người phụ nữ, đầu xõa tóc, mặc bộ áo choàng trắng tinh, xuất hiện giữa ngọn lửa đang cháy bừng bừng. Người phụ nữ kêu lên đau đớn “Otilia”, rồi vụt mất cùng đám lửa. Otilia giật mình, ngã xuống sàn, cả người run cầm cập. Nước mắt bắt đầu chảy ra trên gò má. Vương hậu khóc. Tiếng khóc nức nở, ai oán như nỗi đau tận cùng đang cào xé trái tim.

Vương hậu lau nước mắt, đứng lên, bước lại chỗ “tiếng rồng”.

“Nào, “tiếng rồng“, hãy mau thức dậy!”

Cánh cửa nguyệt đạo đóng lại sau lưng Otilia. Một cung nữ lật đật chạy đến.

“ThưaVương hậu, là Hoàng huynh của người, Hoàng đế Siju đang đợi người ở Hậu cung.”

“Hoàng huynh của ta?” Vương hậu chau mày, mặc lấy áo choàng, bước về cung điện.

Vừa nhìn thấy Vua Siju đang ngồi bên chiếc bàn đá cẩm thạch, Vương hậu vui vẻ cất lời chào.

“Chào mừng đến với South Monia, Hoàng huynh của ta!”

Vua Siju bước đến, ôm choàng lấy Vương hậu.

"Xin chào Vương hậu của South Monia, em gái xinh đẹp của ta!"

Vương hậu cười, nói cùng Vua Siju.

"Ngọn gió nào đã mang huynh đến đây? Chắc không phải là chỉ thăm muội đấy chứ?"

Vua Siju cười không nói.

"Nào, hãy để muội đưa huynh đến gặp Bệ hạ. Đã lâu lắm rồi, bệ hạ ắt sẽ rất vui mừng khi gặp lại huynh."

Vương hậu nói với nhà vua, rồi quay sang căn dặn người hầu vài việc trước khi rời khỏi hậu cung.

...

Thủ Thành. Nắng thu vương nhẹ trên những vườn hoa đủ sắc trong vườn thượng uyển. Vương hậu Catherine ngồi đan áo bên một hồ nước đầy hoa súng phía Đông khu vườn. Kể từ ngày gặp lại Thái tử, mùa thu năm nào, Vương hậu cũng tự mình đan áo, gửi đến Agina. Bao tình yêu, bao nỗi nhớ và những cái ôm ấm nồng của người mẹ trong từng chiếc áo đã sưởi ấm Thái tử bao mùa đông. Từng ngón tay thon dài nhẹ nhàng đưa theo mũi kim đan. Bỗng Vương hậu giật thót mình, khi nghe một giọng nói quen thuộc.

"Mẫu hậu, con đã về!"

Vương hậu quay lại đằng sau, trái tim như vỡ oà khi nhìn thấy Janus ngay trước mặt.

"Con trai của ta, con trai yêu dấu của ta!"

Vương hậu thốt lên, rồi chạy đến ôm chầm Janus, hai dòng nước mắt chực trào ra từ khóe mi.

"Con trai của ta! Đại bàng bé nhỏ của ta! Hoàng tử của ta!"

Vương hậu xoa đầu Janus như thuở tuổi còn thơ, rồi lau nhẹ hai dòng nước mắt trên gò má.

"Con về, sao không gửi thư báo trước cho ta! Ta thật đã nhớ con rất nhiều. Con vẫn ổn chứ? Này, hãy kể ta nghe chuyện về con."

Vương hậu vừa nói, vừa kéo Janus ngồi xuống băng ghế đá.

Mặt trời đã lên cao, nhưng hai mẹ con chẳng hề màng đến thời gian chung quanh. Họ mải mê với những câu chuyện về các trận đánh, những đợt huấn luyện và chuyện tình với Công chúa South Monia...

Bên trong Điện Mặt Trời, Vua Akito và Công chúa Clementine đã bắt đầu cuộc họp liên triều với Vua Henry về vấn đề eo biển Asin.

Vua Henry chỉ tay vào tấm bản đồ, chậm rãi nói.

"Eo biển Asin là con đường giao thông quan trọng của vùng Đông Nam và Tây Bắc Đại Dương. Nếu khu vực này bị Aetius kiểm soát, ta e rằng Đại Dương phải bị chia cắt làm hai. Cái đó không chỉ gây nên vấn đề thiếu hụt tạm thời một số nguồn cung cho Tây Bắc. Điều đáng sợ là Aetius đang tìm cách thôn tính cả vùng phương Nam. Đảo San Hô nằm ở vị trí trung tâm của Đại Dương; vừa là mặt trận trung tâm, vừa là pháo đài vững chắc. Địa hình Đảo San Hô khó có thể khiến quân thù tấn công và chiếm giữ. Hơn nữa lại là nơi có nguồn cung hải thổ sản dễ dàng cho quân đội và trữ lượng ngọc vô tận sẽ giúp Aetius có thể duy trì nguồn tài chính vững vàng cho một cuộc chiến lâu dài. Hắn ta và Otilia đã tiên liệu trước tất cả việc này. E rằng kế hoạch thôn tính phương Nam của hắn không còn xa nữa."

"Hắn muốn làm một Long Hoàng Alfred của phương Nam. Việc giết hại Phụ hoàng ta đã nằm trong kế hoạch của hắn từ rất lâu." Công chúa Clementine cất tiếng nói.

"Đảo San Hô ta, từ ngày lập quốc, chưa hề một ai có thể dẫn quân xâm lược. Nếu không phải vì tên gian thần Park Hwa, chắc San Hô chưa phải đến nông nỗi này." Vua Akito buông giọng nói.

Vua Henry nhìn Vua Akito và Công chúa, tiếp tục lên tiếng.

"Ta thiết nghĩ âm mưu của Aetius đã quá rõ ràng. Vậy, ta hãy lên kế hoạch tấn công Vương Thành ngay khi mùa xuân đến. Không thể cho hắn ta tiếp tục có cơ hội bành trướng. Ta muốn nghe ý kiến của Hoàng đế và Công chúa."

"Theo tin tình báo của ta từ Vương Thành, Aetius hiện đang bổ sung lực lượng quân đội từ dân thường, để bù đắp số quân sĩ đã mất. Mùa đông đang đến, bọn họ không có nhiều thời gian để huấn luyện đám quân này cho đến mùa xuân. Đó là điều tốt cho chúng ta. Hơn nữa, ta hiện đang có khoảng 5,000 quân ở Biển Thành và khoảng 10,000 quân tại Vương Thành, đang sẵn sàng chờ lệnh." Công chúa nhìn Vua Henry, khẳng khái nói.

Vua Akito cũng tiếp lời.

"Ta hiện đang có 20,000 quân, đã qua huấn luyện. Ta gần đây đã cho xây dựng một số lượng lớn các thuyền chiến nhỏ bằng tre, có thể đi khá nhanh và dễ dàng thâm nhập làm rối loạn đội hình quân địch. Có thể kết hợp với tàu chiến Pride Lands để lâm trận thủy chiến."

"Tốt lắm, Agina có thể gửi bao nhiêu quân trong trận này, Công chúa Clementine?" Vua Henry cất tiếng hỏi.

"20,000 quân."Công chúa trả lời.

"Tốt lắm, vậy ta sẽ gửi 30,000 quân Pride Lands tham chiến trận này. Hãy cho mời tướng quân Elishua trong cuộc họp đến. Chúng ta sẽ lên kế hoạch chi tiết cho trận huyết chiến này."

Vua Henry nói. Đôi mắt màu xanh lá phảng phất những sâu thẳm của rừng sâu. Vua Akito và Công chúa gật đầu. Ngoài sân, nắng đã lên cao.

...

Hai ngày nữa, Janus và Clementine phải quay lại Đảo Agina. Gần một tuần lễ được ở bên gia đình, cùng vua cha ôn lại những chiến tích hào hùng của nhà Foreman, cùng Mẫu hậu dạo bước trong vườn thượng uyển, ngắm nhìn những vườn hoa khoe sắc muôn màu, với Janus là cả một giấc mơ nồng thắm. Hôm nay, lại được dạo bước cùng Phụ hoàng và Mẫu hậu dọc dòng sông Omega hiền hòa. Những cây phong đã bắt đầu trụi lá. Từng cơn gió mang theo hơi nước mát lạnh từ lòng sông thổi phà vào mặt. Janus hít một hơi dài, nói cùng nhà vua và Vương hậu.

"Con sẽ kết hôn, thưa Phụ hoàng và Mẫu hậu."

"Kết hôn???" Nhà vua và Vương hậu ngạc nhiên nhìn Thái tử.

"Vâng. Con muốn kết hôn với Công chúa Clementine Ward."

Janus nhìn nhà vua và Vương hậu. Đôi mắt long lanh, tràn đầy niềm hạnh phúc.

Nhà vua nhìn Thái tử, nở nụ cười mãn nguyện.

"Ta đã biết. Thật tốt là cuối cùng con đã nói ra."

"Phụ hoàng đã biết sao? Đúng là không gì có thể giấu được Phụ hoàng!" Thái tử cười.

"Không ai giấu được tình yêu, con trai ạ! Ta đã biết con và Công chúa yêu nhau từ buổi đầu con trở về nhà." Nhà vua nhìn Thái tử trìu mến.

Thái tử bắt đầu có chút ngại ngần, đưa tay gãi đầu, nói cùng Vương hậu.

"Mẫu hậu nghĩ thế nào?"

Vương hậu nở nụ cười hiền từ nhìn Thái tử.

"Ta mừng là con đã tìm được người phụ nữ của đời con. Cầu Chúa Tạo Hóa phù hộ cho hai con!"

Nhà vua quay sang, nói cùng Thái tử.

"Con là con trai duy nhất của ta, là Thái tử của Pride Lands. Lễ cưới của con hãy ăn mừng thật lớn. Để cả Đại Dương cùng chia sẻ niềm vui với chúng ta. Ta sẽ ra lệnh cho quan tư tế và quan tổng quản, cùng với Mẫu hậu con lên kế hoạch chuẩn bị cho lễ cưới. Đó phải là một lễ cưới linh đình và lộng lẫy nhất."

Thái tử nghe xong, liền nắm lấy tay nhà vua.

"Không, không, thưa Phụ hoàng!

Con không thể nào cho Đại Dương biết con vẫn còn sống. Sư phụ đã căn dặn con rất nhiều lần. Con không thể làm vậy được. Con chỉ cần một hôn lễ giản đơn, có quan tư tế, Phụ hoàng, Mẫu hậu và thúc phụ của Clementine. Thế là đã đủ cho con rồi."

"Nhưng còn Clementine? Dầu sao Clementine cũng là Công chúa và người thừa kế South Monia." Vương hậu nhíu mày.

"Nhưng... con..." Thái tử bối rối, không biết phải thưa gì với Phụ hoàng và Mẫu hậu.

Vương hậu hiểu ý, cầm tay Janus, nhỏ nhẹ nói.

"Thôi được rồi, để ta nói chuyện với Clementine xem sao. Mọi việc theo ý hai con."

Vương hậu liếc mắt nhìn nhà vua. Nhà vua yên lặng. Chút u buồn thoáng qua trên gương mặt.

Janus không nói gì, lẳng lặng bước bên Phụ hoàng và Mẫu hậu. Trời về chiều, ánh nắng nhẹ tênh. Từng đàn chim vỗ cánh bay về tổ ấm.

...

Đám cưới của Hoàng tử Pride Lands và Công chúa South Monia diễn ra giản dị, đầm ấm bên trong Đền thờ Tạo Hóa của Pride Lands. Quan tư tế nắm tay Hoàng tử, đặt lên tay Công chúa, giọng sang sảng như lời thiên sứ.

"Bởi hai con đã thề nguyền, kết ước suốt đời yêu thương, chung thủy, nhân danh Chúa Tạo Hóa, Đấng tạo dựng tình yêu và ban tình yêu cho nhân loại, ta tuyên bố, hai con từ nay chính thức là vợ chồng."

Quan tư tế dứt lời. Tiếng vỗ tay vang lên rộn rã, tiếng hát, tiếng đàn, và những tiếng cười hòa chung niềm vui đôi lứa. Janus ôm lấy Clementine, đặt nụ hôn nồng cháy lên đôi môi đỏ hồng của Công chúa. Công chúa xinh đẹp tuyệt vời trong bộ áo cưới đính đầy ngọc trai mà Vương hậu đã cho người đặt lấy. Vua Henry, Vương hậu và tướng quân Elishua nhìn đôi lứa mỉm cười mãn nguyện. Bất chợt, những giọt nước mắt lăn dài trên gò má Tướng quân. "Hỡi Abbas, người anh em của ta. Hôm nay, Clementine yêu quí của chúng ta đã không còn đơn độc." Tướng quân nhìn Công chúa, đưa tay lau dòng nước mắt hạnh phúc.

Chương 47:
OTILIA

Bên kia Đại Dương, South Monia đã bước vào mùa mưa. Vương hậu Otilia và Vua Siju dạo bước dưới mái hiên của Điện thờ Thủy thần.

"Ước gì Zinka cũng có những cơn mưa như vậy? Thủy thần lúc nào cũng nghiêm khắc với chúng ta." Vua Siju cất tiếng nói. Gương mặt thon dài lộ vẻ trầm tư.

"Không phải Hoàng huynh đến South Monia để ngắm trời mưa đấy chứ?" Vương hậu nhìn nhà vua, ánh mắt như dò xét.

Vua Siju lướt nhìn chung quanh mái hiên, khi thấy không còn ai, liền quay sang Vương hậu, nghiêm giọng nói.

"Muội không hề nói với ta, là muội lên đỉnh Nanga để tìm quả trứng "tiếng rồng". Muội thừa biết rằng, đó là điều cấm. Phụ hoàng đã phong tỏa hoàn toàn đỉnh núi, chính là vì không muốn ai có thể tìm thấy nó."

"Lại là Phụ hoàng. Tại sao muội phải vâng theo tất cả các lệnh của Phụ hoàng? Phụ hoàng đã làm nhiều điều tệ hại." Vương hậu giận dữ trả lời. Một nỗi buồn thoáng qua hai đồng tử.

"Muội vẫn còn giận Phụ hoàng về chuyện hỏa thiêu mẫu thân của muội hay sao?" Nhà vua nhìn Vương hậu, gặng hỏi.

Vương hậu im lặng, không nói tiếng nào, đôi mắt xa xăm nhìn về phía trước.

"Muội biết là Phụ hoàng không còn sự lựa chọn nào khác. Nữ phù thủy Bolanile đã gieo rắc nỗi sợ hãi khắp kinh thành. Bà ta thậm chí đã muốn làm Nữ hoàng của Zinka. Phụ hoàng buộc phải cho quân đội đàn áp và tiêu diệt tất cả các môn đồ của bà ta. Khi ban sắc chỉ hỏa thiêu các môn đồ của Ảo ảnh phái, Phụ hoàng không hề biết mẫu thân của muội cũng là môn đồ của Bolanile. Từ ngày quen biết Phụ hoàng, vương phi vẫn luôn che giấu thân phận thật của mình."

"Thì sao chứ? Mẫu thân của muội đã làm gì sai? Có chăng, là đã yêu Phụ hoàng với cả con tim, đến nỗi phải làm phản đồ của Bolanile, bị bà ta cho người truy giết. Nhưng đau đớn thay, người giết chết mẫu thân không phải là bà phù thủy đó, mà chính là người đàn ông mẫu thân hết lòng yêu thương, đến nỗi tính mạng cũng chẳng màng." Vương hậu bóp chặt hai bàn tay vào lan can. Đôi mắt chau lại, cố kìm nén dòng lệ đang chực trào ra nơi khóe mắt.

Bỗng chốc, một cơn gió thổi qua, lạnh cả gai người, rồi hình ảnh một người phụ nữ mặc áo choàng trắng tinh xuất hiện giữa đám lửa đang bừng bừng cháy. Vương hậu đưa tay chạm vào gương mặt đau khổ của người đàn bà, nhưng tất cả bỗng tan biến giữa không gian se lạnh.

"Mẫu thân!" Vương hậu khẽ gọi, giọng run run.

Vua Siju bấy giờ càng thêm kinh hãi. Gương mặt cứng đờ, nhà vua trố mắt nhìn Vương hậu.

"Otilia, là muội đã luyện thuật ảo ảnh?"

Vương hậu không trả lời, đôi mắt thẫn thờ nhìn vào khoảng không gian trống rỗng.

"Otilia! Muội... Sao muội lại luyện thứ tà thuật này? Muội thừa biết, đó là điều cấm." Nhà vua lên giọng.

"Điều cấm! Điều cấm! Chúng ta đã có quá nhiều điều cấm. Bởi vì chúng ta sợ hãi. Phụ hoàng đã sợ. Huynh cũng sợ. Muội luyện thuật ảo ảnh thì sao chứ? Đó là cách duy nhất muội có thể gặp lại mẫu thân. Thế gian này mấy ai hiểu được nỗi đau của cô bé lên mười phải chứng kiến cảnh mẹ mình bị cha mình thiêu đốt, nhưng chỉ biết bất lực đứng nhìn."

Vương hậu giận dữ trả lời. Đôi mắt màu hổ phách cuồn cuộn tối tăm, rồi lại lóe lên vẻ ma thuật kì dị.

"Hoàng huynh hãy lên đường về lại Zinka. Muội sẽ không bao giờ trả "tiếng rồng" về lại đỉnh Nanga." Otilia buông giọng lạnh lùng.

"Otilia, "tiếng rồng" là quả trứng do vua rồng Superbia để lại. Chúng ta không thể nào biết được nó có thể gây ra những hậu quả gì cho Đại Dương tinh và cho Zinka... Hãy nghe ta! Hãy trả nó về chỗ nó nên thuộc về!" Vua Siju cố thuyết phục Vương hậu.

Vương hậu chẳng hề màng đến tiếng van nài của anh mình, đưa cặp mắt liêu trai nhìn nhà vua, rồi quay gót bỏ đi. Vua Siju cất tiếng gọi với theo.

"Otilia, hãy dừng lại! Đừng để những hận thù và cay đắng giết chết muội!"

Nhưng Vương hậu không hề quay đầu lại, cứ thế bước đi, rồi khuất dần sau dãy hành lang trước cửa Điện thờ. Vua Siju thẫn thờ đứng trông theo. Nỗi thất vọng trễ dài trên gương mặt đen bóng.

Trời vẫn mưa. Từng hạt mưa giăng đều bên mái hiên, làm mọi thứ càng thêm u tối. Ngày mai, không biết Đại Dương tinh sẽ thế nào. Vua Siju thở dài, bước về cung điện. Mái tóc đuôi sam vắt ngang bờ vai buồn tẻ.

...

"Keng!" "Keng!" "Keng!"

Tiếng kẻng Trại chỉ huy Agina kêu vang, như đánh thức cả hòn đảo thức dậy đón chào một ngày mới đến. Các thuyền nhân South Monia bắt đầu đổ về Trại chỉ huy. Ai nấy ngạc nhiên nhìn thấy vô số bông hoa được trang hoàng lộng lẫy dọc các hành lang, lối đi và khung cửa. Mọi người nhìn nhau, chờ đợi điều tốt lành gì đang đến. Tướng quân Elishua xuất hiện trong bộ quân phục thủy binh, giơ tay ra hiệu cho tất cả yên lặng, rồi dõng dạc tuyên bố.

"Hỡi các thuyền nhân và binh sĩ South Monia, chúng ta có mặt hôm nay để chào đón một ngày vui, một ngày tuyệt vời để loan báo tin mừng, và giới thiệu Hoàng tế của South Monia. Nào, Agina, hãy chào đón Công chúa, Nữ hoàng yêu mến của chúng ta, Clementine Ward và phu quân, Hoàng tế Janus!"

Lời tướng quân vừa dứt, bên dưới dân chúng bắt đầu xôn xao.

"Hoàng tế của chúng ta!"

"Nữ hoàng của chúng ta đã kết hôn!"

"Là người anh hùng Janus!"

Rồi phút chốc, hết thảy dân chúng cùng hô vang "Nữ hoàng Clementine vạn tuế! Hoàng tế Janus vạn tuế!" khi nhìn thấy Clementine và Janus sánh bước đi ra từ phía trong Trại chỉ huy. Công chúa cười rạng rỡ và rạng ngời trong bộ áo cưới ngọc trai và chiếc vương miện bằng vàng do Vương hậu Catherine ban tặng. Hoàng tử Janus lịch lãm, oai nghiêm, ra dáng một quân vương với chiếc mũ bằng vàng và trang phục truyền thống của Hoàng gia South Monia.

Tiếng cười nói râm ran. Ai nấy đều vui mừng khi nhìn thấy Nữ hoàng yêu mến của họ được hạnh phúc. Tướng quân Elishua lại cất tiếng nói.

"Hôn lễ của Nữ hoàng và Hoàng tế đã được cử hành tại vương quốc của Hoàng tế đáng kính. Nữ hoàng muốn ta thông báo tin vui này đến các ngươi. Và hôm nay, hết thảy thuyền nhân và binh sĩ, Nữ hoàng đã ra lệnh mở kho dự trữ, ban phát cho mỗi gia đình một cân lương khô. Hỡi Agina, hãy ăn mừng ngày vui của Nữ hoàng! Cầu Chúa Tạo Hóa phù hộ Nữ hoàng và Hoàng tế, ban ơn cho họ dẫn dắt chúng ta sớm về nhà!"

Tiếng đoàn dân lại bắt đầu vang lên.

"Nữ hoàng vạn tuế! Hoàng tế vạn tuế! South Monia vạn tuế!"

Công chúa nhìn xuống đoàn dân, mỉm cười trìu mến, rồi nắm tay Janus, thì thầm.

"Chưa bao giờ Agina lại vui mừng đến vậy. Thiếp đã nói chàng là tia sáng của chúng ta."

Janus âu yếm nhìn Công chúa, rồi nhìn xuống đoàn dân.Trời nắng nhẹ, soi ánh ban mai lấp lánh trên gương mặt nồng ấm niềm hân hoan hạnh phúc của thuyền nhân Agina.

...

Khuất xa trong căn phòng bí mật của vua Sắt tại Cung điện Mùa đông, Vua Fedor đang hoàn chỉnh con châu chấu bằng sắt khổng lồ.

Đại học sĩ Anton khệ nệ bước đến. Đại học sĩ là người duy nhất được nhà vua cho phép bước vào căn phòng bí mật.

"Bái kiến Bệ hạ. Thần có tin tức mới của Đại Dương. Thương chiến South Monia - Pride Lands đang càng trở nên quyết liệt. Mới đây, Aetius đã tăng giá bán một số mặt hàng vào Pride Lands gấp 5 lần tháng trước, đồng thời tăng phí vận chuyển tất cả các mặt hàng qua eo biển Asin. Đổi lại, Pride Lands cùng với Liên minh Tây Bắc đã tăng giá các mặt hàng bằng đồng và vàng lên gấp 7 lần khi bán vào South Monia. Quan hệ ngoại giao của hai vương quốc gần như bị cắt đứt, kể từ sau khi Aetius dẫn quân đến cảng số 3 của Pride Lands. Pride Lands đã trục xuất tất cả các thương lái người South Monia tại Thủ Thành, vì sợ họ sẽ làm do thám cho Aetius. Hiện tại, nguy cơ về một cuộc chiến trên biển giữa South Monia và Pride Lands là hoàn toàn có thể xảy ra. Các vua Đông Nam đang lo sợ bị kéo vào một cuộc chiến không mong đợi."

Đại học sĩ báo cáo với nhà vua, trong khi nhà vua vẫn cặm cụi bên con châu chấu sắt.

"Vậy còn Agina và Đảo San Hô thế nào?" Nhà vua hỏi.

"Akito đang tiến quân về Đảo Vua, nhưng không ai biết được hiện tại đội quân của Akito đang đóng trại tại đâu. Agina vẫn không có động tĩnh gì, ngoài việc Công chúa Clementine đã kết hôn."

"Ngươi vừa nói gì?" Nhà vua giật mình, đánh rơi cái búa sắt. Clementine đã kết hôn? Với ai? Là Hoàng tử hay Quốc vương phương nào?" Nhà vua hỏi dồn dập.

"Thưa Bệ hạ, hình như là một Thợ săn bí ẩn ở trên đảo. Bệ hạ cũng biết, tin tức về Agina đối với chúng ta vẫn còn hạn chế, do các thám tử của ta không thể thâm nhập vào đảo; chúng ta cũng không thể đưa hệ thống tiệm rượu của chúng ta đến đó." Đại học sĩ đáp lời.

Vua Fedor rời khỏi cỗ máy, ngẫm nghĩ một hồi, rồi ra lệnh cho đại học sĩ.

"Được rồi, hãy theo lệnh ta. Cho người thu mua các mặt hàng đang bị áp giá của South Monia và Pride Lands, nhất là muối, đồng và vàng. Khi gấu và hổ cấu xé nhau, là lúc chúng ta đi săn mồi. Hãy trả giá tốt nhất, và trữ các mặt hàng đó vào kho. Rồi ngươi xem, chúng ta sẽ giàu có thêm nhờ bọn họ."

Nói xong, vua ra lệnh cho đại học sĩ gọi một tên cận vệ ra vườn thượng uyển, rồi với tay lấy hai chiếc áo phao đặc biệt, được nhà vua thiết kế cùng với châu chấu sắt, mở một mật đạo thông từ phòng thí nghiệm ra vườn thượng uyển.

"Nào, hãy lại đây. Ta sẽ chỉ cho ngươi cách điều khiển con châu chấu thần kỳ của ta. Đã đến lúc cho nó tập bay rồi." Nhà vua phán cùng tên vận vệ khi tên cận vệ vừa chạy đến.

Châu chấu sắt là một cỗ máy cao chừng một thước, dài hai thước, có bốn bánh xe lăn, một đôi cánh sắt, một con quay ở bụng, và một chong chóng khổng lồ phía bên trên. Nhà vua ra lệnh cho tên cận vệ quay con quay liên tục, đẩy châu chấu chạy nhanh trên đường băng thẳng tắp, nối khu vườn với quảng trường bên trái cung điện, rồi từ đó châu chấu mượn sức gió bay lên, xa dần mặt đất. Vua Fedor phấn khởi cười lớn tiếng.

"Thành công rồi! Ta đã làm được! Cuối cùng ta đã có thể bay!"

"Thật không thể tin được! Cứ như là một giấc mơ! Chúng ta đang bay như chim, thưa Bệ hạ!" Tên cận vệ thốt lên.

Vua Fedor chỉ về hướng Chính Điện, cất to giọng nói.

"Về Chính Điện thôi!"

Nhà vua nói xong, liền quay cần lái, điều khiển hướng bay về Chính Điện. Nhưng khi vừa chuẩn bị hạ cánh, thì "Ầm", cỗ máy bỗng đâm sầm xuống vườn păng-xê trước mặt. Đám vệ binh tức tốc chạy đến.

Tên cận vệ luống cuống mở chiếc áo phao trên người, hốt hoảng kêu lên.

"Bệ hạ! Bệ hạ! Người không sao chứ?"

"Ta không sao! Nhờ cái áo này!" Vua Fedor vừa nói, vừa tháo chiếc áo phao ra khỏi người.

Đám vệ binh tìm cách kéo nhà vua và tên cận vệ thoát ra khỏi cỗ máy, rồi đưa về cung.

"May là bệ hạ không bị thương nặng, chỉ xây xát ngoài da. Xin bệ hạ bảo trọng." Thái y vừa nói, vừa bôi thuốc vào mấy vết thương trên tay nhà vua.

Vừa lúc đó, một tên lính chạy vào bẩm báo: "Thưa Bệ hạ, có Vương hậu Otilia của South Monia diện kiến, đang chờ bệ hạ ở Chính Điện."

"Otilia?" Nhà vua chau mắt nhìn tên lính. "Ta sẽ đến. Gọi đại học sĩ cho ta."

Vừa bước đến cửa phòng khách Chính Điện, Vua Fedor phải dừng chân bên cửa, bởi mùi hoa ly thoang thoảng bay ra từ căn phòng. Nhà vua hít một hơi nhẹ, tiến vào bên trong.

"Chào mừng đến với Vùng Đất Sắt, Vương hậu Otilia. Ta đã nghe về "biểu tượng vẻ đẹp phương Nam", với hương thơm ngào ngạt đến nỗi mỗi bước đi của Vương hậu luôn có những đàn bướm bay theo. Hôm nay vinh hạnh được chào đón Vương hậu tại Cung Điện Mùa Đông. Quả đúng là một ngày đẹp trời." Nhà vua cất tiếng khi vừa ngồi xuống chiếc ngai bằng sắt được lót một gối thảm thêu chỉ vàng, với các hoa văn tinh xảo.

Vương hậu nghiêng đầu chào nhà vua. Mái tóc đen tuyền được tết thành các bím nhỏ công phu, và buộc lại bằng các khuyên tròn bằng vàng lấp lánh.

"Xin chào Nhà vua khôn ngoan của Vùng Đất Sắt. Ta cũng đã nghe về sự thông thái của nhà vua. Hôm nay cuối cùng đã gặp. Thật là vinh hạnh, vinh hạnh."

Vương hậu nói xong, vỗ nhẹ hai tay. Bốn tùy tùng khiêng đến hai thùng gỗ nặng, đầy trái cây và lá trà khô. Vương hậu ra hiệu cho tùy tùng mang lại gần ngai sắt, rồi nói.

"Ta có chút quà gửi tặng nhà vua. Đều là đặc sản của South Monia. Những trái cây ngon nhất chỉ có ở "vùng đất thịnh vượng" và những lá trà hảo hạng được chọn lọc cẩn thận chỉ để dùng cho vua."

Vua Fedor cảm ơn, cho lính mang mấy thùng gỗ về phòng ngự thiện, rồi vui vẻ nói cùng vương hậu.

"Ta đã nghe tin về cuộc thương chiến giữa South Monia với Pride Lands. Biết trước, Vua Aetius sẽ cho người đến đây. Thật không ngờ, lại đích thân Vương hậu. Hãy nói ta nghe. Điều gì đã mang người phụ nữ quyền lực nhất phương Nam đến xứ sở lạnh giá này?"

"Ta đến đây, có hai việc quan trọng. Một là, South Monia muốn đặt một đơn hàng lớn các binh khí và tàu chiến. Hãy xem, đây là đơn hàng của ta. Hai là, nhà vua của ta muốn mời Vùng Đất Sắt liên minh chống lại Liên minh Tây Bắc và Pride Lands." Vương hậu đưa cho nhà vua một cuộn giấy và nói.

Vua Fedor liếc mắt nhìn cuộn giấy, rồi đáp lời.

"Đơn hàng này, đã sẵn sàng cho Vương hậu. Quan thủ kho của ta sẽ làm việc với Vương hậu. Còn về việc liên minh... Nhà vua xoay hai viên bi sắt trong tay, lim dim mắt. Để ta xem lại. South Monia độc chiếm eo biển Asin, gây phẫn nộ cho nhiều vương quốc. Ta là một thương nhân. Không muốn mếch lòng các vua của Đại Dương tinh."

"Nhà vua nói đúng lắm. Vương hậu tiếp lời. Vì vua là một thương nhân, nên mới càng không nên bỏ qua liên minh này. Hiện chúng ta đang cần thêm quân trấn giữ vùng biên giới Đảo Vua. Nếu nhà vua đồng ý gửi quân sang, khi mọi thứ ổn định, Vùng Đất Sắt sẽ được miễn phí vận chuyển qua eo biển Asin. Ta biết hệ thống tiệm rượu của Vùng Đất Sắt mỗi năm thu về khá nhiều bạc cho nhà vua. Nếu chúng ta liên minh cùng nhau, con đường vận chuyển của phương Nam sẽ là của chúng ta. Không những vậy, ta đều biết, nếu Pride Lands bị tiêu diệt, sẽ không còn ai đủ mạnh để cạnh tranh với Vùng Đất Sắt về nguồn cung vũ khí cho Đại Dương. Liên minh này đối với nhà vua, lợi hơn là hại.

South Monia là mẫu quốc của Đảo San Hô. Việc chúng ta đưa quân bảo vệ eo biển Asin âu cũng là bảo vệ đường biên giới của hai vương quốc. Các vua Tây Bắc và một số vua Đông Nam phản đối chúng ta, chẳng qua vì điều này ảnh hưởng đến lợi ích của bọn họ. Một khi cơn sóng này qua đi, mọi việc lại đâu vào đó. Nhưng tương lai của Vùng Đất Sắt thì lại phụ thuộc vào quyết định của nhà vua hôm nay. Hãy suy nghĩ về lời đề nghị này. Ta đợi tin của nhà vua." Vương hậu nói.

"Được rồi, dầu sao Vương hậu cũng không thể trở về South Monia hôm nay. Hãy ở lại Cung Điện Mùa Đông đến ngày mai. Ngày mai ta sẽ trả lời Vương hậu."

Sáng hôm sau, Vua Fedor gặp Vương hậu ở Chính Điện.

"Xe ngựa của ta đã sẵn sàng. Nhà vua có câu trả lời cho ta rồi chứ?" Vương hậu hỏi.

Nhà vua xoay tròn hai viên bi sắt trong tay, nhấp nhẹ chén trà, rồi nói.

"Đã có. Đây là câu trả lời của ta. Ta đồng ý gửi quân đi, với hai điều kiện. Một là, ta muốn là nhà độc quyền phân phối muối và các sản phẩm lông chiên qua eo biển Asin. Hai là, ta sẽ gửi quân đến Vương Thành, không phải Đảo Vua. Ta không muốn cả Đại Dương nghĩ rằng ta liên minh với South Monia để chiếm Đảo San Hô. Và dĩ nhiên, quân đội của ta cần phải được trả lương để bảo vệ Vương Thành. Đây là bảng giá của ta."

Nhà vua ra hiệu cho đại học sĩ Anton đưa cho Vương hậu một cuộn giấy. Vương hậu cầm lấy cuộn giấy, trả lời nhà vua.

"Được rồi. Ta sẽ chuyển thư này đến Đức vua của ta. Hãy đợi tin từ Vua Aetius."

Vương hậu nói xong, liền ra lệnh cho Heros và tùy tùng rời khỏi cung điện. Chút nắng yếu ớt của ngày đầu đông soi bóng Vương hậu khuất dần sau cổng Sắt. Vua Fedor đứng trông theo, rồi nói cùng đại học sĩ.

"Nếu có một người nào ở Đại Dương tinh khiến ta phải e dè, thì đó chính là Otilia."

Chương 48:
TIẾNG GẦM

Mùa thu tràn về khắp Vùng Đất Sắt. Từng cơn gió mát lạnh thổi qua những khu vườn đỏ như màu lửa của Kinh thành. Từ sáng sớm, các sứ giả của nhiều vương quốc đã tìm đến Cung điện Mùa Đông. Vua Fedor đứng trông từ cửa sổ thư phòng. Đôi mắt phù quang không bao giờ hé lộ vui buồn, yên lặng quan sát từng đoàn người tiến vào Cổng Sắt. Trời không chút nắng. Những lớp sương mờ giăng lãng đãng. Đại học sĩ Anton hớn hở bước vào. Chiếc áo choàng nhung đỏ che bớt cái bụng tròn bằng một đai nịt bằng da. Đại học sĩ tươi cười cúi chào nhà vua. Đôi mắt híp lại trên gương mặt tròn vo chảy xệ.

"Bái kiến Bệ hạ! Quả y như Bệ hạ tiên liệu. Các vua phương Nam đã sai sứ giả đến mua vũ khí, và các mặt hàng đang bị tăng giá do thương chiến. Hai ngày qua, chúng ta đã bán hơn 20 đơn hàng, trị giá hơn 700,000 bảng vàng. Thần đã làm theo lời Bệ hạ căn dặn, tăng giá gấp ba tất cả các mặt hàng quân sự, và mở các khoản vay cho các nước không đủ ngân sách."

Nhà vua vo tròn hai viên bi sắt trong tay, điềm tĩnh hỏi, trong lúc mắt vẫn quan sát bên ngoài Cổng Sắt.

"Bao nhiêu vương quốc đã đồng ý các khoản vay?"

"6, thưa Bệ hạ!" Đại học sĩ trả lời.

"Được rồi. Từ ngày mai, tạm ngưng mọi giao dịch. Thông báo cho các sứ giả, do đơn đặt hàng quá nhiều nên nguồn cung tạm thời của chúng ta không đủ cho các đơn đặt hàng mới. Bảo họ có thể đặt hàng và đặt cọc trước, chúng ta sẽ thông báo khi số lượng sẵn sàng."

"Tuân lệnh, Bệ hạ! Ắt hẳn Bệ hạ đã có tiên liệu mới." Đại học sĩ mỉm cười khâm phục.

Vừa cúi chào nhà vua để quay lui, thì bỗng "ầm", một tiếng nổ vang lên như sấm, những tia chớp xoẹt qua khung cửa sổ. Đại học sĩ giật mình bước lùi lại đàng sau, trong lúc vua Fedor vẫn bình tĩnh nhìn lên bầu trời. Bầu trời xám xịt. Những vầng mây trở nên đen kịt như than cháy. Không gian tối sầm rồi lại sáng. Đại học sĩ bước lại gần nhà vua, giọng có chút lo sợ, "Vũ điệu cuồng vân", là điềm gở."

Nhà vua không nói gì, chăm chú nhìn những đám mây đen.

...

Bên kia dãy rừng già, Vương hậu Catherine đang ngồi đan áo bên cửa sổ. Vua Henry vừa bước vào phòng, bỗng nghe tiếng sấm sét ầm ầm vang dội. Một luồng gió mạnh thổi qua, làm ngã rạp những luống hoa bên khung cửa. Vương hậu buông mũi kim đan xuống, níu cánh tay nhà vua, kinh hãi nhìn lên những đám mây đen che phủ một vùng trời tăm tối. Nhà vua ôm tay trấn an Vương hậu một hồi, rồi phán cùng tên hộ vệ đang chầu ngoài cửa.

"Cho gọi quan tư tế!"

Rồi nhà vua buông tay Vương hậu, nhanh chóng rời khỏi hậu cung.

...

Bên kia Đại Dương, Vua Akito cùng quân lính đang tập luyện trên Đảo Chim Sẻ, bỗng sững sờ dừng lại, kinh hoàng nhìn lên bầu trời đầy sấm sét. Tướng quân Daishi lại gần nhà vua, bồn chồn hỏi.

"Thưa Hoàng thượng, có chuyện gì đó đang xảy ra. Từ ngày chào đời, thần chưa bao giờ thấy chuyện gì giống vậy." Tướng quân cầm chặt thanh trường kiếm trong tay, yết hầu không ngừng chuyển động.

"Ta cũng như ngươi. Thật không biết chuyện gì đang diễn ra.

Chuyện gì đó, kinh khủng hơn hiểu biết của chúng ta sắp xảy ra chăng? Hãy cho quân lính nghỉ ngơi một lát, đợi qua cơn sấm sét, rồi tập luyện lại."Nhà vua phán, gương mặt vẫn bình thản, dầu hai đồng tử xoay tròn trong đôi mắt.

Bầu trời vẫn sấm sét, gầm thét hàng giờ. Tiếng gầm ghê rợn làm rung chuyển cả những căn nhà gỗ lá của các thuyền nhân Agina. Công chúa Clementine giật mình chạy về Trại chỉ huy. Tướng quân Elishua và Janus cũng vừa đến.

"Có chuyện gì vậy, thúc phụ?" Công chúa lo lắng hỏi, khi vừa bước chân qua ngạch cửa.

"Ta cũng không rõ, thưa Công chúa! Nghe như tiếng gầm rú của loài rồng." Tướng quân nói. Công chúa để ý đôi mắt đầy hoài nghi và lo lắng chưa từng thấy trên gương mặt của thống lĩnh Thủy quân.

Janus vội vàng đến bên Công chúa.

"Clementine, nàng hãy ở đây với thúc phụ. Ta biết phải tìm câu trả lời ở đâu?" Janus nói xong, liền thoát mình qua cánh cửa.

Trên bầu trời, mây đen vẫn chằng chịt, nhưng không hề có một hạt mưa. Tiếng gầm rú the thé và tiếng sấm sét đùng đùng làm hoảng sợ cả những thú rừng hung dữ nhất của Agina. Janus phi người băng qua mấy con suối, rồi đến chỗ sư phụ. Lối cầu thang dẫn lên phòng sư phụ vẫn sáng đèn, nhưng vẻ yên tĩnh bất thường làm Janus thêm lo lắng. Janus chạy nhanh về phía phòng sư phụ, hoảng hốt nhìn thấy sư phụ đang nằm thoi thóp trên tảng đá phủ lông thỏ rừng. Vừa nghe thấy tiếng động, sư phụ liền cất tiếng.

"Là Janus phải không con?"

"Là con đây, sư phụ!"

Janus trả lời, rồi chạy đến bên tảng đá.

"Chuyện gì đã xảy ra với sư phụ? Tại sao trông sư phụ dường như yếu hẳn?"

"Ta không sao! Chuyện này phải đến, như đã được chép trong sách Thánh." Sư phụ vừa nói, vừa từ từ ngồi dậy.

Janus đem đến cho sư phụ một chén mật ong, rồi đỡ sư phụ dựa vào lòng.

"Nào, sư phụ hãy ăn một chút mật cho lại sức."

Janus nói, rồi lấy một thìa mật ong cho vào miệng sư phụ. Sư phụ vẫy tay từ chối, lấy ra một chiếc nhẫn đính ngọc, chầm chậm nói.

"Viên ngọc con đưa cho ta, ta đã làm nên chiếc nhẫn này. Hãy giữ nó cẩn thận, như chính sinh mạng con. Tuyệt đối không được làm mất, hay để nó rơi vào tay bất cứ kẻ nào của Đại Dương tinh, dù là người hay thú vật, nhất là rồng."

Janus cầm lấy chiếc nhẫn, ngắm nhìn viên ngọc. Viên ngọc màu xanh nước biển, vẫn sáng bóng, lấp lánh và bí ẩn như lần đầu Janus nhặt lấy nó từ chim đại bàng. Janus đeo chiếc nhẫn vào tay, rồi quay sang hỏi sư phụ.

"Nói đến rồng, sư phụ có nghe tiếng gầm rú hôm nay. Thứ âm thanh nghe thật ghê hồn. Chúng đã cất lên giữa bao nhiêu tiếng rền của sấm sét. Thứ đó là gì vậy, thưa sư phụ?"

Sư phụ nhìn Janus một hồi, từ tốn nói.

"Con đã đến đây, từ lúc lên mười. Ta đã huấn luyện con hai mươi lăm năm. Đã đến lúc, con phải đương đầu cho cuộc chiến. Ta phải đi, vì thời gian của ta ở Đại Dương tinh đã hết. Nhưng sẽ có một người đến sau ta. Người đó sẽ cho con biết con cần làm gì. Chớ lo lắng, chớ rúng động, vì Chúa Tạo Hóa sẽ ở cùng con. Hãy nhớ lời ta dặn, hãy bảo toàn viên ngọc như bảo toàn mạng sống con."

Sư phụ nói xong, nhắm mắt lại, hai tay buông xuôi xuống người Janus, hơi thở tắt lịm. Janus ôm lấy sư phụ, hét lên đau đớn.

"Sư phụ, xin đừng bỏ con!"

...

Từ ngày bị bão cuốn trôi đến Agina, Janus đã được sư phụ đem về hang đá, ngày ngày cho ăn mật ong rừng, dạy bắn cung, tập kiếm. Lớn hơn chút nữa, Janus bắt đầu tập săn các loài thú rừng, học cách lại gần chúng, tìm hiểu cách chúng tương giao. Bao nhiêu lần bị thú dữ tấn công, có lần tưởng chừng không sống nổi, nhưng lúc nào sư phụ cũng kề bên chăm sóc tận tình. Sư phụ còn dạy Janus rất nhiều điều từ những câu chuyện trong sách Thánh, học cách làm người từ cách cai trị của những vị vua của Đại Dương tinh.

Xa Pride Lands, xa Thủ Thành, xa Cung điện Bốn Mùa, nỗi nhớ Phụ hoàng và Mẫu hậu từng ngày xé nát trái tim chàng Hoàng tử, nhưng chính sư phụ đã rèn cho Janus một ý chí kiên cường, một trái tim dám từ bỏ tất cả vì Đại Dương tinh, vì những con người Janus yêu và muốn bảo vệ.

Giờ đây, sư phụ không còn, cảm giác như một phần trái tim mình đang chết lặng, dẫu biết rằng sư phụ đã đi về một nơi tốt hơn, nơi sư phụ vẫn thuộc về. Janus ôm lấy sư phụ một hồi, nghẹn ngào thốt lên.

"Tạm biệt... cha!"

Xong, Janus lau dòng nước mắt, ôm sư phụ vào lòng, băng qua thác nước, trở về Trại chỉ huy.

...

Khuất sâu trong căn hầm bí mật của Otilia tại Điện Thủy thần, "tiếng rồng" đã thức dậy từ cái trứng đen sần sùi trong ổ lót. Toàn thân đỏ tía, mình đầy gai tua tủa, trên đầu cũng có một chùm gai, trông như một vương miện. Nó thè cái lưỡi đỏ tươi, lắc lắc đầu, gầm rú vang trời, như báo hiệu một điềm xấu cho Đại Dương tinh.

Cả Vương Thành South Monia nhốn nháo. Aetius và quần thần đưa mắt nhìn nhau. Chỉ mình Otilia biết được chuyện gì đang diễn ra, bèn hối hả chạy xuống tầng hầm. Vừa nhìn thấy Otilia, "tiếng rồng" bước lại gần, lên tiếng.

"Xin chào Otilia!"

Otilia kinh ngạc nhìn "tiếng rồng", thốt lên.

"Nhà ngươi có thể nói được tiếng loài người sao?"

Con rồng gật gật cái đầu đầy gai.

"Ta có thể nói được bất cứ ngôn ngữ nào!"

Otilia dạn dĩ bước lại gần, ôm cái cổ rồng, vuốt ve lớp vảy sần sùi, rồi nói.

"Chào mừng đã đến với Đại Dương tinh, rồng con Saphire! Đó sẽ là tên của nhà ngươi."

Otilia nói xong, nhếch miệng cười. Đôi mắt màu hổ phách loé lên niềm thỏa mãn. Rồng Saphire trân mắt đỏ ngầu nhìn quanh những bức tường bằng đá.

Nơi biệt ngục, Rồng đen Saphiro giật mình, lắng nghe tiếng rú của Saphire. Chút hoảng sợ thoáng qua đôi mắt lồi to. Nó di chuyển vào một góc của ngục giam, lặng im nhắm mắt.

Bên ngoài, sấm chớp lặng dần. Trời bắt đầu mưa nhẹ, mưa rả rích trên những mái nhà ngói đỏ của vương đô...

...

Agina, buổi chiều buồn giăng mắc. Janus đã đắp xong phần mộ cho sư phụ, trên một khoảng đất bằng phẳng trong rừng Agina. Khẽ đặt mấy khóm hoa xuống bên bia mộ không đề chữ, Công chúa nhìn Janus, bồi hồi hỏi.

"Chàng không biết tên họ và quê quán của sư phụ mình sao?"

"Không!" Janus buồn bã lắc đầu.

Tướng quân Elishua lại gần, vỗ nhẹ vai Janus.

"Ngài ấy không cần một cái tên. Vì tên Ngài ấy là Thiên thần. Chính sư phụ hoàng tế là người đã giải cứu và bảo vệ hai dòng giống quan trọng nhất Đại Dương tinh, Hoàng tế và Công chúa. Ai có thể làm được điều đó, nếu không phải là thiên thần của Tạo Hóa."

Janus nghe xong, thấy lòng mình dịu nhẹ, mím chặt hai bờ môi, khẽ gật đầu.

"Anh hùng còn có một cái tên. Nhưng sư phụ quả đúng là một thiên thần." Janus nói, rồi lấy viên đá viết lên tấm bia mộ mấy chữ "Thiên thần đã rời Agina vào mồng 10 tháng 12, năm 1000 sau Thánh Chiến."

Chương 49:
HUYẾT CHIẾN SOUTH MONIA: SỰ TRỞ LẠI CỦA LOÀI RỒNG I

Mùa xuân thứ 1001 sau Thánh Chiến, Đại Dương tinh sắp bước vào cuộc chiến ngàn năm có một. Vua Fedor đã gửi 15,000 quân đến Vương Thành South Monia. South Monia đã tăng cường quân đội tại Đảo Vua, và gửi 15,000 thủy quân Đảo San Hô đến eo biển Asin. Bên kia Đại Dương, thủy quân Pride Lands vẫn đêm ngày tập luyện. Các đội quân của Agina và Đảo Chim Sẻ được lệnh sẵn sàng ra trận bất cứ lúc nào. Rồng đen Saphiro vẫn bị giam trong khu biệt ngục. Rồng đỏ Saphire hằng ngày ở bên Vương hậu Otilia. Thật khó nói trước, cuộc chiến này, ai thắng ai thua. Nhưng chắc chắn một điều, những cơn sóng cuồn cuộn ngoài kia đang chờ đợi để nuốt chửng những người lính của Đại Dương tinh.

Đêm đã về khuya. Ngọn đèn trong Trại chỉ huy vẫn còn le lói, soi bóng tướng quân Elishua đổ dài trên vách tường gỗ. Trời về đêm, những vì sao sáng ngời, là thời điểm lý tưởng để Tướng quân quan sát, xác định tiết trời, hướng gió. Thủy chiến không giống như đánh bộ. Sóng và gió có thể quyết định phần lớn thắng thua. Tấm bản đồ Đại Dương đang bày ra trước mắt. Tướng quân cần lên kế hoạch cuối cùng cho trận huyết chiến, trước cuộc họp của Công chúa với Vua Henry và Vua Akito trung tuần đến.

Ngoài kia, biển vỗ ầm ầm. Biển Thành chập chờn dưới những vì sao...

Aetius đã kéo thêm quân từ vương đô về Biển Thành để sẵn sàng cho trận huyết chiến. Otilia cũng dẫn 10,000 quân Thủy thần tham chiến. Trên tường thành, các súng pháo đá được lắp đặt nhiều hơn. Những bao cát chất đầy hai bên cổng thành. Một tên lính gác hớt hải chạy vào bẩm báo.

"Chúng đã đến! Pride Lands và Agina đã đến, thưa Bệ hạ!"

Nhà vua ra lệnh cho tập hợp thủy quân, rồi quay sang Vương hậu.

"Nàng hãy ở lại giữ thành. Ta và tướng Moab sẽ đi ra tiêu diệt hết bọn Tây Bắc và đám phản quân Agina."

Vương hậu ngần ngừ, vừa tính nói gì thêm, thì nhà vua đưa tay ra hiệu.

"Ý ta đã quyết!"

Xong, vua cùng tướng Moab dẫn quân ra khỏi cổng thành. Thanh trường kiếm bằng vàng vắt sau lưng áo giáp.

Mặt trời đỏ rực, treo lủng lẳng phía đằng mây. Những con tàu Agina từ từ hiện ra giữa những cơn sóng bọt tung trắng xóa. Tướng quân Elishua hiên ngang đứng trước mũi tàu chỉ huy. Dáng người cao to, những bắp tay vạm vỡ, bộ râu quai nón bừng lên niềm kiêu hãnh và ánh mắt đăm chiêu nhìn về hướng Biển Thành. Bên cạnh là Công chúa Clementine Ward, vững vàng trong áo giáp ngắn và thanh Katana huyền thoại giắt sau lưng. Mái tóc nâu vàng được buộc cao, lộ rõ gương mặt đầy khí phách.

Hôm nay, cuối cùng họ đã trở về quê hương. Mới đó đã mười hai năm, chín tháng, bảy ngày. Trại chỉ huy đã ba lần phải dựng lại do vài cơn bão. Công chúa đưa mắt nhìn chung quanh biển cả, rồi dừng lại trên nóc tường thành xa xa. Bao nhiêu cảm xúc ùa về, làm nghẹn ngào con tim. Không biết bây giờ Biển Thành ra sao? Những khói lửa, những tiếng kêu than, và hình ảnh bao nhiêu thủy binh đã nằm xuống trong ngày vượt biển lại hiện về như mới hôm qua. Công chúa hít một hơi dài, rồi nói.

"Cuối cùng đã được trở về nhà!"

Janus nhẹ nhàng đến bên Công chúa. Im lặng chia sẻ niềm vui sâu lắng. Bỗng "ầm", "ầm", tiếng súng pháo đá bắn trượt vào tàu Agina, rơi đùng xuống biển. Nước biển tung cao, sà vào vài tàu chiến Agina. Những làn mưa tên bay vèo vào những con tàu. Janus vung kiếm, chém bay một làn tên trước mặt Công chúa, rồi nói "Ở đây nguy hiểm, nàng hãy vào trong. Ngoài này đã có chúng ta." Công chúa gật đầu, phóng nhanh vào phía trong boong tàu.

Theo hiệu lệnh của tướng quân Elishua, tốp tàu chiến lớn của Agina và Pride Lands bắt đầu tiến gần lại các tàu của South Monia, rồi bất ngờ dùng thang đổ bộ kìm chặt tàu địch, đẩy chúng lại thành từng cụm nhỏ. Quân lính Pride Lands và Agina theo thang đổ bộ ào ạt tiến qua, dùng kiếm giết chết nhiều binh lính của South Monia.

Trong lúc Aetius đang tìm cách đưa quân lại gần phía tàu Agina, thì từ đằng xa, một đoàn tàu khác đang tiến lại. Aetius ngước mắt nhìn. Là tàu của Vua Akito. Lá cờ Đảo San Hô tung bay lồng lộng giữa bao la biển cả. Aetius chần chờ một lát, rồi hét lên.

"Rút quân!"

Toàn bộ tàu South Monia bắt đầu chuyển hướng. Các tàu Pride Lands và Agina lập tức đuổi theo. Những làn mưa tên bay xối xả vào các tàu của Aetius. Nhưng hướng gió Đông Nam lại thuận lợi cho các tàu Aetius lái nhanh về bờ biển. Trời bắt đầu nhá nhem tối. Tướng quân Elishua ra lệnh không tiến đến gần bờ, nên các tàu Agina và Pride Lands đậu xa ngoài bờ biển.

...

Aetius giận dữ đập tay xuống bàn trong thư phòng của phủtướng quân.

"Thật là tức chết đi được. Tên Akito đã trốn mất phương nào. Sao hôm nay lại bất ngờ xuất hiện, hùa chung với đám Clementine và Henry Foreman? Mà hắn có cả một đội quân cơ đấy. Vương hậu, Moab, sao không ai tìm được tung tích của một đội quân đến 20,000 lính chứ? Bọn chúng đâu phải là một đàn kiến!" Nhà vua trừng mắt nhìn Moab, quăng cặp mắt đỏ ngầu như có lửa.

Moab luống cuống trả lời nhà vua.

"Thần đã cho người tìm khắp nơi. Biết tin Akito đang tập hợp quân đội, nhưng không thể biết hắn có bao nhiêu lính, và đang đóng trại tại đâu. Bệ hạ cũng biết, Đảo San Hô có hơn 100 đảo. Với thời gian của chúng ta tại Đảo San Hô, thật không thể nào lục soát hết. Huống hồ đám quan trấn thủ và đám dân đen vẫn luôn che giấu và bảo vệ hắn ta."

Aetius nghe tướng quân nói có lý, bèn hạ giọng.

"Ta cần thêm thủy quân đến Biển Thành. Bọn chúng đông hơn chúng ta, lại sở hữu các tàu chiến lớn, nhất là thang đổ bộ, thật là lợi hại."

Nhà vua nói, đưa mắt nhìn Tướng quân và Vương hậu.

"Đến nước này, chỉ còn cách điều 15,000 quân Đảo San Hô từ eo biển Asin."

Vương hậu liền ngăn cản.

"Thưa Bệ hạ, đó không phải là một ý hay. Chúng ta đều biết, người San Hô vốn rất căm thù chúng ta. Bọn họ chỉ mong cho chúng ta bị Henry tiêu diệt. Nếu chúng ta điều chúng đến Biển Thành, chỉ e chúng sẽ hiệp một hội với Akito, quay sang tấn công lại chúng ta. Như vậy có khác gì, "cõng rắn cắn gà nhà". Thay vì đó, hãy để thiếp đi ra cùng bệ hạ ngày mai."

Nhà vua và Moab trố mắt nhìn Vương hậu.

"Là nàng? Không thể được. Quá nguy hiểm cho nàng." Nhà vua lắc đầu.

"Thiếp có 10,000 quân Thủy thần sẵn sàng chết vì thiếp, và cả "Tiếng rồng"." Vương hậu điềm tĩnh nhìn nhà vua.

"Nhưng "tiếng rồng" chỉ là một con rồng con. Nó thậm chí còn chưa biết cách phun ra lửa. Ta đã chờ đợi để nó sẽ giúp ta chinh phục Đại Dương tinh, nhưng không ngờ Henry đã ra tay quá sớm." Nhà vua thở dài.

"Rồng vẫn là rồng, thưa Bệ hạ. Huống hồ nó lại là "tiếng rồng" của Superbia. Bệ hạ hãy tin thiếp. Chúng ta sẽ thắng trận này." Vương hậu trả lời rất tự tin.

Nhà vua nhắm mắt suy nghĩ một hồi, rồi lên tiếng.

"Thôi được rồi. Vương hậu sẽ ra trận với ta ngày mai. Còn ngươi, Moab, hãy ở lại giữ thành."

Sáng hôm sau, khi màn sương vừa tan trên mặt biển. Hai bên lại bắt đầu giao chiến. Rồng Saphire tung cánh bay trên nóc tàu của Otilia. Các binh lính Pride Lands và Đảo San Hô sợ hãi, khi nhìn thấy con rồng đỏ, lưỡi đỏ, mình đầy gai đang bay cùng tàu địch. Nhưng tiếng tù và vang lên từ tàu chỉ huy của tướng quân Elishua giục giã lòng quân tiếp tục chiến đấu. Những trận mưa tên bay rào rào. Tiếng binh lính thét gào giữa muôn ngàn tiếng sóng.

Bỗng thình lình trên mặt biển, một cơn gió nhẹ thổi qua, rồi vô số tàu nhỏ South Monia chở theo rất nhiều trẻ con và những người đàn bà đi vào trận chiến. Họ đậu tàu ngay chính giữa các tàu của South Monia và liên minh Agina. Binh lính các tàu Agina, Pride Lands và Đảo San Hô đột ngột dừng chiến đấu. Trong lúc bọn họ đang ngơ ngác, không biết điều gì đang diễn ra, thì các tàu South Monia xông lên, tấn công dữ dội. Một số tàu liên minh bị trúng pháo đá, hư hại khá nhiều. Nhiều binh lính trúng tên ngã xuống. Tiếng tù và lại vang lên inh ỏi. Đoàn tàu của thường dân cũng biến mất giữa bao la biển cả. "Thật kỳ lạ!" Các binh lính liên minh nghĩ mình hoa mắt. Họ lắc lắc đầu, lại tiếp tục xông lên.

Một cơn gió khác lại thổi trên mặt biển. Đoàn tàu của thường dân South Monia lại xuất hiện. Các binh lính liên minh lại bắt đầu bối rối. "Lạ thật! Có điều gì đó bất thường ở đây." Công chúa Clementine suy nghĩ một hồi, rồi giương cung tên bắn vào chân một người đàn bà trên tàu. Mũi tên chính xác, nhưng người đàn bà như không hề đau đớn. Công chúa lại bắn thêm một mũi tên khác. Người đàn bà vẫn không hề hấn gì, thậm chí như thể bà ta không hề biết chân mình đã trúng tên. Công chúa bèn bắn tên liên tục vào lá cờ South Monia đang bay lượn trên mũi tàu. Nhưng những mũi tên bay xuyên qua lá cờ, rồi rơi xuống biển. Không một dấu vết gì để lại trên lá cờ. Bấy giờ, Công chúa như hiểu ra điều gì đó, bèn hét lên.

"Là giả đấy! Đoàn tàu dân là một trò bịp. Bọn họ không hề có thật. Các binh lính, hãy xông lên!"

Công chúa vừa ra lệnh, tiếng tù và lại cất lên. Các binh lính hô vang, "Đoàn tàu dân là giả, hãy xông lên!"

Các binh lính liên minh lại xông lên như vũ bão. Các tàu chiến lớn Pride Lands tiến lại gần các tàu South Monia, rồi lại dùng thang đổ bộ tấn công, tiêu diệt nhiều tàu địch.

...

Trời chuyển về chiều. Hoàng hôn đỏ rực, mặt trời như quả cầu lửa khổng lồ, từ từ chìm xuống biển, bỏ lại màn đêm mờ ảo. Clementine cất tiếng nói cùng tướng quân Elishua, Janus, Vua Akito và thống lĩnh Thủy quân Pride Lands, David Cooper.

"Có điều gì đó bất thường với đoàn tàu dân South Monia. Rõ ràng ta đã bắn trúng người đàn bà và lá cờ, nhưng tất cả chỉ như là ảo ảnh. Thật không thể tin được."

"Hôm nay suýt nữa, chúng ta đã nguy với tàu địch. Vì nhiều binh lính của chúng ta đã ngừng chiến đấu khi nhìn thấy con rồng đỏ và đoàn tàu dân." Vua Akito tiếp lời.

Tướng quân Elishua không nói tiếng nào. Gương mặt đăm chiêu, trầm ngâm bên ánh đèn dầu. Clementine nhìn tướng quân, khẽ hỏi.

"Tướng quân, Ngài nghĩ thế nào?"

Tướng quân giật mình, lắc nhẹ đầu, rồi nói.

"Có thể, đó là thuật ảo ảnh."

"Thuật ảo ảnh???" Ai nấy đều trố mắt nhìn tướng quân.

"Là thứ tà thuật gì vậy, thưa tướng quân?" David Cooper tò mò hỏi.

"Thuật ảo ảnh là một thứ ma thuật có thể biến ra các hình ảnh và âm thanh từ trong tâm trí. Ma thuật này đã bị tiêu diệt từ nhiều năm trước bởi vua Omri Chad của Zinka. Không hiểu vì sao Otilia lại luyện được nó." Tướng quân nói. Đôi mắt vẫn trầm tư.

"Khoan đã, Tướng quân. Tướng quân vừa nói là vua Omri Chad của Zinka, tức Phụ hoàng của Otilia." Janus ngạc nhiên nhìn tướng quân.

"Đúng vậy, chính là vua Omri Chad của Zinka, Phụ hoàng của Otilia. Hơn 40 năm về trước, có một nữ phù thủy tại Zinka, tên gọi Bolanile, bà ta đã dùng tà thuật này dụ dỗ rất nhiều môn đồ và xây dựng cho mình một dị phái, gọi là Ảo ảnh phái. Ảo ảnh phái tin rằng Bolanile là hiện thân của thần thánh, có thể gọi hồn người chết trở về và tương giao với thế giới thần linh. Bà ta sau đó đã thậm chí âm mưu đoạt chiếm ngai vàng, và bị vua Omri thiêu chết, cùng tất cả các môn đồ và các ghi chép về thuật ảo ảnh."

"Ta đang nghĩ tại sao Otilia lại có thể luyện thứ tà thuật này. Cô ta khi đó vẫn còn là đứa trẻ. Huống hồ, với địa vị Công chúa, khả năng cô ta có thể gặp được Bolanile là hầu như không có." Vua Akito thắc mắc.

Tướng quân Elishua cũng lắc đầu không hiểu. Công chúa Clementine bấy giờ lại nói.

"Trừ khi các ghi chép về thuật ảo ảnh vẫn còn ở Zinka. Vua Omri đã bỏ sót nó."

"Đó là điều ta đang lo lắng. Vì nếu đúng như vậy, thì mối hoạ Otilia đối với South Monia sẽ còn lớn hơn những gì chúng ta có thể nghĩ." Tướng quân chùng giọng nói.

Clementine đặt tay mình lên tay Tướng quân, giọng nhỏ nhẹ.

"Nếu chúng ta vẫn còn sống và chiến đấu, chúng ta sẽ giải phóng South Monia. Rồi Otilia sẽ chỉ là quá khứ."

Tướng quân Elishua đặt bàn tay còn lại lên tay Công chúa, gật đầu. Janus cũng đặt tay mình lên trên, rồi nói.

"Vì South Monia, vì Pride Lands, vì Đảo San Hô và vì Đại Dương tinh."

Vua Akito và thống lĩnh David cũng đặt tay mình lên, đồng thanh nói.

"Vì South Monia, vì Pride Lands, vì Đảo San Hô và vì Đại Dương tinh."

Trời về khuya, ánh trăng treo mờ ảo.

Chương 50:
HUYẾT CHIẾN SOUTH MONIA: SỰ TRỞ LẠI CỦA LOÀI RỒNG 2

Hừng đông vừa ló dạng trên mặt biển. Những tia nắng vô tư nhảy múa trêu đùa cùng con sóng. Các thủy binh liên minh đã dậy từ sớm để chuẩn bị cho một ngày quyết chiến. Tiếng tù và dội vang từ tàu chỉ huy của tướng quân Elishua. Đoàn tàu liên minh tiến dần vào bờ biển Biển Thành, trong lúc các tàu South Monia đang tiến đến. Gió đông nam thổi mạnh, đưa các tàu dần xích lại nhau. Bỗng các tàu chiến liên minh đi chậm lại. Rồi giữa lớp sương mờ, các thuyền nhỏ bằng tre, chui ra khỏi bụng tàu chiến lớn, tiến nhanh về phía các tàu South Monia. Aetius và Otilia ngạc nhiên khi thấy trên các thuyền chẳng có một người lính nào, ngoài tên cầm lái. Janus, cùng một tên lái thuyền khác, theo sau đoàn thuyền nhỏ, tiến về phía Aetius. Chàng mặc một áo giáp ngắn, mang cung tên bằng đá, mái tóc xoăn vàng xõa qua vai. Một vài tên lính South Monia nhìn thấy chàng Thợ săn bèn cười ngạo nghễ.

"Chúng gửi bấy nhiêu người đến để giết chúng ta. Đến đây đi, rồi các ngươi sẽ không bao giờ quay về."

Aetius và Otilia chăm chú theo dõi. Khi các thuyền nhỏ tiến lại gần hơn, nhà vua bèn ra lệnh cho binh lính bắn tên vào mấy tên lái thuyền. Nhưng mấy tên lái thuyền đều là những tên lính cừ khôi. Chúng xoay người khỏi cần lái, dùng kiếm đỡ các mũi tên, rồi lại tiếp tục vừa đỡ tên vừa lái thuyền về phía đoàn tàu South Monia. Khi đã đến đủ gần, các binh lính từ tàu South Monia nhảy xuống, tấn công những người lái thuyền. Đột nhiên, những mũi tên bằng lửa liên tục bay ra từ thuyền của Janus, thiêu cháy những con thuyền bằng tre. Ngay tức khắc, những người lái thuyền nhảy "ùm" xuống nước, rồi bơi nhanh như cá, trở về các tàu của liên minh. Các thuyền tre bốc cháy, lại tiếp tục theo gió đông nam, đẩy lửa và thuyền đâm sầm vào các con tàu của South Monia. Lửa khói bốc lên nghi ngút. Tiếng la hét thảm thiết dội ngược lại từ phía tàu South Monia. Vua Aetius giận dữ, cuống cuồng cho người dập tắt lửa. Bỗng từ phía sau, một mũi tên bằng đá bay vút đến, cắm ngay vào cổ Aetius. Aetius ngoái đầu nhìn lại. Hình bóng người lính có đôi mắt màu xanh lá và mái tóc xoăn vàng nhập nhòa trong màn khói. Hắn ú ớ kêu lên "Ngươi...", chỉ tay về phía con thuyền nhỏ của Janus, rồi ngã quỵ xuống boong tàu. Máu từ cổ chảy ra lai láng. Otilia hét lên kinh hoàng "Không! Bệ hạ", rồi chạy đến bên cạnh Aetius. Vương hậu rút mũi tên ra khỏi cổ Aetius, tự xé áo mình, cầm máu cho nhà vua. Xong, ra lệnh cho các tàu còn lại tiến về phía tàu của Clementine, còn Vương hậu ôm lấy nhà vua, ngồi trước mũi tàu, cất tiếng hát. Một cơn gió nhẹ thổi qua trên mặt biển. Tiếng hát thánh thót của Otilia làm mê lòng binh lính. Ai nấy bỗng hạ cung kiếm, thẫn thờ lắng nghe. Rồi hình ảnh vua Kuji Ward III và Vương hậu Mary hiện ra trước mắt, đang mỉm cười trong gió nhẹ. Công chúa Clementine bước đến trước mũi tàu, xúc động nhìn, khẽ gọi.

"Phụ hoàng! Mẫu hậu!"

Đột nhiên, những mũi tên từ phía tàu South Monia bay về phía Công chúa. Janus lớn tiếng gọi "Clementine!", rồi từ thuyền nhỏ, phóng mình bay lên, bắt lấy những mũi tên. Clementine giật mình, lùi lại phía sau, rút thanh Katana ra khỏi vỏ. Cùng lúc, Janus vừa đáp chân xuống boong tàu. Clementine hốt hoảng chạy lại.

"Janus, chàng đã trúng tên!"

"Ta không sao. Nàng ổn chứ?" Janus vừa nói, vừa bẻ gãy mấy mũi tên phía sau bắp đùi.

Otilia nhếch cười, rồi lại cất tiếng hát. Tiếng bi ca ai oán, thảm sầu. Các tàu liên minh bắt đầu bao vây tàu South Monia. Otilia vẫn ôm Aetius vào lòng, mặc cho máu chảy ướt đẫm cả lồng ngực, và thân thể nhà vua đang dần lạnh ngắt. Khi những trận mưa tên cứ ào ào đổ xuống các tàu South Monia, và tiếng binh lính trước mũi tàu kêu cứu "Vương hậu, hãy cứu chúng ta!", Vương hậu bấy giờ đặt nhà vua xuống boong tàu, hét lớn.

"Saphire!!!"

Tích tắc, con rồng đỏ tía có mặt trên boong tàu. Vương hậu đến gần, cất tiếng nói.

"Nếu hôm nay ta chết, bọn Clementine sẽ tìm ngươi, truy cùng giết tận. Hãy làm gì đó để cứu chúng ta. Hãy phun lửa giết chết bọn chúng."

Con rồng đỏ yên lặng, vỗ cánh bay đi. Otilia giận dữ gọi với theo.

"S..a..p..h..i..r..e!!!"

Các tàu liên minh tiến sát lại tàu South Monia, rồi dùng thang đổ bộ, tiến quân lên tàu. Khi hy vọng dường như đã hết cho Otilia, thì rồng Saphire cất tiếng hú vang trên bầu trời. Tất cả mọi người sợ hãi, ngừng hết cung, kiếm, ngước mặt về phía con rồng. Bên cạnh rồng con Saphire đang tung cánh là một rồng đen to lớn, cánh che cả một vùng trời. Clementine, Elishua và Otilia kinh ngạc reo lên.

"Saphiro!"

"Saphiro! Saphiro! Ta ở đây!" Công chúa mừng rỡ gọi.

Nhưng Saphiro phớt lờ Công chúa, gầm một tiếng dài, phun lửa thiêu cháy những con tàu bên dưới biển, chỉ duy nhất không đụng đến tàu của Otilia.

Khói lửa nghi ngút cả một vùng đại dương. Janus vội vàng chạy đến bên Công chúa. Nhưng bỗng dưng, chàng Hoàng tử ngã xuống boong tàu, máu bắt đầu trào ra nơi miệng. Công chúa hớt hải chạy đến bên Janus.

"Janus, chàng bị làm sao?"

Công chúa vội lấy áo mình lau máu cho Hoàng tử. Bỗng Công chúa kinh hoàng nhìn thấy máu từ miệng Hoàng tử chuyển sang đen. Giọng Công chúa bắt đầu hốt hoảng.

"Không! Không! Không phải vậy! Chàng không thể nào lại trúng độc của Otilia."

Janus cầm tay Công chúa, giữ thật chặt, cố ra dấu cho Công chúa hãy cẩn trọng giữ mình, đừng lo cho Janus.

Bỗng từng trên cao, Rồng đen Saphiro sà xuống, cắp lấy Công chúa, bay về tàu Vương hậu. Janus lấy hết bình sinh, nhảy theo, ôm chặt chân Công chúa. Tướng quân Elishua và Vua Akito đang cùng quân lính dập lửa vẫn kịp nhìn thấy Janus và Clementine bị Rồng đen cắp bay đi. Cả hai kêu tên Công chúa và Hoàng tử trong tuyệt vọng.

Janus cố với tay, rút thanh kiếm Katana từ vai Công chúa, rồi dùng hết sức lực, phóng mạnh thanh Katana vào bụng của Rồng đen. Rồng đen rít lên đau đớn, buông lấy Clementine, bay vào bờ biển.

Janus cho tay vào miệng, cố hết sức mình, huýt sáo thật to, rồi buông tay khỏi Công chúa.

"Ta yêu nàng, Clementine!"

Hoàng tử nhắm mắt lại, thả mình trôi theo luồng gió thổi.

Công chúa nghe lòng mình chết lặng. Bao nhiêu ước vọng, giờ mong manh như làn khói. Thôi thì, hãy để gió cuốn đi. Hãy cuốn ta về với Vương Thành, hay về sâu biển cả cùng Janus. Công chúa nhắm mắt lại, nghe hồn mình nhẹ tênh.

Bỗng "quát" "quát", Công chúa mở mắt ra, nhìn thấy bóng Kim phụng đang bay đến ngay bên. Công chúa ôm lấy cổ Kim phụng, trườn mình qua đôi cánh, rồi cùng Kim phụng vút bay cao vào bầu trời xanh thẫm.

Bên dưới biển, chỉ còn lại một cảnh điêu tàn.

Phía tường thành, tướng Moab yên lặng theo dõi trận huyết chiến trên biển. Đôi mắt đen khắc khoải những u hoài. Một chim sẻ bay đến, đậu vào vai Moab. Moab đón chim trong bàn tay, rồi mở mảnh giấy nhỏ từ chân chim ra đọc. Là thư từ Vương Thành. Ánh mắt Moab bắt đầu sáng lên. Gương mặt buồn bã ánh bừng niềm hy vọng. Moab khẽ kêu lên "Dalina!"

Trong lúc đó, Otilia và tốp lính còn sót lại vừa cập bến Biển Thành. Vương hậu ủ rũ bên thân thể Aetius đã cứng đờ, lạnh ngắt. Rồng Saphire và Saphiro nằm buồn tẻ trên bờ biển. Một tên lính chạy vào, yêu cầu mở cổng thành. Nhưng Moab đã ra lệnh cho lính gác giữ chặt cổng. Một hồi lâu không thấy động tĩnh. Linh tính chẳng lành, Vương hậu cưỡi rồng Saphiro bay lên nóc tường thành.

"Moab, hãy mau mở cổng thành. Bệ hạ đã băng hà. Ta cần chiếc quan tài tốt nhất và xe ngựa nhanh nhất để đưa Bệ hạ về Vương thành." Vương hậu ra lệnh.

Moab ngước mắt lên cao, nhìn Vương hậu, lớn tiếng trả lời.

"Ta được lệnh Nữ hoàng của South Monia, không được mở cổng."

Vương hậu gầm lên tức giận.

"Ta chính là Nữ hoàng của các ngươi. Hãy mở cổng mau!"

Moab lắc đầu đáp lại.

"Nữ hoàng của chúng tôi là Clementine Ward. Hãy đi đi! Ta sẽ không mở cổng thành."

Vương hậu trừng mắt nhìn xuống Moab, rồi thét lên "Clementine!". Tiếng thét theo làn gió, dội ngược vào mặt Vương hậu. Vương hậu gào lên cùng Saphiro.

"Saphiro! Hãy thiêu rụi hết Biển Thành cho ta!"

Nhưng Saphiro lặng im, tung đôi cánh lượn lờ trên nóc tường thành. Vương hậu Otilia sau hồi uất nghẹn, thét lên cùng Moab.

"Moab, tên phản thần. Hãy nhớ ngày hôm nay. Ta sẽ quay trở lại tiêu diệt nhà ngươi và Nữ hoàng của ngươi. Hãy đợi đấy."

Otilia nói xong, cùng Saphiro bay ra bờ biển. Moab nhìn theo cánh rồng bay, miệng lẩm bẩm.

"Giữa thế giới đảo điên này, ai cũng phải chọn cho mình một bên. Và lần này, ta đã quyết định chọn đứng về lẽ phải, điều mà lẽ ra, ta đã nên làm từ rất lâu."

Phía bờ biển, con tàu của tàn quân South Monia đã nhổ neo, tiến về hướng tây bắc. Trên bầu trời, bóng rồng Saphiro và Otilia xa dần, rồi khuất mất giữa những tầng mây. Rồng Saphire rít vang thứ âm thanh the thé rợn người. Trời sập tối. Chỉ còn lại những điêu tàn và bóng đêm lạnh lùng bao phủ Đại Dương tinh...

Liên lạc Tác giả
Lê Na
ninasellhomes@gmail.com

Liên lạc Nhà xuất bản
Nhân Ảnh
han.le3359@gmail.com
(408) 722-5626

Milton Keynes UK
Ingram Content Group UK Ltd.
UKHW010248081223
433984UK00001B/155

9 781989 924907